# शर्यती-स्पर्धा-खेळ

सुधारित आवृत्ती

आ. पां. खरात

मेहता पब्लिशिंग हाऊस

■ शर्यती-स्पर्धा-खेळ / मार्गदर्शनपर


■ प्रकाशक
सुनील अनिल मेहता,
मेहता पब्लिशिंग हाऊस,
१९४१, सदाशिव पेठ,
माडीवाले कॉलनी, पुणे ४११ ०३०.
✆ ०२०-२४४७६९२४

■ मुद्रक
पार्कसन्स ग्राफिक्स

■ प्रकाशनकाल
१९८४ / १९८६ / १९८८ / १९९३ /
१९९७ / सप्टेंबर, २००१ / जुलै, २००४ /
फेब्रुवारी, २००७ / फेब्रुवारी, २०११ /
दहावी सुधारित आवृत्ती : एप्रिल, २०१६

■ मुखपृष्ठ : बाबू उडुपी

■ किंमत : ₹ २००

■ P Book ISBN 9788177664690
E Book ISBN 9789386454218
E Books available on :
amazonkindle Apple Books
Google Play Books

---

# अनुक्रमणिका

✆ +91 020-24476924 / 24460313 / Mob. No. 9545000513

Email : production@mehtapublishinghouse.com
author@mehtapublishinghouse.com

Website : www.mehtapublishinghouse.com

# १ : मैदानी शर्यती व स्पर्धा

मैदानी शर्यती व स्पर्धा आयोजित करणे, हे मोठे जबाबदारीचे काम आहे. अनेक स्पर्धक विविध अंतरांच्या धावण्याच्या शर्यती व स्पर्धांमध्ये मोठ्या उत्साहाने भाग घेत असतात. कार्यक्रम यशस्वीरीत्या पार पाडण्यासाठी शर्यती व स्पर्धा यांची काळजीपूर्वक आखणी करावी लागते. ट्रॅकची व इतर मैदानांची पद्धतशीर आखणी, साहित्याची जमवाजमव, अधिकाऱ्यांची नेमणूक व कार्यांची विभागणी इत्यादी बाबी महत्त्वाच्या असतात. योग्य नियोजन व त्याप्रमाणे अंमलबजावणी झाली, तर हा सोहळा यशस्वीरीत्या पार पडणे सोईचे होते. ट्रॅकवर शर्यती व ट्रॅकच्या आतील जागेत फेकीच्या व उड्यांच्या स्पर्धा आयोजित केल्या, तर त्यांवर नियंत्रण ठेवणे सोपे जाते. म्हणून शर्यती व स्पर्धा शक्यतो एकाच मैदानावर आयोजित कराव्यात.

कार्यक्षम व तज्ज्ञ अधिकाऱ्यांवर शर्यती व स्पर्धा यांचे यश अवलंबून असते. शर्यती व स्पर्धांसाठी पुढीलप्रमाणे अधिकारी नेमावेत :

व्यवस्थापक (Manager)
कार्यवाह (Secretary)
तांत्रिक व्यवस्थापक (Technical Manager)
न्याय मंडळ (Jury of Appeal)
शर्यतीचे सरपंच (Referee for Track Events)
अंतिम रेषा पंच (Judges at Finish)
शर्यतीचे पंच (Track Judges)
चालण्याच्या शर्यतीचे सरपंच व पंच (Referee & Judges for Walking)

प्रारंभक (Starter)
प्रारंभकाचा सहायक (Starter's Assistant)
फेरीगणक (Lap Scorers)
वेळाधिकारी (Time Keepers)
क्षेत्र सरपंच (Referees for Field Events)
क्षेत्र पंच (Field Judges)
अधिकृत क्षेत्रमापक (Official Surveyor)
स्वयंसेवक प्रमुख (Marshal)
गुणलेखक (Recorder)
घोषक (Announcer)
डॉक्टर (Doctor) आदी.

## विभाग

मैदानी शर्यती व स्पर्धेचे (Athletics) तीन विभाग पडतात :

१) मैदानी शर्यती - यामध्ये विविध अंतरांच्या धावण्याच्या शर्यतींचा समावेश होतो.
२) क्षेत्र स्पर्धा - यामध्ये फेकी व उड्या यांचा समावेश होतो.
३) मिश्र स्पर्धा - यामध्ये पंचक स्पर्धा, सप्तक स्पर्धा व दशक स्पर्धा यांचा समावेश होतो.

## अ) मैदानी शर्यती

सर्वसामान्य नियम -

१) १०० मी., २०० मी., ४०० मी., ८०० मी., १५०० मी., ५००० मी., १०,००० मी. धावणे, ४ × १०० मी. आणि ४ × ४०० मी. रिले व हर्डल्स या शर्यती ट्रॅकवर (Track) घ्याव्यात.

२) ४०० मी. ट्रॅकची आखणी करताना धावण्याची त्रिज्या ३६.५ मी. ते ३८ मीटर्सच्या दरम्यान निश्चित करावी. ट्रॅकची आखणी करण्यासाठी $2\pi \times R + 2L =$ ४०० मी. या सूत्राचा वापर करावा. (R म्हणजे धावण्याची त्रिज्या व L म्हणजे ट्रॅकच्या सरळ पट्ट्याची लांबी) ट्रॅक आखण्यासाठी धावण्याची त्रिज्या ३७.४५ मी. धरली, तर सरळ पट्ट्याची लांबी ८२.३० मी. येईल. वक्राच्या सर्वांत आतील रेषेवर विटा किंवा सिमेंटची बॉर्डर असते किंवा निशाणे रोवलेली असतात; म्हणून ३७.१५ मी. आखण्याची त्रिज्या असेल. (आतील रेषेवर विटांची/सिमेंटची बॉर्डर नसेल किंवा निशाणेही रोवलेली नसतील

तर आखण्याची त्रिज्या ३७.२५ मी. असेल) उपलब्ध उपयुक्त मैदानाचा आकार विचारात घेऊन ट्रॅकची आखणी करावी. ट्रॅकच्या सरळ पट्ट्याची लांबी ८४.३९० मी. असावी, अशी संघटनेची शिफारस आहे.

३) ट्रॅकवर आठ पट्टे (Lanes) आखावेत. प्रत्येक पट्ट्याची किमान रुंदी १.२२ मी. (चार फूट) असावी. पट्ट्यांच्या रेषांची जाडी ५ सें.मी. असावी. धावणाऱ्या खेळाडूच्या उजव्या बाजूची रेषा ही त्या धावणाऱ्याच्या पट्टीमध्ये मिळवलेली असते.

४) ट्रॅकच्या आतील रेषेवर प्रत्येक ५ मीटर अंतरावर २५ सें.मी. × २० सें.मी. मापाची निशाणे लावतात. निशाणाच्या काठीची उंची २० सें.मी. असावी. निशाणे ६० अंशांचा कोन करून पट्ट्याच्या बाहेरच्या बाजूस कललेली असतात.

५) १०० मी. धावणे, १०० मी. हर्डल शर्यत (महिला) आणि ११० मी. हर्डल शर्यत (पुरुष) या शर्यती सरळ पट्ट्यातच घ्याव्यात.

६) ट्रॅकची आतील बाजू धावणाऱ्या स्पर्धकाच्या डाव्या बाजूस येईल, अशा पद्धतीने स्पर्धकांच्या धावण्याची दिशा असावी.

७) शर्यतीचा शेवट सरळ रेषेतच व्हावा.

८) कमी अंतराच्या धावण्याच्या शर्यती, ४ × १०० मी. रिले व हर्डल्स शर्यती यांमध्ये स्पर्धकांनी आपापल्या पट्ट्यातून धावावे.

९) ट्रॅकवरील पट्ट्याच्या डावीकडील रेषेवरून किंवा रेषेच्या आतून धावणारा स्पर्धक बाद होण्यास पात्र ठरतो.

१०) स्पर्धकांनी आपला क्रमांक स्पष्ट दिसेल असा छातीवर व पाठीवर लावावा.

११) स्पर्धकांनी कॅनव्हास शूज / स्पाइक्स वापरणे आवश्यक आहे.

१२) कमी अंतराच्या शर्यतीमध्ये प्रथम प्राथमिक फेऱ्या (Heats) घ्याव्यात. प्रत्येक फेरीतून किमान पहिल्या दोन क्रमांकांची पुढील / अंतिम फेरीसाठी निवड करावी. (स्पर्धकांच्या प्रावीण्याची (Performance) पूर्वकल्पना असेल तर चांगल्या स्पर्धकांची विविध फेऱ्यांत विभागणी करावी. अंतिम फेरीत सर्वोत्कृष्ट स्पर्धक येतील याची काळजी घ्यावी.)

१३) प्राथमिक फेरीत लागलेल्या वेळेवरून पुढील / अंतिम फेरीसाठी स्पर्धकांची निवड करता येईल. मात्र, त्याबाबत त्यांना तशी पूर्वसूचना देणे आवश्यक आहे.

१४) स्पर्धकांनी ठरलेल्या फेरीतच धावले पाहिजे.

१५) पहिली फेरी (Round) व दुसरी फेरी किंवा अंतिम फेरी यांमध्ये शक्यतो पुढीलप्रमाणे वेळ द्यावा :

१०० मी. व २०० मी. धावणे ..... ४५ मिनिटे.

४०० मी. व ८०० मी. धावणे ..... ९० मिनिटे.

१००० मीटरर्सपेक्षा जास्त धावणे ..... १८० मिनिटे.

१६) ट्रॅकवर आठ पट्टे असल्याने अंतिम फेरीत आठ स्पर्धक असतील.

१७) पत्ते वाटून स्पर्धकांचे पट्टे निश्चित करावेत.

१८) स्पर्धकाने धावताना दुसऱ्या खेळाडूस अडथळा आणला, तर अडथळा आणणारा स्पर्धक बाद करावा. ती फेरी पुन्हा घ्यावी किंवा ज्या स्पर्धकाला अडथळा आणला गेला असेल, त्या स्पर्धकाला अन्य फेरीत धावण्याची संधी द्यावी.

१९) धावणाऱ्या स्पर्धकास बाहेरून कोणीही, कसल्याही प्रकारचे साह्य करू नये.

२०) सरपंचाच्या परवानगीशिवाय मैदानावरील कोणाही व्यक्तीस शर्यत सुरू असताना मध्येच वेळ सांगता येणार नाही.

२१) शर्यतीमधून स्वेच्छेने बाहेर पडलेल्या स्पर्धकास पुन्हा त्या शर्यतीत भाग घेता येणार नाही. (रस्त्यावरील दीर्घ अंतराच्या शर्यतीत पंचाच्या परवानगीने व पंचाच्या नियंत्रणाखाली रस्ता सोडता येईल. मात्र, रस्ता सोडल्याने धावण्याचे अंतर कमी होणार नाही याची खात्री करून घ्यावी.)

२२) डोपिंगला (Doping) पूर्ण मज्जाव राहील. खेळाडूची शारीरिक किंवा मानसिक क्षमता कृत्रिमरीत्या वाढवून त्याच्या प्रावीण्यात सुधारणा घडवून आणतील अशी पेये अथवा पदार्थ सेवन करणाऱ्या स्पर्धकास शर्यतीत व स्पर्धेत भाग घेता येणार नाही.

२३) मॅरेथॉन शर्यत व ५० कि.मी. चालण्याची शर्यत चांगल्या रस्त्यावर घ्यावी. त्या शर्यतीचा आरंभ व शेवट ट्रॅकवर व्हावा.

२४) मॅरेथॉन शर्यत व ५० कि.मी. चालण्याची शर्यत यांमध्ये भाग घेणाऱ्या स्पर्धकाने स्पर्धेत भाग घेण्यास पात्र असल्याबाबतचा दिलेला वैद्यकीय दाखला स्पर्धा सुरू होण्यापूर्वी सादर केला पाहिजे.

२५) मैदानी शर्यती व क्षेत्र स्पर्धा शक्यतो एकाच मैदानावर घ्याव्यात. एखादा स्पर्धक शर्यती व क्षेत्र स्पर्धेत भाग घेत असेल आणि दोन्हीकडे त्याचे नाव पुकारले असेल तर सरपंचाच्या परवानगीने त्याने प्रथम शर्यतीत भाग घ्यावा आणि क्षेत्र स्पर्धेची ती फेरी पूर्ण होण्यापूर्वी त्यामध्ये भाग घ्यावा. क्षेत्र विभागाच्या संबंधित सरपंचाने त्या स्पर्धकाला त्या फेरीत त्याचा क्रम बदलून संधी द्यावी (मात्र क्षेत्र स्पर्धेत एका फेरीत त्याला एकच पाळी (Trial) मिळेल.)

२६) अधिकृत निर्णय जाहीर झाल्यापासून ३० मिनिटांच्या आत प्रोटेस्ट (Protest) नोंदवता येईल.

## शर्यतीचा प्रारंभ

१) प्रारंभकाचा सहायक आरंभ रेषेच्या पाठीमागील तीन मीटर अंतरावरील रेषेवर (Assembly Line) विशिष्ट फेरीतील स्पर्धकांना एकत्र करून, पत्ते वाटून त्यांचे पट्टे (Lanes) ठरवून देईल.

२) प्रारंभक हा शर्यत सुरू होणार असल्याबद्दल अंतिम रेषा पंच आणि वेळाधिकारी यांना इशारा देईल.

३) 'ऑन युवर मार्क्स' असे प्रारंभकाने म्हणताच त्या फेरीतील स्पर्धक आपापल्या पट्ट्यात आरंभ रेषेच्या (Starting Line) पाठीमागे आपापल्या पद्धतीने स्टार्ट घेण्याच्या तयारीस लागतील. १०० मीटर, २०० मीटर, ४०० मीटर हर्डल्स व रिले या शर्यतींसाठी स्पर्धकांनी 'क्राउच स्टार्ट'च (Crouch Start) घेतला पाहिजे.

४) 'सेट' हा प्रारंभकाचा शब्द ऐकताच स्पर्धक धावण्याच्या तयारीत राहतील. त्या वेळी स्पर्धकाचा आरंभ रेषेला किंवा आरंभ रेषेपुढील मैदानास स्पर्श असणार नाही.

अ) 'सेट' म्हटल्यावर स्पर्धकांना काही सांगावयाचे असल्यास त्यांना उभे करून मागील तीन मीटर अंतरावरील रेषेवर नेऊन आवश्यक त्या सूचना द्याव्यात. सूचना देऊन झाल्यावर पुन्हा 'ऑन युवर मार्क्स'... 'सेट' या ऑर्डर्स मिळतील.

ब) सर्व स्पर्धकांनी योग्य वेळेत (Reasonable Time) 'सेट' व्हावे, अशी अपेक्षा असते. 'सेट' होण्यास अकारण विलंब करणाऱ्या स्पर्धकास ताकीद दिली जाते.

५) सर्व स्पर्धक 'सेट' होताच पिस्तुलाचा आवाज करावा. पिस्तुलाचा आवाज होताच शर्यत सुरू होईल.

६) पिस्तुलाचा आवाज होण्यापूर्वी स्पर्धकाच्या हाताचा किंवा शरीराच्या कोणत्याही भागाचा आरंभ रेषेला किंवा त्यापुढील मैदानास स्पर्श झाला, तर तो फाउल (Foul) समजावा. असा चुकीचा आरंभ झाला तर पुन्हा पिस्तुलाचा आवाज करून अथवा शिट्टी वाजवून सर्व स्पर्धकांना परत बोलवावे. चुकीचा आरंभ (False start) करणाऱ्या संबंधित खेळाडूला / खेळाडूंना लाल कार्ड (Red Card) दाखविले जाईल व त्याला / त्यांना त्या फेरीतून बाद केले जाईल. इतर खेळाडूंना समज (Warning) दिली जाईल. (मिश्र स्पर्धांमध्ये पहिला चुकीचा आरंभ करणाऱ्या खेळाडूला / खेळाडूंना पिवळे कार्ड दाखविले जाऊन समज दिली जाईल. दुसरा चुकीचा आरंभ करणारा / करणारे खेळाडू

त्या फेरीतून बाद केले जातील.) चुकीचा आरंभ करणाऱ्या खेळाडूला बाद करण्याबाबतचा हा नियम १ जानेवारी २०१० पासून अमलात आला आहे.

७) ४०० मीटर्सपेक्षा अधिक अंतराच्या शर्यतीचा आरंभ करताना 'ऑन युवर मार्क्स' अशी ऑर्डर दिल्यानंतर पिस्तुलाचा आवाज करण्यापूर्वी 'सेट' म्हणण्याची आवश्यकता नाही.

८) प्रारंभकाने सर्व स्पर्धकांपासून शक्यतो समान अंतरावर उभे राहावे.

९) ४०० मी. अंतरापर्यंतच्या शर्यतीसाठी स्पर्धकांना मान्यताप्राप्त स्टार्टिंग ब्लॉक्सचा (Starting Blocks) वापर करता येईल. रिले शर्यतीमधील संघाच्या फक्त पहिल्या खेळाडूस ब्लॉक्सचा वापर करता येईल. ब्लॉक्स वापरणाऱ्या खेळाडूचा 'सेट' स्थितीत दोन्ही हातांचा व पायांचा जमिनीशी संपर्क पाहिजे.

## शर्यतीचा शेवट

१) अंतिम रेषेच्या दोन्ही बाजूंना ट्रॅकच्या आत व बाहेर ३० सें.मी. अंतरावर पांढऱ्या रंगाचे दोन खांब (Finish Posts) असावेत. खांबांची मापे पुढीलप्रमाणे असावीत :

उंची - १.४० मी.; रुंदी - ८ सें.मी.; जाडी - २ सें.मी.

२) अंतिम रेषेवर, अंतिम रेषेच्या आतील बाजूस (Edge) १.२२ मी. उंचीवर मऊ लोकरी धागा धरावा. (आरंभ रेषेच्या बाहेरील बाजूपासून अंतिम रेषेच्या आतील बाजूपर्यंत शर्यतीचे अंतर मोजले जाते.) आरंभ रेषा व अंतिम रेषा यांची रुंदी ५ सें.मी. असते. (ट्रॅकवरील सर्वच रेषा ५ सें.मी. जाडीच्या असतात.)

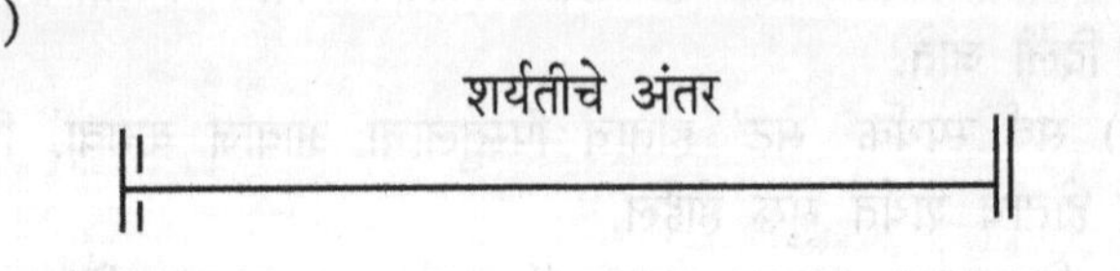


३) अंतिम रेषेपासून ५ मीटर अंतरावर ट्रॅकच्या आतील बाजूस सरपंच व पंच आणि दुसऱ्या बाजूस ५ मीटर अंतरावर वेळाधिकारी राहतील. (अंतिम रेषेवरील शर्यतीचा शेवट स्पष्ट दिसावा म्हणून त्यांना स्टँड्स पुरविले, तर अधिक सोईचे होईल.)

४) ज्या स्पर्धकाच्या छातीचा (Torso) प्रथम लोकरी धाग्याला स्पर्श होईल त्याला प्रथम क्रमांक द्यावा. हात, पाय, डोके यांनी अंतिम रेषा कधी ओलांडली याचा विचार करण्याची आवश्यकता नाही. (वेगवान वाऱ्यामुळे

धागा सरळ रेषेत राहत नसेल तर तो वापरू नये. छातीचा भाग अंतिम रेषेच्या आतील बाजूवर येण्यावरून क्रमांक ठरवावेत.)

५) अंतिम रेषा पंचांपैकी एकाने प्रथम क्रमांक, दुसऱ्याने पहिला व दुसरा, तिसऱ्याने दुसरा व तिसरा... याप्रमाणे शर्यतीच्या निकालाची नोंद करावी. पंचांच्या गुणपत्रकांवरून सरपंचाने अंतिम निकाल तयार करावा.

**पेच** (Tie)

१) प्राथमिक फेरीत पेच निर्माण झाल्यास संबंधित स्पर्धकांची पुढील फेरीसाठी निवड करावी.

२) अंतिम फेरीत पहिल्या क्रमांकाबाबत पेच निर्माण झाला, तर सरपंचाने तो आपल्या अधिकारात सोडवावा. पेच सोडवण्यासाठी शक्यतो फोटो फिनिश कॅमेरा किंवा व्हिडिओ फिल्मचा वापर करावा.

**वेळेची नोंद**

१) फेरीतील विजेत्या खेळाडूला शर्यत पूर्ण करण्यासाठी लागलेल्या वेळेची नोंद करण्यासाठी किमान तीन वेळाधिकारी असतील. एक मुख्य वेळाधिकारी असेल. (याशिवाय दोन पर्यायी वेळाधिकारी असावेत. वेळाधिकाऱ्यांपैकी एखाद्याचे घड्याळ बंद पडले, तर पूर्वी ठरविल्याप्रमाणे विशिष्ट पर्यायी वेळाधिकाऱ्याच्या घड्याळाचा उपयोग करता येतो.)

२) वेळाधिकारी अंतिम रेषेवर ट्रॅकच्या बाहेरच्या बाजूस ५ मी. अंतरावर उभे असतील. (त्यांच्यासाठी स्टॅंड्सची सोय करणे अधिक चांगले.)

३) शक्यतो फेरीतील पहिल्या तीन क्रमांकांच्या विजेत्या स्पर्धकांच्या वेळेची नोंद करावी. तसेच दीर्घ अंतराच्या शर्यतीत प्रत्येक स्पर्धकाच्या प्रत्येक फेरीच्या वेळेची नोंद करावी. (स्पर्धकांना शर्यत पुरी करावयास लागणाऱ्या वेळेवरून त्यांची पुढील किंवा अंतिम फेरीसाठी निवड करावयाची असेल, तर प्रत्येक स्पर्धकाच्या वेळेची नोंद करावी. तसेच पंचक, सप्तक आणि दशक स्पर्धेतील शर्यतीत प्रत्येक स्पर्धकाची वेळ नोंदविण्यासाठी तीन वेळाधिकारी असावे लागतात.)

४) वेळाधिकाऱ्यांनी शर्यत संपल्यावर छापील फॉर्मवर वेळेची अचूक नोंद करावी. त्यांनी आपली घड्याळे एकमेकांना दाखवू नयेत आणि वेळेबाबत आपसांत चर्चा करू नये.

५) मुख्य वेळाधिकारी सहकाऱ्यांच्या घड्याळात दर्शविलेली वेळ पाहू शकतात.

६) सहकाऱ्यांनी फॉर्मवर नोंदविलेल्या नोंदी पाहून मुख्य वेळाधिकारी अधिकृत वेळ निश्चित करतील.

७) अ) तिन्ही घड्याळांनी एकच वेळ दाखविली असेल, तर ती अधिकृत वेळ मानावी.

ब) तीनपैकी दोन घड्याळांत एकच वेळ दाखविली गेली असेल, तर ती अधिकृत वेळ म्हणून नोंदवावी.

क) दोनच घड्याळे वेळ दाखवीत असतील, तर अधिक वेळ दाखविणाऱ्या घड्याळातील वेळेची अधिकृत वेळ म्हणून नोंद करावी.

ड) तीन घड्याळे वेगवेगळी वेळ दाखवीत असतील, तर त्यांपैकी मधली वेळ अधिकृत वेळ म्हणून नोंदवावी.

८) सेकंदाच्या किमान १/१० (एक-दशांश) भागापर्यंत वेळेची नोंद करावी. (शक्यतो सेकंदाच्या एक-शतांश भागाची नोंद करणे अधिक चांगले.)

**स्टॅगर्स** (Staggers)

१) २०० मी., ४०० मी. धावणे व ४०० मी. हर्डल्स आणि ४ × १०० मी. रिले व ४ × ४०० मी. रिले या शर्यतीसाठी स्टॅगर्स दिले जातात. (८०० मी. शर्यतीसाठीही स्टॅगर्स देता येतात.) फेरीतील सर्व स्पर्धकांना सारखेच अंतर धावण्यास लागावे म्हणून स्टॅगर्स दिले जातात.

२) २०० मी., ४०० मी. धावणे आणि ४०० मी. हर्डल्ससाठी पुढीलप्रमाणे स्टॅगर्स द्यावेत. (ट्रॅकच्या सरळ पट्ट्याची लांबी व धावण्याची त्रिज्या थोडी कमी-जास्त असली तरी पुढील स्टॅगर्समध्ये बदल होत नाहीत.)

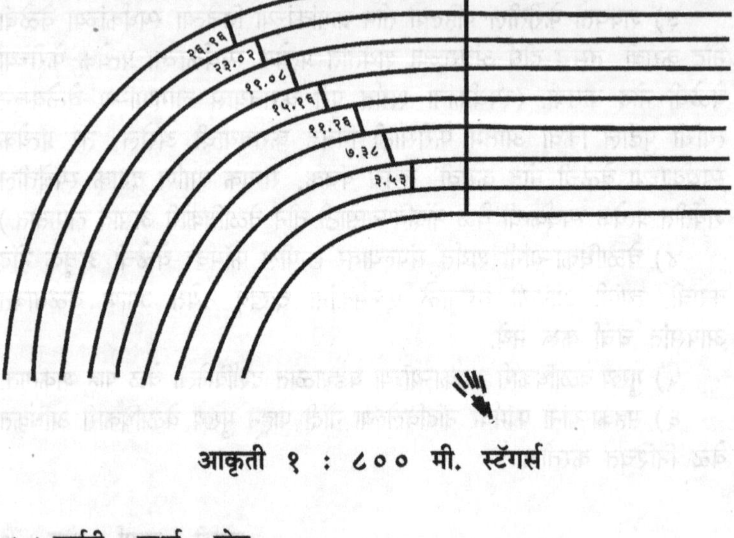


**आकृती १ : ८०० मी. स्टॅगर्स**

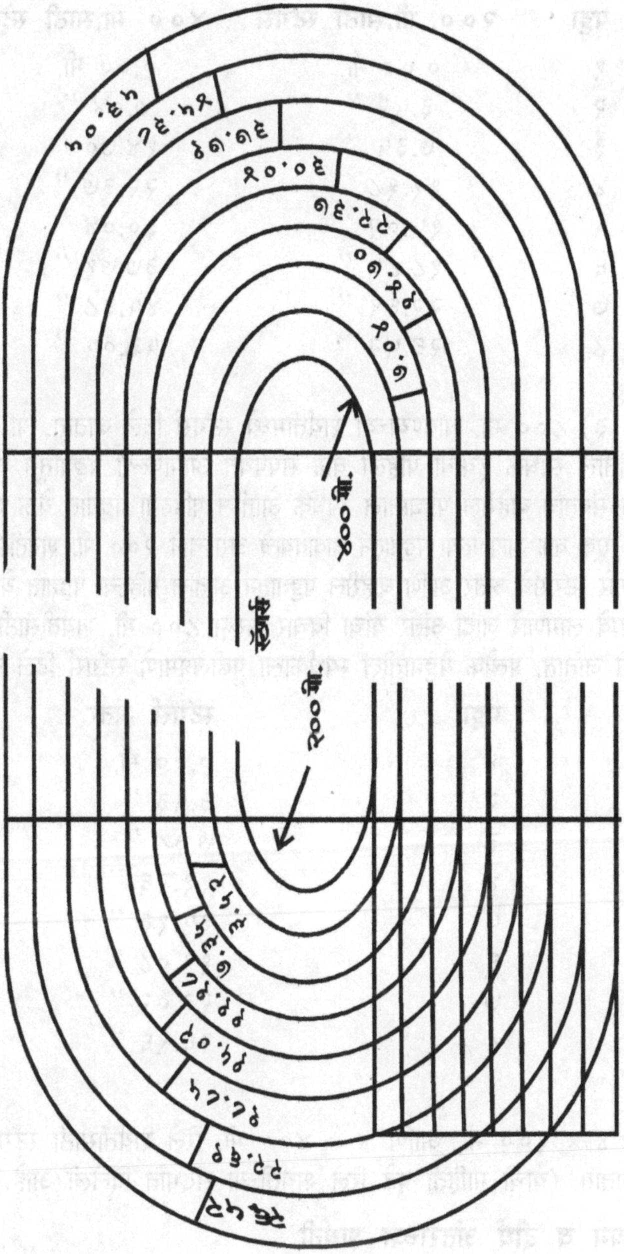

आकृती २ : २०० मी. व ४०० मी. स्टॅगर्स

| पट्टा | २०० मी.साठी स्टॅगर्स | ४०० मी.साठी स्टॅगर्स |
|---|---|---|
| १ | ०.०० मी. | ०.०० मी. |
| २ | ३.५२ " | ७.०४ " |
| ३ | ७.३५ " | १४.७० " |
| ४ | ११.१८ " | २२.३७ " |
| ५ | १५.०२ " | ३०.०४ " |
| ६ | १८.८५ " | ३७.७१ " |
| ७ | २२.६९ " | ४५.३८ " |
| ८ | २६.५२ " | ५३.०५ " |

३) ८०० मी. धावण्याच्या शर्यतीमध्ये स्टॅगर्स दिले जातात. या शर्यतीत फेरीतील स्पर्धक ट्रॅकचा पहिला वक्र संपेपर्यंत आपापल्या पट्ट्यातून धावतात, वक्र संपताच बाहेरील पट्ट्यातील स्पर्धक आतील पहिल्या पट्ट्यात येऊ शकतात.

एक वक्र आपापल्या पट्ट्यातून धावावयाचे असल्याने २०० मी. शर्यतीसाठी दिले जाणारे स्टॅगर्सचे अंतर आणि बाहेरील पट्ट्यातून आतील पहिल्या पट्ट्यात येण्यासाठी तोडावे लागणारे जादा अंतर यांचा विचार करून ८०० मी. शर्यतीसाठी स्टॅगर्स दिले जातात. प्रत्येक पट्ट्यातील स्पर्धकाला पुढीलप्रमाणे स्टॅगर्स दिले जातात :

| पट्टा | स्टॅगर्स अंतर |
|---|---|
| १ | ०.०० मी. |
| २ | ३.५३ " |
| ३ | ७.३८ " |
| ४ | ११.२६ " |
| ५ | १५.१६ " |
| ६ | १९.०८ " |
| ७ | २३.०२ " |
| ८ | २६.९६ " |

४) ४ × १०० मी. आणि ४ × ४०० मी. रिले शर्यतीसाठी स्टॅगर्स द्यावे लागतात. (याची माहिती पुढे रिले शर्यतींच्या संदर्भात दिलेली आहे.)

## मध्यम व दीर्घ अंतराच्या शर्यती

१) ८०० मी. व १५०० मी. शर्यतींचा समावेश मध्यम अंतराच्या

शर्यतीत होतो. ५००० मी. व १०,००० मी. शर्यतीचा समावेश दीर्घ अंतराच्या शर्यतीत होतो. या शर्यती ट्रॅकवरच घ्यावयाच्या असतात. या शर्यतींसाठी स्टॅगर्स देण्याची आवश्यकता नसते. (८०० मी. शर्यतीसाठी स्टॅगर्स देण्याची एक पद्धती आहे.)

२) शर्यत सुरू होताना स्पर्धक आपापल्या पट्ट्यात उभे असतात. शर्यत सुरू होताच त्यांना आतील पट्ट्यांत येण्यास मुभा असते. आतील पट्ट्यांत येण्यासाठी जे जादा अंतर तोडावे लागते, त्यासाठी स्पर्धकांना वक्राकार (Arc) आरंभ रेषेवर उभे करून शर्यतीचा आरंभ केला जातो.

३) पुढील स्पर्धकाला मागे टाकून दुसऱ्या स्पर्धकाला पुढे जायचे असेल (Overtake) तर त्याला अडथळा न आणता त्याच्या उजवीकडून पुढे गेले पाहिजे. खेळाडूच्या पुढे किमान दोन मीटर जाऊन मग आतील पट्ट्यात यावे (पुढे धावणारा खेळाडू जर आतील पट्टा सोडून बाहेरील पट्ट्यातून धावत असेल, तर त्याच्या डावीकडून पुढे जायला हरकत नाही.)

४) १५०० मी., ५००० मी. आणि १०,००० मी. धावण्याच्या शर्यतींसाठी फेरीगणक अंतिम रेषेजवळ उभे राहतील. एक खास फेरीगणक स्पर्धकांना त्यांच्या किती फेऱ्या शिल्लक राहिल्या, ते सांगेल. स्पर्धकास प्रत्येक फेरी पूर्ण करण्यास किती वेळ लागला, हे अधिकृत वेळाधिकारी सांगेल आणि संबंधित फेरीगणक वेळेची नोंद करतील. (एका फेरीगणकाकडे चारपेक्षा अधिक स्पर्धक सोपवू नयेत.)

**मॅरेथॉन शर्यत** (Marathon Race)

१) मॅरेथॉन शर्यत पूर्ण करण्यासाठी स्पर्धकाला ४२१९५ मी. (२६ मैल ३८५ यार्ड) अंतर धावावे लागते.

२) शर्यत चांगल्या रस्त्यावर घ्यावी. शर्यतीच्या वेळी रस्त्यावर अवजड वाहनांची वाहतूक नसावी. स्पर्धकांना सुरक्षिततेची हमी मिळाली पाहिजे.

३) धावण्याच्या मार्गावर किलोमीटर व मैलामध्ये अंतराची कल्पना देणारे फलक लावावेत.

४) धावण्याच्या मार्गावर प्रत्येक पाच किलोमीटर अंतरावर स्पर्धा समितीने स्पर्धकांसाठी उपाहाराची सोय करावी. उपाहाराच्या दोन केंद्रांच्या मध्ये स्पंजिंगची (Sponging) सोय करावी. त्या ठिकाणी फक्त पाणी उपलब्ध असेल.

५) उपाहार केंद्रावर उपाहार सहज उपलब्ध होईल असा ठेवावा अगर स्पर्धकाच्या हातात द्यावा. अधिकृत उपाहार केंद्राशिवाय स्पर्धकाने उपाहार घेतल्यास तो स्पर्धक बाद होण्यास पात्र ठरतो.

६) शर्यत सुरू असताना अधिकृत डॉक्टरने स्पर्धकाला शर्यत सोडण्याचा सल्ला दिला, तर स्पर्धकाने शर्यत सोडली पाहिजे.

७) मॅरेथॉन शर्यतीचा आरंभ व शेवट ट्रॅकवरच व्हावा.

**हर्डल्स शर्यत** (Hurdles Race)

१) हर्डल्स शर्यतीमध्ये प्रत्येक स्पर्धकाला दहा हर्डल्स ओलांडावे लागतात.

२) १०० मी. (महिला) व ११० मी. (पुरुष) या शर्यती सरळ पट्ट्यातच घ्याव्यात.

३) ४०० मी. हर्डल्स शर्यती ट्रॅकवर घ्याव्यात. त्या वेळी स्टॅगर्स द्यावेत.

४) हर्डल्सची उंची पुढीलप्रमाणे ठेवावी -

| | | | |
|---|---|---|---|
| पुरुष - | ११० मी. शर्यत - | १०६.७ | सें.मी. |
| | ४०० मी. शर्यत - | ९१.४ | सें.मी. |
| महिला - | १०० मी. शर्यत - | ८४.० | सें.मी. |
| | ४०० मी. शर्यत - | ७६.२ | सें.मी. |

५) हर्डल्समधील अंतर पुढीलप्रमाणे असावे -

| | | | |
|---|---|---|---|
| अ) | पुरुष | ११० मी. | ४०० मी. |
| | आरंभ रेषेपासून पहिला हर्डल | १३.७२ मी. | ४५ मी. |
| | शेवटचा हर्डल व अंतिम रेषा | १४.०२ मी. | ४० मी. |
| | इतर हर्डल्समधील अंतर | ९.१४ मी. | ३५ मी. |
| ब) | महिला | १०० मी. | ४०० मी. |
| | आरंभ रेषेपासून पहिला हर्डल | १३.० मी. | ४५ मी. |
| | शेवटचा हर्डल व अंतिम रेषा | १०.५० मी. | ४० मी. |
| | इतर हर्डल्समधील अंतर | ८.५० मी. | ३५ मी. |

६) हर्डलची रुंदी १.२० मीटरपेक्षा अधिक नसावी. वजन १० किलोग्रॅमपेक्षा कमी नसावे. हर्डलची वरची आडवी पट्टी लाकडी असते.

७) अडथळा पार करताना हर्डल्स पडले, तरी तो फाउल नाही. स्पर्धकाने बुद्धिपुरस्सर हाताने अगर पुढील पायाने हर्डल पाडले, असे सरपंचाचे नक्की मत झाले तर तो स्पर्धक बाद करावा.

८) स्पर्धकाने आपल्या पट्ट्यातीलच हर्डल्स ओलांडावयाची असतात.

९) हर्डल ओलांडताना पाय हर्डलच्या बाहेरच्या बाजूने घेतला, तर तो फाउल समजावा.

**रिले शर्यती** (Relay Races)

१) ४ × १०० मी. आणि ४ × ४०० मी. या रिलेसाठी आरंभ रेषेच्या पुढे स्टॅगर्स द्यावेत.

२) रिले शर्यतीमध्ये वापरावयाचा दांडू (Baton) लाकडी अगर धातूचा असावा. दांडू रंगीत असावा. दांडूची लांबी २८ सें.मी. पेक्षा कमी नसावी आणि ३० सें.मी. पेक्षा अधिक नसावी. दांडूचा परीघ १२ सें.मी. ते १३ सें.मी. असावा. वजन ५० ग्रॅमपेक्षा अधिक नसावे.

३) पूर्ण शर्यतीमध्ये स्पर्धकाच्या हातामध्ये दांडू असला पाहिजे.

४) धावताना अगर दांडूची अदलाबदल करताना दांडू खाली पडल्यास ज्याच्याकडून तो खाली पडला असेल, त्यानेच तो परत उचलून घेतला पाहिजे. अदलाबदलीच्या वेळी दांडू टॉस करता येणार नाही.

५) दांडूच्या अदलाबदलीनंतर दांडू दिलेल्या स्पर्धकाने काही अंतर आपल्याच पट्ट्यात राहावे. अदलाबदलीनंतर लगेच आपला पट्टा सोडल्यास इतर संघाच्या स्पर्धकांना अडथळा होतो व अडथळा आणणारा स्पर्धक आणि पर्यायाने त्याचा संघ बाद होण्यास पात्र ठरतो.

६) रिले स्पर्धा सुरू झाल्यावर नंतरच्या फेरीसाठी दोन बदली खेळाडू (खेळाडूंच्या यादीतील) घेता येतील.

७) पुढील फेरीत खेळाडूंचा क्रम बदलता येईल.

८) एका फेरीत एका खेळाडूला दोनदा धावता येणार नाही.

**४ × १०० मी. रिले**

१) ४ × १०० मी. रिलेसाठी पुढीलप्रमाणे स्टॅगर्स द्यावेत :

| पट्टा | अंतर (मीटर्स) |
|---|---|
| १ | ०.०० |
| २ | ७.०४ |
| ३ | १४.७० |
| ४ | २२.३७ |
| ५ | ३०.०४ |
| ६ | ३७.७१ |
| ७ | ४५.३८ |
| ८ | ५३.०५ |

२) प्रत्येक पट्ट्यात स्टॅगर्सच्या पुढे प्रत्येक १० मीटरवर खूण करावी. खुणेच्या पुढे व मागे प्रत्येकी १० मी. असे एकूण २० मीटरचे अदलाबदल

क्षेत्र (Exchange Zone) आखावे. या अदलाबदल क्षेत्रातच दांडूची अदलाबदल होते. अदलाबदल क्षेत्राच्या बाहेर दांडूची अदलाबदल झाली, तर तो फाउल समजावा आणि तो संघ बाद करावा. (अदलाबदल क्षेत्र दाखविणाऱ्या रेषा अदलाबदल क्षेत्रातच समाविष्ट असतात.)

(दांडूची अदलाबदल होताना दांडूची स्थिती विचारात घ्यावी. अदलाबदल होताना दांडू अदलाबदल क्षेत्रात असेल व स्पर्धक अदलाबदल क्षेत्राच्या बाहेर असला तरी तो फाउल मानू नये. दांडू फक्त घेणाऱ्याच्या हातात असेल, त्याच वेळी अदलाबदल पूर्ण झाली, असे म्हणतात.)

३) अदलाबदल क्षेत्राच्या पाठीमागे १० मीटर अंतरावर खूण असेल त्या खुणेपासून अदलाबदल क्षेत्रापर्यंतच्या मुक्त क्षेत्राचा (Free zone) दांडू घेणाऱ्याला वापर करता येईल. मात्र, या मुक्त क्षेत्रात दांडूची अदलाबदल झाल्यास तो फाउल मानावा. पहिल्या क्रमांकाच्या खेळाडूला मुक्त क्षेत्राचा वापर करता येणार नाही.

## ४ × ४०० मी. रिले

१) ४ × ४०० मी. रिलेमध्ये संघाचा प्रत्येक खेळाडू ४०० मी. अंतर धावतो.

२) प्रत्येक संघाने पहिली पूर्ण फेरी आणि त्यानंतरचा एक पूर्ण वक्र (curve) आपापल्या पट्ट्यातूनच धावावयाचे असते. वक्र संपल्यानंतर बाहेरील पट्ट्यातील खेळाडू आतील पट्ट्यात येऊ शकतात.

३) वक्र संपल्यानंतर स्पर्धक ज्या ठिकाणी आपले पट्टे सोडतात, त्या ठिकाणी ५ सें.मी. जाडीची रेषा मारावी आणि त्या रेषेच्या दोन्ही बाजूंना १.५ मीटर उंचीची निशाणे लावावीत.

४) स्पर्धक एक पूर्ण फेरी आणि एक पूर्ण वक्र एवढे अंतर आपापल्या पट्ट्यातूनच धावणार असल्याने आणि बाहेरील पट्ट्यातील स्पर्धकांना आतील पहिल्या पट्ट्यात येण्यासाठी अधिक अंतर धावावे लागणार असल्याने या रिलेमध्ये पुढीलप्रमाणे स्टॅगर्स द्यावेत -

| पट्टा | स्टॅगर्स (मीटर्स) |
|---|---|
| १ | ०.०० |
| २ | १०.५७ |
| ३ | २२.०८ |
| ४ | ३३.६४ |
| ५ | ४५.२० |

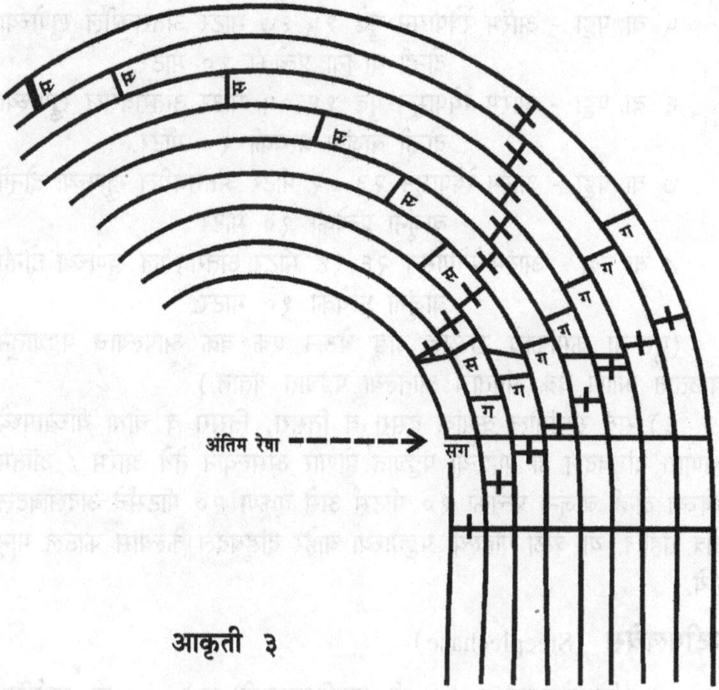


आकृती ३

| पट्टा | स्टॅगर्स (मीटर्स) |
|---|---|
| ६ | ५६.७१ |
| ७ | ६८.३१ |
| ८ | ८०.०१ |

५) पहिला आणि दुसरा खेळाडू यांच्यामध्ये होणाऱ्या दांडूबदलासाठी पुढीलप्रमाणे अदलाबदल क्षेत्र आखावे :

१ ला पट्टा - आरंभ रेषेच्या दोन्ही बाजूंना प्रत्येकी १० मीटर.

२ रा पट्टा - आरंभ रेषेपासून पुढे ३.५३ मीटर अंतरावरील खुणेच्या दोन्ही बाजूंना प्रत्येकी १० मीटर.

३ रा पट्टा - आरंभ रेषेपासून पुढे ७.३९ मीटर अंतरावरील खुणेच्या दोन्ही बाजूंना प्रत्येकी १० मीटर.

४ था पट्टा - आरंभ रेषेपासून पुढे ११.२७ मीटर अंतरावरील खुणेच्या दोन्ही बाजूंना प्रत्येकी १० मीटर.

५ वा पट्टा - आरंभ रेषेपासून पुढे १५.१७ मीटर अंतरावरील खुणेच्या दोन्ही बाजूंना प्रत्येकी १० मीटर.

६ वा पट्टा - आरंभ रेषेपासून पुढे १९.०९ मीटर अंतरावरील खुणेच्या दोन्ही बाजूंना प्रत्येकी १० मीटर.

७ वा पट्टा - आरंभ रेषेपासून २३.०२ मीटर अंतरावरील खुणेच्या दोन्ही बाजूंना प्रत्येकी १० मीटर

८ वा पट्टा - आरंभ रेषेपासून २६.९८ मीटर अंतरावरील खुणेच्या दोन्ही बाजूंना प्रत्येकी १० मीटर.

(दुसऱ्या क्रमांकाचे खेळाडू दांडू घेऊन एक वक्र आपल्याच पट्ट्यातून पळतात आणि वक्र संपताच आतल्या पट्ट्यात येतात.)

६) सर्व संघांतील क्रमांक दुसरा व तिसरा, तिसरा व चौथा यांच्यामध्ये होणारा दांडूबदल हा पहिल्या पट्ट्यात होणार असल्याने तेथे आरंभ / अंतिम रेषेच्या दोन्ही बाजूंना प्रत्येकी १० मीटर्स असे एकूण २० मीटर्सचे अदलाबदल क्षेत्र राहील. या वेळी पहिल्या पट्ट्याच्या बाहेर दांडूबदल केल्यास फाउल मानू नये.

## **स्टीपलचेस** (Steeplechase)

१) स्टीपलचेसमध्ये २००० मी. (ज्यूनिअरसाठी) व ३००० मी. शर्यतींचा समावेश होतो. ३००० मी. शर्यतीत २८ हर्डल्स ओलांडणे व पाण्यातील ७ उड्या (Water Jumps) यांचा समावेश होतो, तर २००० मी. शर्यतीत १८ हर्डल्स ओलांडणे व पाण्यातील ५ उड्या यांचा समावेश होतो.

२) पाण्यातील उड्यांसाठी ट्रॅकच्या आतील अगर बाहेरील बाजूस खास व्यवस्था केलेली असते.

३) प्रत्येक फेरीत (Lap) हर्डल्सवरील चार उड्या व पाण्यातील एक उडी राहील.

४) फेरीतील चौथी उडी ही पाण्यातील उडी असते. (२००० मी. शर्यतीत पहिल्या फेरीत दुसरी उडी ही पाण्यातील उडी असावयास हरकत नाही.)

५) ३००० मी. शर्यतीत आरंभ रेषा व पहिल्या फेरीची सुरुवात यांमध्ये उडी असणार नाही. (पहिली फेरी सुरू होईपर्यंत ट्रॅकवरील हर्डल्स बाजूला काढून ठेवावेत.)

६) अंतिम रेषा व फेरीतील शेवटचे हर्डल यांमधील अंतर ६८ मी.पेक्षा कमी असू नये आणि ७६ मी.पेक्षा अधिक असू नये.

७) ३००० मी. स्टीपलचेस शर्यत ४०० मीटरच्या ट्रॅकवर घेताना पाण्यातील

उडीची व्यवस्था ट्रॅकच्या बाहेरील बाजूस केली आहे, असे मानून हर्डल्स व पाण्यातील उड्या यांच्यामधील अंतर पुढीलप्रमाणे राहील :

आरंभ रेषेपासून पहिली फेरी सुरू होते ते अंतर... ...१३० मी.

| | | |
|---|---|---|
| पहिल्या फेरीचा आरंभ व पहिला हर्डल | - - | १० मी. |
| पहिला व दुसरा हर्डल | - - ८२ मी. | ४१० मी. |
| दुसरा व तिसरा हर्डल | - - ८२ मी. | |
| तिसरा हर्डल व पाण्यातील उडी | - - ८२ मी. | |
| पाण्यातील उडी व चौथा हर्डल | - - ८२ मी. | |
| चौथा हर्डल व अंतिम रेषा | - - ७२ मी. | |

(एकूण ७ फेऱ्या. ४१० × ७ = २८७० + १३० = ३००० मी.)

८) पाण्यातील उडीसाठी असलेल्या हर्डलची उंची ९१.४ सें.मी. व रुंदी ३.९६ मी. असते. वजन ८० किलोग्रॅमपेक्षा कमी नसते आणि १०० किलोग्रॅमपेक्षा अधिक नसते.

९) पाण्यातील उडीसाठी असणारा खड्डा ३.६६ × ३.६६ मी. मापाचा असतो. खड्ड्याच्या एका टोकाला हर्डल भक्कम बसविलेले असते. त्या टोकाला पाण्याची उंची ७० सें.मी. असते. दुसऱ्या टोकाला पाण्याची उंची कमी कमी होत जाऊन जमिनीच्या पातळीबरोबर येते.

१०) हर्डल्स ओलांडताना त्यावरून उडी मारून अगर त्यावर चढून ते पार करता येईल. उडी पाण्यात अगर पाण्यावरून मारता येईल. मात्र, हर्डल ओलांडताना एक पाय बाजूस ठेवून किंवा पाठीमागील पाय एका बाजूने घेतल्यास तो स्पर्धक बाद होतो.

## चालण्याची शर्यत (Walking)

१) चालण्याच्या शर्यतीत २० कि.मी., ५० कि.मी. अशा विविध अंतरांच्या शर्यतींचा समावेश होतो.

२) जमिनीचा संबंध न सोडता एक-एक पाऊल टाकत पुढे जाणे म्हणजे चालणे. पावलाच्या टाचेचा जमिनीस स्पर्श झाला पाहिजे.

३) चालताना पुढे टाकलेल्या पावलाचा जमिनीस स्पर्श झाल्याशिवाय मागील पाऊल उचलावयाचे नाही. प्रत्येक पाऊल टाकताना जमिनीवर ठेवलेले पाऊल एक क्षण तरी ताठ केले पाहिजे. (गुडघा ताठ झाला पाहिजे.)

४) २० कि.मी. अंतराच्या शर्यतीत प्रत्येक ५ कि.मी. अंतरावर स्पंजिंगची सोय करावी. २० किलोमीटरपेक्षा अधिक अंतराच्या शर्यतीमध्ये प्रत्येक ५ कि. मीटर अंतरावर स्पर्धा समितीने उपाहाराची सोय करावी. उपाहार सहज उपलब्ध

होईल असा ठेवावा अगर स्पर्धकाच्या हातात द्यावा. प्रत्येक १० किलोमीटर अंतरावर स्पंजिंगची सोय करावी. तेथे फक्त पाणी उपलब्ध असेल. (अधिकृत उपाहार केंद्राशिवाय अन्य ठिकाणी उपाहार घेतल्यास तो स्पर्धक बाद होण्यास पात्र ठरतो.)

५) २० कि.मी. अंतराच्या शर्यतीसाठी जास्तीतजास्त २.५ किलोमीटर परिघाचा वर्तुळाकार मार्ग असावा.

६) ५०. कि.मी. अंतराच्या शर्यतीत भाग घेणाऱ्या स्पर्धकाने स्पर्धेत भाग घेण्यास पात्र असल्याबद्दल वैद्यकीय दाखला आणला पाहिजे.

७) ५० कि.मी. अंतराची शर्यत रस्त्यावर घेतली जाणार असल्याने स्पर्धा समितीने स्पर्धकांच्या सुरक्षिततेची हमी घ्यावी. त्या वेळी रस्त्यावरील अवजड वाहनांची वाहतूक बंद ठेवावी. (या चालण्याच्या शर्यती वाहनांचा अडथळा नसलेल्या चांगल्या रस्त्यावर घेता येतील.)

८) ५० कि.मी. अंतराची शर्यत अशी आयोजित करावी की, पहिल्या क्रमांकाने शर्यत पुरी करणाऱ्याने ती सूर्यास्तापूर्वी पुरी करावी.

९) चालण्याच्या शर्यतीसाठी वेगळे पंच असावेत. आपल्यापैकी एकाला ते सरपंच म्हणून निवडतील.

१०) सरपंच व दोन पंच किंवा तीन पंच यांच्या मते स्पर्धकाचे चालणे नियमानुसार नसेल, तर स्पर्धकाला बाद करावे.

११) स्पर्धकाचे चालणे नियमानुसार होत नसेल, तर त्याला योग्य खूण करून, विशिष्ट दोषाची जाणीव करून देऊन एकदा ताकीद द्यावी. दुसरी ताकीद देण्याची गरज नाही. त्याला बाद करावे. (शक्य तर ताकीद देताना पांढरे निशाण दाखवावे व बाद करताना तांबडे निशाण दाखवावे.) चालण्याच्या शर्यतीच्या शेवटच्या टप्प्यात अंतिम रेषेपासून ५० मी. च्या आत स्पर्धकांचे चालणे नियमबाह्य होत असल्याची सरपंचाची खात्री पटल्यास तो आपल्या अधिकारात त्या स्पर्धकास बाद करू शकतो.

१२) रस्त्यावरील स्पर्धेतील स्पर्धकाने बाद होताच धारण केलेला क्रमांक काढून ठेवावा.

१३) बाद केलेल्या स्पर्धकाला शर्यत सुरू असताना तो बाद आहे असे सांगणे शक्य नसल्यास शर्यत संपताच ताबडतोब निर्णयाची अंमलबजावणी करावी.

## ब) क्षेत्र स्पर्धा

## उड्यांच्या स्पर्धा

पुरुष व महिला गटासाठी लांब उडी, तिहेरी उडी, उंच उडी व बांबूची उडी या स्पर्धा आयोजित केल्या जातात.

१) स्पर्धकांची संख्या मोठी असेल, तर पात्रता फेरी घेऊन स्पर्धकांची निवड करावी. पात्रता फेरीतील प्रावीण्याचा (Performance) स्पर्धेतील प्रावीण्य म्हणून विचार केला जाणार नाही. पात्रता फेरीत तीन पाळ्या द्याव्यात. (अपवाद - उंच उडी व बांबूची उडी.)

२) खड्ड्यामध्ये बारीक व भुसभुशीत वाळू वापरावी. (उंच उडी व बांबूची उडी यांसाठी फोमच्या गाद्या वापराव्यात.)

३) अंतर मोजण्यासाठी पोलादी टेपचा वापर करावा.

४) उडी मारण्यास अकारण विलंब लावणारा स्पर्धक बाद होण्यास पात्र ठरतो. स्पर्धकाला आपली उडीची पाळी पूर्ण करावयास पुढीलप्रमाणे वेळ द्यावा : १ मिनिट - लांब उडी, उंच उडी व तिहेरी उडी.
२ मिनिटे - बांबूची उडी.

५) लांब उडी व तिहेरी उडी यांच्या प्राथमिक फेरीसाठी तसेच उंच उडी व बांबू उडी यासाठी पत्ते वाटून स्पर्धकांचे उडी मारण्याचे क्रम ठरवावेत.

## लांब उडी व तिहेरी उडी

१) उडी मारताना टेक्-ऑफ (Take off) एकाच पायावर घेतला पाहिजे.

२) धावण्याच्या मार्गाची लांबी ४५ मीटरपेक्षा कमी नसावी. आखलेल्या धाव मार्गाची रुंदी १.२२ मी. असावी.

३) खड्ड्याची लांबी ९ मीटर व रुंदी २.७५ मीटर ते ३ मीटर असावी.

४) लांब उडीसाठी खड्डा व दबाव फळी (Take-off Line) यांच्यामध्ये १ मीटरपेक्षा कमी अंतर नसावे. तिहेरी उडीसाठी दबाव फळी व खड्डा यांमध्ये किमान १३ मीटर अंतर असावे. महिलांसाठी हे अंतर ११ मी. असावे.

५) दबाव फळी पुढील मापाची असावी -

लांबी - १.२१ मीटर ते १.२२ मीटर
रुंदी - १९.८ सें.मी. ते २०.२ सें.मी.
जाडी - १० सें.मी.

दबाब फळीला पांढरा रंग द्यावा. दबाब फळी जमिनीच्या पातळीबरोबर घट्ट बसवावी.

६) दबाव फळीच्या खड्ड्याकडील बाजूच्या स्पर्श रेषेला (Take-off Line) लागून ओलसर वाळू अगर मातीचा भराव फळीच्या लांबीइतका, १० सें.मी. रुंदीचा व १ सें.मी. ते १.३ सें.मी. जाडीचा पट्टा तयार करावा आणि त्याला ३० अंशांचा कोन द्यावा. (यामुळे स्पर्धकाचा स्पर्श रेषेपुढील फाउल समजण्यास मदत होते.)

७) प्राथमिक फेरीत स्पर्धकाला तीन उड्या मारता येतील. (ज्यूनिअर गटासाठी दोन उड्या)

८) प्राथमिक फेरीतील प्रावीण्यावरून आठ सर्वोत्कृष्ट स्पर्धक अंतिम फेरीसाठी निवडावेत. आठव्या क्रमांकाबाबत पेच निर्माण झाल्यास संबंधित स्पर्धकांच्या त्या फेरीतील दुसऱ्या क्रमांकाचे प्रावीण्य विचारात घेऊन पेच सोडवावा. येथेही पेच सुटला नाही, तर तिसऱ्या उडीतील प्रावीण्य विचारात घ्यावे आणि सरस प्रावीण्य असणाऱ्या स्पर्धकाची अंतिम फेरीसाठी निवड करावी.

९) अंतिम फेरीमध्ये प्रत्येकाला तीन उड्या मारता येतील. लांब उडी व तिहेरी उडी या विभागातील अंतिम फेरीत आलेल्या स्पर्धकांच्या पाळीचा क्रम प्राथमिक फेरीतील क्रमाप्रमाणेच राहील.

१०) स्पर्धेत एकूण आठ किंवा त्यापेक्षा कमी स्पर्धक असतील, तर प्रत्येकाला सहा उड्या मारण्याची संधी द्यावी. (प्राथमिक फेरी ३ उड्या + अंतिम फेरी ३ उड्या)

११) क्रमांक ठरविताना प्राथमिक व अंतिम फेरीतील उड्यांचा विचार करावा.

१२) खड्ड्यात खुणा ठेवता येणार नाहीत. समितीने पुरविलेल्या खुणा धावण्याच्या मार्गाच्या बाजूस ठेवता येतील.

१३) दबाव फळीच्या मागून उडी मारली, तर तो फाउल नाही.

१४) दबाव फळीच्या बाजूने उडी मारली, तर तो फाउल आहे.

१५) उडी मारल्यानंतर खड्ड्यातून दबाव फळीकडे परत आल्यास तो फाउल आहे. तसेच खड्ड्यात उडी पडताना खड्ड्यात झालेल्या स्पर्शापेक्षा स्पर्शरेषेच्या बाजूस खड्ड्याबाहेर स्पर्धकाचा स्पर्श झाला, तर तो फाउल आहे.

१६) खड्ड्यात दबाव फळीच्या बाजूस ज्या ठिकाणी स्पर्धकाचा स्पर्श झाला असेल, तेथून स्पर्शरेषेपर्यंतचे लंबांतर मोजावे.

१७) लांब उडी व तिहेरी उडीमध्ये स्पर्शरेषेपुढे स्पर्धकाचा स्पर्श झाला, तर तो फाउल समजावा.

१८) तिहेरी उडीमध्ये दबाव फळीवरील पायानेच लंगड (Hop) घ्यावी. दुसरा पाय पुढे टाकून (Step) त्या पायावर उडी (Jump) मारावी.

१९) तिहेरी उडीत स्थिर पायाचा (Sleeping Leg) जमिनीस स्पर्श झाला, तर तो फाउल आहे.

२०) अंतिम फेरीनंतर प्रथम क्रमांक ठरविताना पेच निर्माण झाल्यास संबंधित स्पर्धकांच्या प्राथमिक फेरीतील व अंतिम फेरीतील एकूण उड्यांचे प्रावीण्य (performances) विचारात घ्यावे लागेल. त्या उड्यांतील ज्याचे दुसऱ्या

क्रमांकाचे प्रावीण्य अधिक असेल, त्याला प्रथम क्रमांक द्यावा. तेथेही पेच सुटला नाही, तर तिसऱ्या/चौथ्या/पाचव्या/सहाव्या क्रमांकाचे प्रावीण्य विचारात घेऊन सरस प्रावीण्य असणाऱ्या स्पर्धकास प्रथम क्रमांक द्यावा.

उड्यांच्या प्रावीण्यावरून प्रथम क्रमांक ठरविण्यासाठी पेच सुटत नसेल, तर पेच सुटेपर्यंत संबंधित स्पर्धकांना उड्यांची एक... एक पाळी देऊन संबंधित पाळीत सरस प्रावीण्य नोंदविणाऱ्या स्पर्धकास प्रथम क्रमांक द्यावा.

## उंच उडी

१) उंच उडी टाकण्यासाठी खड्ड्याची लांबी ५ मीटर आणि रुंदी ३ मीटर असावी. उंची एक मीटर असावी. (लँडिंग एरिया म्हणून फोमच्या गादीची मापे ५ मी. × ३ मी. × १ मी. असावीत.)

२) धावण्याचा मार्ग २५ मीटरपेक्षा कमी नसावा.

३) दोन स्टँडमधील अंतर ४ मीटरपेक्षा कमी नसावे आणि ४.०४ मीटरपेक्षा अधिक नसावे. स्टँड व गादी यात किमान १० सें.मी.चे अंतर असावे.

४) आडवी काठी (Cross Bar) ३.९८ मी. ते ४.०२ मी. लांबीची असावी. काठी गोल असावी. गोल काठीचा व्यास २.५ सें.मी. पेक्षा कमी नसावा आणि ३ सें.मी. पेक्षा जास्त नसावा. काठीचे वजन २.०५ किलोग्रॅम असावे. काठी ठेवण्यासाठी ६ सें.मी. लांबीचे व ४ सें.मी. रुंदीचे सपोर्ट्स (Supports) असावेत. (दांडीला जास्तीतजास्त २ सें.मी. झोळ असावा.)

५) स्पर्धकाने एकाच पायावर टेक्-ऑफ घेतला पाहिजे.

६) प्रत्येक उंचीला स्पर्धकाला तीन उड्या मारता येतील. (ज्यूनिअर गटासाठी दोन उड्या) प्रत्येक पाळीस स्पर्धकाने उडी मारलीच पाहिजे, असे नाही. विशिष्ट उंचीवर पहिली उडी मारली नाही (Pass), तर त्या उंचीवरील पुढील दोन उड्या त्याला मारता येणार नाहीत.

७) प्रारंभीच्या उंचीनंतर स्पर्धक इच्छेनुसार कोणत्याही उंचीवर उडी मारण्यास सुरुवात करू शकतो. विशिष्ट उंचीवर पहिली उडी अयशस्वी ठरली, तर त्या उंचीवरील पुढील दोन उड्या न मारता (Pass) तो पुढील उंचीवर उडी मारू शकतो.

८) उंचीचा विचार न करता स्पर्धकाला सलग ३ उड्यांत अपयश आले, तर त्याला पुढे उडी मारता येणार नाही.

९) समितीने पुरविलेल्या खुणा धावण्याच्या मार्गाच्या बाहेर ठेवता येतील.

१०) काठीची उंची वाढविल्यानंतर तिची उंची पंचांनी स्पर्धकांना सांगावी. २-२ सें.मी.ने उंची वाढवीत जावे.

११) फेरी सुरू होण्यापूर्वी काठीची उंची मोजावी. उच्चांक केला जात

असेल, तर यशस्वी उडीनंतर काठीची उंची पुन्हा मोजावी.

१२) उडी मारताना स्पर्धकाच्या शरीराचा काठीस स्पर्श झाला आणि काठी खाली पडली, तर तो फाउल समजावा.

१३) उडी मारणाऱ्या स्पर्धकाचा स्पर्श होऊन काठी हलत राहते. उडी मारून स्पर्धक खड्ड्याच्या बाहेर गेल्यावर जरी हलत असलेली काठी खाली पडली, तरी तो फाउल समजावा.

१४) वाऱ्याने काठी खाली पडली, तर तो फाउल समजू नये.

१५) काठीवरून उडी न मारता स्पर्धकाचा स्टँडच्या पुढील जमिनीस, गादीस वा खड्ड्यास स्पर्श झाला, तर तो फाउल समजावा.

१६) आडव्या काठीच्या खालून किंवा स्टँडच्या बाजूने स्पर्धक पुढे गेला, तर तो फाउल समजावा.

१७) काठीला स्पर्श न करता यशस्वी उडी मारून खड्ड्यात पडल्यावर स्पर्धकाचा स्टँडला धक्का लागून काठी खाली पडली, तर फाउल होतो.

१८) 'टेक्-ऑफ' घेण्याची जागा वा खड्डा अयोग्य वाटत असेल, तर सरपंचाच्या परवानगीने स्टँड्स हलविता येतील. मात्र, फेरी संपल्याशिवाय स्टँड्स हलवू नयेत. (खेळाडूला इच्छेप्रमाणे स्टँड्स हलविता येणार नाहीत.)

१९) विशिष्ट उंचीवर एक स्पर्धक वगळता अन्य स्पर्धक बाद झाले असतील तर राहिलेल्या स्पर्धकाला पुढील उंचीवर उड्या मारून उच्चांक करण्याची संधी द्यावी. त्याच्या इच्छेनुसार काठीची उंची वाढवीत जावे.

२०) आडव्या काठीवर, खड्ड्यात किंवा गादीवर खुणेसाठी रुमाल किंवा कोणतीही वस्तू ठेवता येणार नाही.

२१) निकाल लावताना पेच निर्माण झाल्यास तो पुढील पद्धतीने सोडवावा–

अ) ज्या उंचीवर पेच निर्माण झाला असेल, त्या उंचीवर ज्याने कमी उड्या मारल्या असतील, त्याला वरचा क्रमांक द्यावा.

ब) वरीलप्रमाणे पेच न सुटल्यास पूर्ण स्पर्धेत कमीतकमी फाउल्स (Failures) असणाऱ्या स्पर्धकास वरचा क्रमांक द्यावा.

क) १) तरीही पेच न सुटल्यास शेवटी यशस्वीरीत्या पार केलेल्या उंचीवर संबंधित स्पर्धकांना पुन्हा उडी मारण्याची एक-एक पाळी द्यावी. त्या पाळीत यशस्वी ठरणाऱ्यास वरचा क्रमांक मिळेल आणि अयशस्वी ठरणाऱ्यास खालचा क्रमांक मिळेल. संबंधित पाळीत दोघेही यशस्वी किंवा अयशस्वी ठरले, तर त्यांच्यापैकी एकजण यशस्वी ठरेपर्यंत त्याच किंवा कमी / अधिक उंचीवर पुढे एक-एक पाळी देऊन पेच सोडवावा.

२) अन्य क्रमांक ठरविण्यासाठी पेच न सोडविता मिळालेला क्रमांक त्यांना द्यावा.

**बांबूची उडी** (Pole Vault)

१) बांबूच्या उडीसाठी धावण्याचा मार्ग ४५ मीटरपेक्षा कमी नसावा.

२) खड्डा (Landing Area) ५ मी. × ५ मी. मापाचा असावा. त्यावर फोमच्या गाद्यांचा वापर करणे आवश्यक आहे. गादीची उंची किमान १ मी. असावी.

३) दोन खांबांमधील (Uprights) अंतर ४.३० मीटरपेक्षा कमी नसावे व ४.३७ मीटरपेक्षा अधिक नसावे.

४) आडव्या काठीची लांबी ४.४८ मीटरपेक्षा कमी नसावी व ४.५२ मीटरपेक्षा अधिक नसावी. काठीचे वजन २ किलोग्रॅम असावे. काठीचा झोळ ३ सें.मी.पेक्षा अधिक नसावा. काठीचा व्यास ३ सें.मी. असावा.

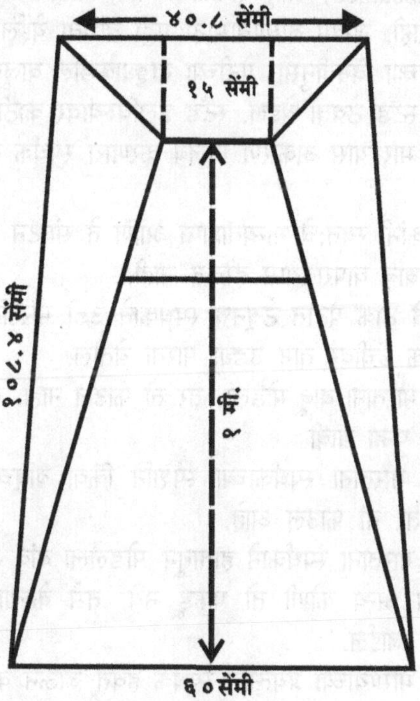


आकृती ४

५) बांबूची उंची व जाडी कितीही असावी. बांबूच्या वरील टोकाला चिकटपट्टीचे कमाल दोन थर असावेत. खालील टोकाला बांबूच्या संरक्षणासाठी एक फूट उंचीपर्यंत चिकटपट्टीचे थर असावेत.

६) पेटी (Vaulting Box) पुढील मापाची असावी. (आकृती ४)

| | | |
|---|---|---|
| आतून तळाची लांबी | ... | १ मीटर |
| पुढील बाजूची रुंदी | ... | ६० सें.मी. |
| खड्ड्याकडील बाजूची खालील रुंदी | ... | १५ सें.मी. |
| खड्ड्याकडील बाजूची वरील रुंदी | ... | ४०.८ सें.मी. |
| तळ व स्टॉपबोर्डमधील कोन | ... | १०५० |

(पेटी जमिनीबरोबर बसविलेली असते.)

७) स्पर्धकाला खड्ड्यात खुणा ठेवता येणार नाहीत. समितीने पुरविलेल्या खुणा धावण्याच्या मार्गाच्या बाजूला ठेवता येतील.

८) योग्य पकड धरण्यासाठी स्पर्धक आपल्या हाताला चिकट पदार्थ (Adhesive Substance) लावू शकतात. मात्र, बोटांना अगर हाताला पट्टी बांधता येणार नाही. जखम बांधण्यासाठी पट्टी बांधता येईल.

९) स्पर्धकाच्या विनंतीनुसार पेटीच्या खड्ड्याकडील बाजूपासून ६० सें.मी. पुढे अगर मागे स्टँड ठेवता येईल. स्टँड हलविल्यावर काठीची उंची मोजावी.

१०) उडी मारण्यास अकारण विलंब करणारा स्पर्धक बाद होण्यास पात्र ठरतो.

११) स्पर्धकांनी स्वत:चे मान्यताप्राप्त आणि ते संघटन समितीकडून मंजूर करून घेतलेले बांबू वापरावयास हरकत नाही.

१२) बांबूचे टोक पेटीत ठेवूनच स्पर्धकाने उडी मारली पाहिजे.

१३) प्रत्येक उंचीवर तीन उड्या मारता येतील.

१४) उडी मारताना बांबू मोडला, तर तो फाउल नाही. ती उडी मारण्याची संधी स्पर्धकाला पुन्हा द्यावी.

१५) उडी मारताना स्पर्धकाच्या स्पर्शाने किंवा बांबूच्या स्पर्शाने काठी खाली पडली, तर तो फाउल आहे.

१६) उडी मारताना स्पर्धकाने हातातून सोडलेला बांबू आडव्या काठीकडे पडत असल्यास अन्य कोणी तो पकडू नये. तसे केल्यास तो स्पर्धकाचा फाउल समजला जाईल.

१७) उडी मारण्याच्या प्रयत्नात स्पर्धक हवेत जाऊन काठी ओलांडण्यात अयशस्वी ठरल्यास तो फाउल समजावा.

१८) स्पर्धक हवेत गेल्यावर खालचा हात वरच्या हाताच्या वर नेल्यास

किंवा वरचा हात अधिक वर नेल्यास तो फाउल आहे.

१९) टेक्-ऑफ घेण्यापूर्वी बांबूचा अगर स्पर्धकाच्या शरीराचा पेटीच्या पुढील जमिनीस, गादीस किंवा खड्ड्यास स्पर्श झाला, तर तो फाउल समजावा.

२०) पेच निर्माण झाल्यास उंच उडीच्या नियमाप्रमाणे सोडवावा.

(टीप - बांबू उडीसाठी बांबूऐवजी फायबर ग्लासचा पोल वापरावा; कारण बांबूच्या पोलमध्ये लवचीकपणा फारच कमी असतो. तसेच लँडिंगसाठी वाळूऐवजी किमान एक मीटर उंचीच्या फोमच्या गाद्या वापराव्यात; त्यामुळे स्पर्धकास संभाव्य दुखापत होण्याचे प्रकार टाळता येतील.)

## फेकीच्या स्पर्धा (गोळा, थाळी, भाला व हातोडा)

### सामान्य नियम

१) प्राथमिक फेरीत पत्ते वाटून स्पर्धकांचा फेरीतील फेकीचा क्रम ठरवावा.

२) शक्य असेल, तर स्पर्धकांना पंचांच्या देखरेखीखाली सरावाच्या दोन फेकी करता येतील. स्पर्धा सुरू झाल्यावर सरावाची पाळी मिळणार नाही.

३) स्पर्धकांची संख्या अधिक असेल, तर प्रत्यक्ष स्पर्धेपूर्वी पात्रता फेरी घ्यावयास हरकत नाही. पात्रता दर्जा प्राप्त करण्यासाठी तीन पाळ्या द्याव्यात. (ज्यूनिअर गटासाठी दोन) पात्रता दर्जा प्राप्त न करणाऱ्या स्पर्धकास प्रत्यक्ष स्पर्धेत भाग घेता येणार नाही. पात्रता फेरीतील प्रावीण्याचा (Performance) स्पर्धेतील प्रावीण्य म्हणून विचार होणार नाही.

४) स्पर्धेच्या प्राथमिक फेरीमध्ये प्रत्येकाला तीन फेकी करता येतील. (ज्यूनिअर गटासाठी दोन.) त्यापैकी आठ सर्वोत्कृष्ट स्पर्धकांची अंतिम फेरीसाठी निवड करावी. आठव्या क्रमांकाबाबत पेच निर्माण झाल्यास संबंधित स्पर्धकांचे त्या फेरीतील दुसऱ्या क्रमांकाचे प्रावीण्य (Performance) विचारात घ्यावे. या वेळीही पेच सुटला नाही, तर तिसऱ्या क्रमांकाचे प्रावीण्य विचारात घ्यावे व सरस प्रावीण्य असणाऱ्या स्पर्धकाची अंतिम फेरीसाठी निवड करावी.

५) प्राथमिक फेरीत किमान एक फेक नियमानुसार असल्याशिवाय स्पर्धकाची अंतिम फेरीसाठी निवड करू नये. अंतिम फेरीत स्पर्धकांना तीन फेकी करता येतील. (ज्यूनिअर गटासाठी दोन फेकी) गोळा, थाळी, भाला व हातोडा या विभागांतील अंतिम फेरीत आलेल्या स्पर्धकांचा पाळीचा क्रम प्राथमिक फेरीतील क्रमाप्रमाणेच राहील.

६) स्पर्धेत आठ किंवा कमी स्पर्धक असतील, तर त्यांना प्रत्येकी एकूण सहा फेकी करता येतील. (ज्यूनिअर गटासाठी चार फेकी.)

७) प्राथमिक व अंतिम फेरीतील सर्वोत्कृष्ट फेकीवरून क्रम ठरवावा.

८) अंतिम फेरीनंतर प्रथम क्रमांक ठरविताना पेच निर्माण झाल्यास संबंधित स्पर्धकांच्या प्राथमिक फेरीतील आणि अंतिम फेरीतील फेकी विचारात घ्याव्या लागतील. त्या फेकींतील ज्याचे दुसऱ्या क्रमांकाचे प्रावीण्य अधिक असेल, त्याला प्रथम क्रमांक द्यावा. अजूनही पेच सुटला नाही, तर तिसऱ्या / चौथ्या / पाचव्या / सहाव्या क्रमांकाचे प्रावीण्य विचारात घेऊन सरस प्रावीण्य असणाऱ्या स्पर्धकास प्रथम क्रमांक द्यावा.

फेकीच्या प्रावीण्यावरून प्रथम क्रमांक ठरविण्यासाठी पेच सुटत नसेल, तर पेच सुटेपर्यंत संबंधित स्पर्धकांना फेकींची एक... एक पाळी देऊन संबंधित पाळीत सरस प्रावीण्य नोंदविणाऱ्या स्पर्धकास प्रथम क्रमांक द्यावा.

९) जखमेचे संरक्षण करण्यासाठी हाताला पट्टी बांधता येईल. मात्र, फेकीला सहायक ठरेल, अशा पद्धतीने बोटे व हात पट्टीने बांधता येणार नाहीत.

१०) योग्य पकड धरण्यासाठी चिकट पदार्थाचा वापर करता येईल.

११) हातोडाफेकीचा अपवाद वगळता अन्य फेकीसाठी हातमोजे वापरता येणार नाहीत. कमरपट्टा वापरता येईल.

१२) हातोडाफेकीशिवाय अन्य फेकी एका हाताने करावयाच्या आहेत.

१३) डॉक्टरचे सर्टिफिकेट असल्याशिवाय मनगटपट्टी बांधता येणार नाही.

१४) व्यवस्थापक समितीने पुरविलेली फेकीची साधने वापरावी लागतील. (स्पर्धकाला स्वत:ची साधने वापरता येतील, परंतु व्यवस्थापन समितीकडून त्या साधनांच्या वापरास मान्यता घेणे बंधनकारक आहे.)

१५) फेकीचे साधन आखलेल्या कोनाच्या (Sector) आत पडले पाहिजे. सेक्टरच्या रेषेवर किंवा रेषेच्या बाहेर साधन पडल्यास तो फाउल मानावा.

१६) स्पर्धकाने फेकलेले साधन परत न फेकता स्वयंसेवकाने हातातून आणून फेकीच्या जागी द्यावे.

१७) फेकीचा पवित्रा घेतल्यानंतर फेकीचे साधन खाली ठेवून परत उचलून घेतल्यास तो फाउल मानू नये. मात्र, त्या फेरीत त्याला असे एकदाच करता येईल.

१८) फेकीचे अंतर मोजताना एक सेंटिमीटरपेक्षा कमी अंतराची नोंद करण्याची आवश्यकता नाही.

१९) सेक्टरच्या रेषेवर शेवटी निशाणे (Sector Flags) लावावीत. २० सें.मी. × ४० सें.मी. मापाची धातूची निशाणे असावीत. निशाणांची जमिनीवरील उंची ६० सें.मी.पेक्षा कमी नसावी.

२०) गोळाफेक, थाळीफेक व हातोडाफेक यासाठी नवीन नियमाप्रमाणे ३४.९२० चा सेक्टर आखावा लागतो. सेक्टर खालीलप्रमाणे आखल्यास तो

३४.९२० चा येतो.

वर्तुळाच्या मध्यबिंदूतून सेक्टरची एक बाजू आखून घ्यावी. त्या रेषेवर वर्तुळाच्या मध्यबिंदूपासून २० मी. अंतरावर खूण करावी. त्या खुणेपासून सेक्टरची दुसरी रेषा आखण्याच्या बाजूस १२ मी. अंतर घेऊन कंस करावा. वर्तुळाच्या मध्यबिंदूतून २० मी. अंतराने त्या कंसाला छेदणारा कंस काढावा. मध्यरेषेपासून त्या छेदन बिंदूतून जाणारी रेषा काढावी. अशा तऱ्हेने जो सेक्टर तयार होईल, तो ३४.९२० चा असेल.

**गोळाफेक**

१) गोळाफेक वर्तुळातून करावयाची असते. (आकृती ५)

| | | |
|---|---|---|
| वर्तुळाचा व्यास - | ... | २.१३५ मी. |
| सेक्टरचा कोन - | ... | ३४.९२० |
| स्टॉप बोर्ड लांबी - | १.२१ मी. ते १.२३ मी. | |
| रुंदी - | ११.२ सें.मी. ते ११.६ सें.मी. | |
| उंची - | १० सें.मी. | |

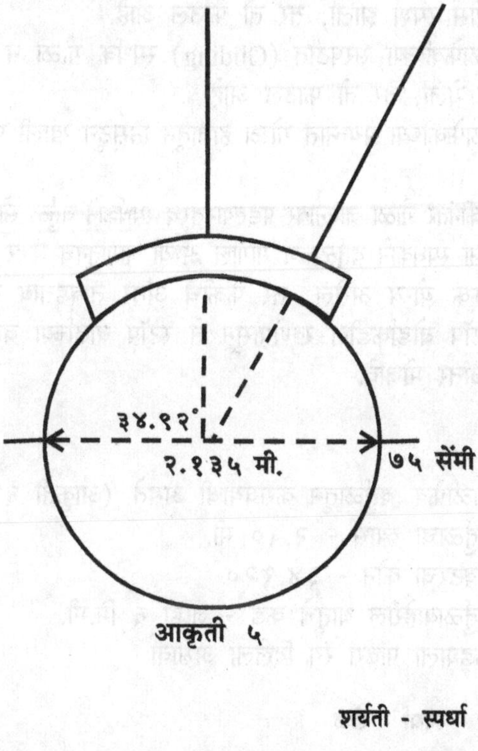


**आकृती ५**

स्टॉप बोर्डाला पांढरा रंग दिलेला असावा. स्टॉप बोर्ड वर्तुळाला चिकटून व खिळे ठोकून घट्ट बसविलेला असावा.

२) वर्तुळातील जमीन टणक असावी आणि वर्तुळाबाहेरील जमिनीपेक्षा सुमारे १.५ सें.मी. खाली असावी.

३) गोळा पितळी अगर लोखंडी असावा.

वजन - ७.२६० ते ७.२६५ कि.ग्रॅ. (पुरुष)
४.०० ते ४.००५ कि.ग्रॅ. (महिला)

व्यास - ११ ते १३ सें.मी. (पुरुष)
९.५ ते ११ सें.मी. (महिला)

४) गोळा फेकताना सुरुवातीस स्पर्धक वर्तुळात स्थिर स्थितीत (Stationary Position) पाहिजे.

५) फेकीच्या वेळी गोळा हनुवटीजवळ असेल. त्या वेळी हात खाली आणणे किंवा गोळा स्कंधरेषेच्या पाठीमागे जाणे फाउल आहे.

६) गोळा फेकताना स्पर्धकाचा स्टॉप बोर्डाच्या आतील बाजूस स्पर्श झाला, तर तो फाउल नाही.

७) गोळा फेकताना स्पर्धकाचा स्टॉप बोर्डाच्या वरील बाजूस किंवा बोर्डाच्या पुढील जमिनीस स्पर्श झाला, तर तो फाउल आहे.

८) गोळाफेकीच्या सरपटीत (Gliding) स्पर्धक गोळा न फेकता स्टॉप बोर्डाच्या पुढे गेला, तर तो फाउल आहे.

९) गोळाफेकीच्या प्रयत्नात गोळा हातातून निसटून खाली पडला, तर तो फाउल आहे.

१०) फेकीनंतर गोळा जमिनीवर पडल्यानंतरच स्पर्धकाने वर्तुळ सोडून बाहेर यावे. वर्तुळ सोडताना स्पर्धकाने वर्तुळाच्या मागील अर्ध्या भागातूनच बाहेर पडले पाहिजे.

११) फेक योग्य असेल, तर फेकीचे अंतर ताबडतोब मोजावे. गोळा पडलेल्या स्टॉप बोर्डाकडील खुणेपासून ते स्टॉप बोर्डाच्या वर्तुळकेंद्राकडील बाजूपर्यंतचे अंतर मोजावे.

## थाळीफेक

१) थाळीफेक वर्तुळातून करावयाची असते. (आकृती ६)
वर्तुळाचा व्यास - २.५० मी.
सेक्टरचा कोन - ३४.९२०
वर्तुळाबाहेरील धातूचे कडे - जाडी ६ मि.मी.
कड्याला पांढरा रंग दिलेला असावा.

२) थाळीचे वजन - २ किलोग्रॅम (पुरुष)
१ किलोग्रॅम (महिला)
थाळीचा व्यास - २१.९ ते २२.१ सें.मी. (पुरुष)
१८.० ते १८.२ सें.मी. (महिला)

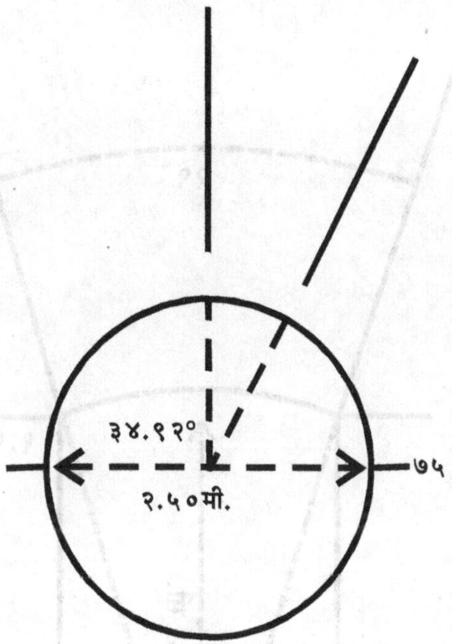


आकृती ६

३) वर्तुळातील जमीन बाहेरील कड्याच्या वरील बाजूपेक्षा २ सें.मी. खाली असते.

४) थाळीफेकीसाठी संरक्षक उपाय म्हणून जाळीचा पिंजरा वापरावा.

५) थाळी फेकताना सुरुवातीस स्पर्धक वर्तुळात स्थिर स्थितीत पाहिजे.

६) वर्तुळाबाहेरील कड्याच्या आतील भागास स्पर्धकाचा स्पर्श झाला, तर तो फाउल नाही; परंतु कड्याच्या वरील भागास किंवा कड्याबाहेरील जमिनीस स्पर्श झाला, तर तो फाउल आहे.

७) थाळी फेकल्यानंतर थाळीचा जमिनीस स्पर्श झाल्यावरच स्पर्धकाने वर्तुळाच्या मागील अर्ध्या भागातून बाहेर पडावे.

८) थाळीफेकीसाठी हातोडाफेकीप्रमाणे U आकाराचा पिंजरा वापरणे सुरक्षिततेच्या दृष्टीने चांगले.

## भालाफेक

१) भालाफेकीसाठी धावण्याच्या मार्गाची रुंदी ४ मीटर असते. धावण्याच्या

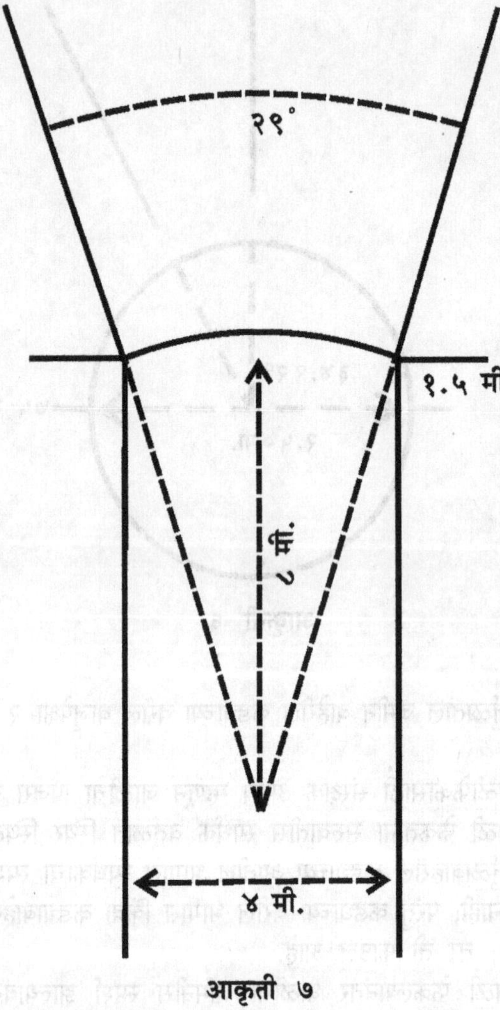


आकृती ७

मार्गाची लांबी ३० मीटरपेक्षा कमी नसावी व ३६.५ मीटरपेक्षा अधिक नसावी.

२) भालाफेक २९० कोनाच्या सेक्टरमध्ये करायची असते.

३) कोनबिंदूपासून ८ मीटर अंतरावरील कोन रेषांना जोडणाऱ्या कंसाच्या मागून फेक करावयाची असते. कंसाला लागूनच पुढे ७ सें.मी. रुंदीचा लाकडी अगर धातूचा चाप बसविलेला असतो. स्पर्धकाचा चापाला स्पर्श झाला, तर तो फाउल आहे.

४) चापाच्या दोन्ही बाजूंना धावण्याच्या पट्ट्यांच्या बाहेर पट्ट्यांशी काटकोन करून प्रत्येकी १.५ मीटर लांबीच्या आणि ७ सें.मी. रुंदीच्या रेषा काढलेल्या असतात. या रेषांना स्पर्धकाचा स्पर्श झाला, तर तो फाउल होय.

५) भाला - लांबी - २६० सें.मी. ते २७० सें.मी. (पुरुष)
२२० सें.मी. ते २३० सें.मी. (महिला)

वजन - ८०० ग्रॅम (पुरुष)
६०० ग्रॅम (महिला)

६) पकडीच्या ठिकाणी भाला धरला पाहिजे.

७) फेकलेल्या भाल्याच्या टोकाने प्रथम जमिनीस ओरखडा केला, तर ती फेक योग्य समजावी (त्या वेळी अन्य फाउल नसावा.)

८) भाल्याच्या टोकाचा ओरखडा सेक्टर रेषेच्या आत पाहिजे.

९) भाला फेकताना चाप, चापाच्या बाजूस वाढविलेल्या रेषा किंवा चाप आणि रेषा यांचा पुढील जमिनीस स्पर्श झाला, तर तो फाउल समजावा.

१०) फेकलेल्या भाल्याचा जमिनीस स्पर्श झाल्यावर धावण्याच्या मार्गाच्या समांतर रेषा ओलांडल्या, तर तो फाउल नाही.

११) भालाफेकीचा पवित्रा घेतल्यापासून प्रत्यक्ष भालाफेकीपर्यंत चापाकडे पूर्ण पाठ होईपर्यंत वळल्यास तो फाउल समजावा.

१२) भाला फेकल्यानंतर तो हवेतच मोडल्यास तो फाउल मानू नये. त्या फेरीतील भालाफेकीची संधी स्पर्धकाला पुन्हा द्यावी.

## हातोडाफेक

१) हातोडाफेक वर्तुळातून करावयाची असते. (आकृती ८)
वर्तुळाचा व्यास - २.१३५ मीटर
सेक्टरचा कोन - ३४.९२०
वर्तुळाबाहेरील कडे - जाडी ६ मि.मी.
वर्तुळातील जमीन - टणक असावी आणि ती कड्यापेक्षा २ सें.मी खाली असावी.

२) हातोड्याचे वजन - ७.२६० किलोग्रॅम (पुरुष), ४ किलोग्रॅम (महिला). हातोड्याची पूर्ण लांबी - ११७.५ सें.मी. (पुरुष) ११६ सें.मी. (महिला)

३) प्रेक्षक, स्पर्धक आणि पंच यांच्या सुरक्षिततेसाठी हातोडाफेकीची स्पर्धा तारेच्या पिंजऱ्यात घ्यावी. पिंजरा 'U' आकाराचा असावा. पिंजऱ्याची उंची ५ मीटर असावी. फेकीच्या बाजूचे तोंड उघडे राहील व त्याची रुंदी ५.५ मीटर राहील.

४) स्पर्धकाला हातमोजे वापरता येतील. बोटांची टोके मात्र उघडी असावीत.

५) हातोडा फिरविण्यास सुरुवात करण्यापूर्वी हातोड्याचे टोक वर्तुळाबाहेर ठेवल्यास तो फाउल नाही.

६) हातोडा फिरविताना हातोड्याचा जमिनीस स्पर्श झाला, तर तो फाउल नाही; परंतु जमिनीस स्पर्श झाल्यावर स्पर्धकाने हातोडा फिरविण्याचे थांबविले, तर तो फाउल आहे.

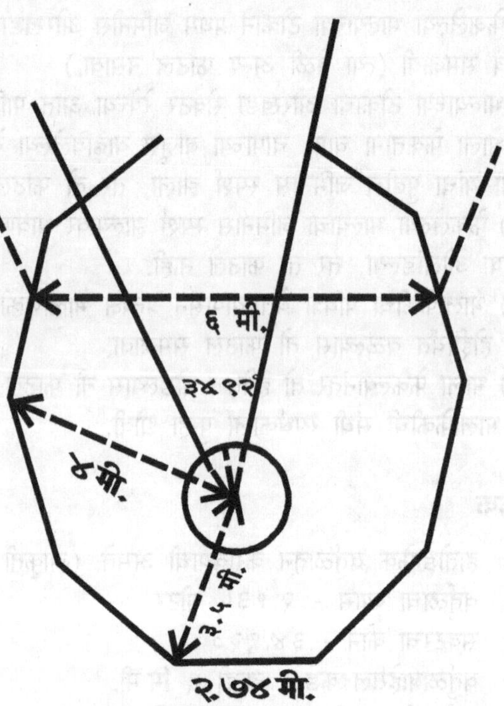


आकृती ८

७) हातोडा फिरविताना तो हातातून निसटला, तर तो फाउल आहे.

८) इतर नियमांचे उल्लंघन न करता फेकलेला हातोडा हवेतच तुटला, तर तो फाउल नाही. त्या फेरीतील ती फेक करण्याची स्पर्धकाला पुन्हा संधी द्यावी.

## (क) मिश्र स्पर्धा

## पंचक, सप्तक व दशक स्पर्धा

पंचक, सप्तक व दशक स्पर्धा या मिश्र स्पर्धा आहेत. यांमध्ये धावणे, फेकी व उड्या यांचा समावेश होतो. पुरुष गटासाठी दशक स्पर्धा असतात. महिलांसाठी सप्तक स्पर्धा असते.

अ) ज्यूनिअर्ससाठी पंचक स्पर्धा :- यातील पुढील पाच स्पर्धा व शर्यती क्रमाने घ्याव्यात. या स्पर्धा आणि शर्यती एकाच दिवसात घ्यावयाच्या असतात.

१) लांब उडी
२) भालाफेक
३) २०० मी. धावणे
४) थाळीफेक
५) १५०० मी. धावणे

ब) महिलांसाठी सप्तक स्पर्धा - या स्पर्धेतील पुढील सात शर्यती व स्पर्धा दोन दिवसांत पुढील क्रमाने घ्याव्यात :

| | |
|---|---|
| पहिला दिवस | १) १०० मी. हर्डल्स |
| | २) उंच उडी |
| | ३) गोळाफेक |
| | ४) २०० मी. धावणे |
| दुसरा दिवस | १) लांब उडी |
| | २) भालाफेक |
| | ३) ८०० मी. धावणे |

क) पुरुषांसाठी दशक स्पर्धा पुढील क्रमाने घ्यावयाची असते :

| | |
|---|---|
| पहिला दिवस | १) १०० मी. धावणे |
| | २) लांब उडी |
| | ३) गोळाफेक |
| | ४) उंच उडी |
| | ५) ४०० मी. धावणे |

दुसरा दिवस १) ११० मी. हर्डल्स
२) थाळीफेक
३) बांबूची उडी
४) भालाफेक
५) १५०० मी. धावणे

**सामान्य नियम**

१) स्पर्धेचा क्रम बदलू नये.

२) शक्यतो एका स्पर्धेचा / शर्यतीचा शेवट आणि दुसऱ्या स्पर्धेची / शर्यतीची सुरुवात यांमध्ये सरपंच ३० मिनिटांचा अवधी ठेवतील.

३) स्पर्धेत भाग घेण्यासाठी स्पर्धकाचा क्रम प्रत्येक स्पर्धेच्या / शर्यतीच्या वेळी ठरविला जाईल.

१०० मी. धावणे, २०० मी. धावणे, १०० मी. हर्डल्स, ११० मी. हर्डल्स या शर्यतींमध्ये सरपंच पत्ते वाटून पाच किंवा अधिक स्पर्धकांचा एक गट याप्रमाणे गट करतील. (एका गटात तीनपेक्षा कमी स्पर्धक असणार नाहीत.)

सप्तकातील ८०० मी. धावणे (महिला) या शर्यतीत पूर्वीच्या सहा स्पर्धांनंतर गुणांनी आघाडीवर असलेल्या स्पर्धकांचा एक गट केला जाईल.

पुरुषांच्या दशक स्पर्धेतील १५०० मी. धावण्याच्या शर्यतीत प्रत्येक गटात पाच किंवा अधिक स्पर्धक असतील. एका गटात पहिल्या नऊ स्पर्धांनंतर गुणांनी आघाडीवर असलेल्या स्पर्धकांचा समावेश केला जाईल.

आवश्यकता भासली, तर गटात बदल करण्याचा सरपंचाला अधिकार राहील. (प्रत्येक स्पर्धेनंतर / शर्यतीनंतर त्यातील गुण व एकूण गुण ती स्पर्धा / शर्यत संपताच स्पर्धकांना सांगावेत.)

४) सप्तक व दशक स्पर्धेतील कोणत्याही एका शर्यतीत / स्पर्धेत स्पर्धकाने भाग घेतला नाही, तर त्याने स्पर्धा सोडली, असे मानले जाईल व त्याला स्पर्धेच्या पुढील विभागात भाग घेता येणार नाही. अंतिम निकालासाठी त्याचा विचार होणार नाही.

५) दशक स्पर्धेतील १०० मी. धावणे, ११० मी. हर्डल्स आणि महिलांच्या सप्तक स्पर्धेतील ८०० मी. धावणे व १०० मी. हर्डल्स या शर्यती पूर्ण करावयास लागणाऱ्या वेळेची नोंद १/१०० (एक-शतांश) सेकंदापर्यंत करावी.

६) पुढील अपवाद वगळता इतर नियम या स्पर्धांना लागू असतील :

अ) लांब उडी व फेकी यांमध्ये स्पर्धकाला फक्त तीनदा (Three trials only) संधी दिली जाईल.

ब) धावणे व हर्डल्स या शर्यतीत स्टार्टच्या वेळी त्याचे दोन फाउल्स

झाल्यावर त्याला स्पर्धेतून बाद केले जाईल.

क) धावण्याच्या शर्यतीत प्रत्येक स्पर्धकाच्या धावण्याच्या वेळेची नोंद तीन वेळाधिकाऱ्यांकडून केली जाईल. तीनपैकी दोनच घड्याळांत वेळ दाखविली आहे, पण तीही वेगवेगळी वेळ दाखविली गेली असेल, तर ज्या घड्याळात जादा वेळ दाखविली गेली असेल, त्या वेळेची नोंद करावी.

७) गुणदान तक्त्यानुसार (Scoring table) पंचक, सप्तक किंवा दशक स्पर्धेत एकूण सर्वाधिक गुण मिळविणारा स्पर्धक प्रथम क्रमांक मिळवितो.

८) पेच निर्माण झाल्यास त्यांच्यापैकी अधिक विभागांत (Events) अधिक गुण मिळविणारा पहिला ठरवावा. यातूनही पेच सुटला नाही, तर त्यांच्यापैकी कोणत्याही एका विभागात सर्वोच्च गुण मिळविणारा स्पर्धक पहिला ठरवावा. या पद्धतीने अन्य क्रमांकांबाबतचेही पेच सोडवावेत.

## क्रॉस-कंट्री शर्यत

जगातील विविध देशांतील हंगाम, हवामानाची स्थिती, धावण्याचे अंतर इत्यादी बाबतींत विविधता असल्याने क्रॉस-कंट्री शर्यतीचे निश्चित नियम करणे अवघड आहे. पुढील मार्गदर्शनपर नियमांचा वापर करून स्पर्धा घ्यावी :

१) शक्यतो हिवाळ्यात, मैदानी स्पर्धांचा मोसम संपल्यावर क्रॉस-कंट्री स्पर्धा घ्यावी.

२) स्पर्धा रस्त्यावर न घेता शेतातून, गवताळ रानातून घ्यावी. मार्गावर काही भाग नांगरलेला असावा.

३) स्पर्धेचा मार्ग निश्चित करण्यासाठी मार्गाच्या डाव्या बाजूस तांबडी निशाणे व उजव्या बाजूस पांढरी निशाणे लावावीत. ही निशाणे १२५ मी. अंतरावरूनही दिसावीत.

४) शर्यतीच्या मार्गावर अवघड उंचवटे, धोकादायक चढ व उतार आणि खोल खड्डे टाळावेत.

५) स्पर्धकांना अडथळा येऊ नये म्हणून पहिल्या १५०० मी. अंतरात फारसे अडथळे नसावेत.

६) शर्यतीच्या अंतराची कल्पना व धावण्याच्या मार्गाचे वर्णन स्पर्धकांना अगोदरच कळवले गेले पाहिजे.

७) मार्गावर आवश्यक त्या ठिकाणी मार्ग दाखविण्यासाठी मार्गदर्शक नेमावेत.

८) पुरुषांसाठी स्पर्धेचे अंतर १२ कि.मी असावे. महिलांसाठी हे अंतर ६ कि.मी. असावे. ज्यूनिअर मुलांसाठी ८ कि.मी. असावे.

९) खेळाडूंना वैयक्तिक स्पर्धक किंवा संघ म्हणून भाग घेता येईल. पुरुष संघात जास्तीतजास्त १२ खेळाडू असतील, त्यांपैकी किमान ६ व कमाल ९ खेळाडू स्पर्धेत भाग घेऊ शकतील आणि त्यांपैकी सहा खेळाडूंच्या गुणांचीच नोंद होईल.

महिला व ज्यूनिअर मुलांच्या संघात जास्तीतजास्त ८ खेळाडू असतील. त्यांपैकी ६ स्पर्धेत भाग घेऊ शकतील. त्यांपैकी ४ स्पर्धकांच्या गुणांची नोंद होईल.

१०) स्पर्धा सुरू होण्यापूर्वी ५ मिनिटे अगोदर स्पर्धा सुरू होण्याबद्दल सूचना दिली जाते.

११) स्पर्धकाला उपाहार किंवा इतर मदत मिळणार नाही.

●

# २ : बॅडमिंटन

## क्रीडांगण

दुहेरीसाठी - ४४ फूट × २० फूट (१३.४० मी. × ६.१० मी.)

एकेरीसाठी - ४४ फूट × १७ फूट (१३.४० मी. × ५.१८ मी.)

१) शॉर्ट सर्व्हिस लाइन व लाँग सर्व्हिस लाइन या रेषा सर्व्हिस कोर्टातच समाविष्ट असतात. बाजूच्या अंतिम रेषा क्रीडांगणाचाच भाग असतात.

२) सर्व रेषा पांढऱ्या अगर पिवळ्या रंगाने आखलेल्या असतात. रेषेची जाडी १.५ इंच असते. (४ सें.मी.)

३) अंगणाचे दोन विभाग करणाऱ्या मध्य रेषेचा २ सें.मी. भाग डाव्या अंगणात, २ सें.मी. भाग उजव्या अंगणात समाविष्ट असतो.

४) जाळ्याच्या दोन्ही बाजूंना जाळ्यापासून ६ फूट ६ इंच अंतरावर शॉर्ट सर्व्हिस लाइन असते. एकेरी सामन्यात लाँग सर्व्हिस लाइन जाळ्यापासून २२ फूट अंतरावर असते आणि तीच त्या बाजूची अंतिम रेषा असते. दुहेरी सामन्यासाठी लाँग सर्व्हिस लाइन जाळ्यापासून १९ फूट ६ इंच अंतरावर असते व लाँग सर्व्हिस लाइनपासून २ फू. ६ इंच अंतरावर अंतिम रेषा असते.

खांब - दोन्ही बाजूंच्या अंतिम रेषेवर मध्यभागी ५ फूट १ इंच (१.५५ मी.) उंचीचे खांब असतात. जाळे ताणून बांधण्यासाठी खांबांचा उपयोग होतो.

जाळे - जाळ्याची लांबी २० फूट असते. (६.१० मी.) जाळ्याची रुंदी २ फूट ६ इंच असते. क्रीडांगणात मध्यभागी जाळ्याची जमिनीपासूनची उंची ५ फूट असते. (१.५२० मी.) खांबाजवळ जाळ्याची उंची ५ फूट १ इंच असते.

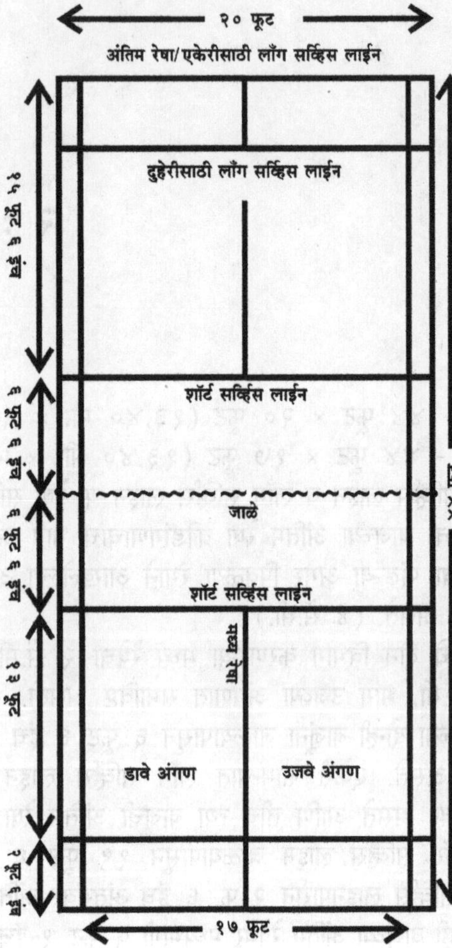


आकृती ९ : बॅडमिंटन क्रीडांगण

जाळ्याचा रंग गडद असतो. जाळ्याच्या वरच्या भागात ७.५ सें.मी. उंचीची पांढरी पट्टी असते. जाळ्याच्या आणि खांबाच्या मध्ये अंतर नसते.

शटल किंवा फूल (Shuttle) - शटलचे वजन ४.७४ ग्रॅम ते ५.५० ग्रॅम असते. १६ पिसे २.५० सें.मी. ते २.८० सें.मी. व्यासाच्या बुचामध्ये घट्ट बसविलेली असतात. बुचापासून पिसाची उंची ६.२ सें.मी. ते ७ सें.मी. असते. (खेळाडूने मागील अंतिम रेषेवरून साधारण ताकदीने बाजूच्या अंतिम रेषेला समांतर असा अंडरहँड स्ट्रोक (Underhand Stroke) मारल्यावर ते दुसऱ्या बाजूच्या अंतिम रेषेच्या १ ते २.५ फूट आत पडले, तर ते शटल खेळावयास योग्य मानले जाते.)

टीप - १) बॅडमिंटन खेळण्यासाठी बंद हॉल वापरावा. हॉलची उंची किमान ३० फूट असावी. क्रीडांगणाच्या बाजूच्या अंतिम रेषेच्या बाहेर ३ फूट आणि मागील अंतिम रेषेच्या बाहेर ५ फूट मोकळी जागा असावी.

२) प्रत्येकी २०० वॉट (watt) ५ दिव्यांचा एक गट याप्रमाणे क्रीडांगणाच्या दोन्ही बाजूंना दिव्यांचे प्रत्येकी दोन गट असावेत. दिवे जमिनीपासून १६ फूट उंचीवर असावेत. दिवे अंतिम रेषेच्या ३ फूट बाहेर असावेत.

## खेळाचे नियम

१) एकेरी सामन्यात प्रत्येक बाजूने एक-एक खेळाडू खेळेल. दुहेरी सामन्यात प्रत्येक बाजूने दोन-दोन खेळाडू खेळतील.

२) नाणेफेक जिंकणारा खेळाडू/संघ पुढीलपैकी एका पर्यायाची निवड करील :

अ) प्रथम सर्व्हिस करणे.

ब) बाजूची निवड करणे.

## सर्व्हिस

१) प्रत्येक डावातील (Game) पहिली सर्व्हिस अंगणाच्या उजव्या भागातून सुरू होईल.

२) एकेरी सामन्यात सर्व्हिस करणाऱ्याचे शून्य किंवा सम गुण असतील त्या वेळी तो आपल्या अंगणाच्या उजव्या भागातून प्रतिस्पर्ध्याच्या उजव्या अंगणात सर्व्हिस करतो. सर्व्हिस करणाऱ्याचे विषम गुण असतील त्या वेळी तो अंगणाच्या डाव्या भागातून प्रतिस्पर्ध्याच्या डाव्या अंगणात सर्व्हिस करतो.

सर्व्हिस स्वीकारणाऱ्याचा नियमभंग झाला, तर सर्व्हिस करणाऱ्याला गुण मिळतो व सर्व्हिस त्याच्याकडेच राहते.

गुण मिळताच सर्व्हिस करणारा अंगणाच्या दुसऱ्या भागातून सर्व्हिस करतो.

सर्व्हिस करणाऱ्याचा नियमभंग झाला, तर सर्व्हिस बदल होतो आणि प्रतिपक्षाला एक गुण मिळतो.

३) दुहेरी सामन्यात प्रथम सर्व्हिस कोणी करावी किंवा प्रथम सर्व्हिस कोणी स्वीकारावी, हे संबंधित संघ परस्पर ठरवतील. दुहेरी सामन्यात त्या संघाकडे सर्व्हिस आल्यावर दोघांपैकी एकालाच सर्व्हिस करता येईल.

ज्या संघाकडे सर्व्हिस करण्याची पाळी आहे, त्या संघातील त्यांच्या उजव्या अंगणातील खेळाडू कोणताही नियमभंग न करता प्रतिस्पर्ध्याच्या उजव्या अंगणातील खेळाडूकडे सर्व्हिस करतो. त्याने सर्व्हिस परतविल्यावर सर्व्हिस करणाऱ्या संघातील कोणताही खेळाडू ते शटल जाळ्यावरून प्रतिस्पर्ध्याच्या अंगणातील कोणत्याही भागात मारेल व प्रतिस्पर्धी संघातील कोणताही खेळाडू ते शटल खेळून प्रतिस्पर्ध्याच्या कोणत्याही अंगणाच्या भागात परतवेल.

संघाच्या उजव्या अंगणातून सर्व्हिस करणाऱ्या खेळाडूने गुण मिळवला तर पुढील गुणासाठी तो खेळाडू आपल्या अंगणाच्या डाव्या भागातून प्रतिस्पर्ध्याच्या डाव्या अंगणातील खेळाडूकडे सर्व्हिस करेल.

सर्व्हिस स्वीकारणाऱ्या संघाने रॅली जिंकल्यास त्यांना एक गुण मिळतो आणि सर्व्हिस त्याच्याकडे जाते. सर्व्हिस बदल झाल्यावर संघातील खेळाडू आपल्या अंगणातील बाजू बदलत नाहीत.

४) सर्व्हिस करणाऱ्या खेळाडूच्या रॅकेटचा शटलला स्पर्श होताच शटल खेळात येते. शटल खेळात येताच दोन्ही बाजूंचे खेळाडू शॉर्ट सर्व्हिस लाइनच्या पुढील भागात खेळू शकतात. कोणत्याही संघाचा नियमभंग होईपर्यंत किंवा 'लेट्' म्हणेपर्यंत शटल खेळात राहते.

५) सर्व्हिस करताना सर्व्हिस करणाऱ्याने व सर्व्हिस स्वीकारणाऱ्याने आपापल्या सर्व्हिस अंगणातच उभे राहिले पाहिजे. सर्व्हिसच्या वेळी सर्व्हिस करणाऱ्याचा शॉर्ट सर्व्हिस लाइन, लाँग सर्व्हिस लाइन, मध्य रेषा व बाजूच्या अंतिम रेषा यांना स्पर्श झाला असेल, तर तो त्याचा नियमभंग आहे. (दुहेरी सामन्यात त्यांच्या साथीदारांना प्रतिस्पर्ध्याला अडथळा येणार नाही, अशा तऱ्हेने कोठेही उभे राहता येईल.)

६) सर्व्हिस करताना सर्व्हिस करणाऱ्या खेळाडूच्या आणि सर्व्हिस स्वीकारणाऱ्या खेळाडूच्या दोन्ही पायांचा / पायांच्या भागांचा स्थिर स्थितीत सर्व्हिस कोर्टाशी संपर्क पाहिजे.

७) सर्व्हिसच्या वेळी रॅकेटचा शटलला स्पर्श होताना शटल सर्व्हिस करणाऱ्याच्या कमरेपेक्षा अधिक उंचीवर नसावे आणि त्या वेळी रॅकेटचे डोके (Head) रॅकेट पकडलेल्या हाताच्या पातळीपेक्षा वर नसावे.

८) सर्व्हिसनंतर खेळाडू आपल्या बाजूच्या अंगणात कोठेही खेळू शकतात.

९) दुहेरी सामन्यात एका खेळाडूला सलग दोनदा सर्व्हिस स्वीकारता येणार नाही. (अपवाद - लेट्) एकाच संघाच्या दोन्ही खेळाडूंना शटलला स्पर्श करता येणार नाही. एकाच खेळाडूला त्याच्या अंगणात आलेले शटल सलग दोनदा खेळून परतवता येणार नाही.

१०) दुहेरी सामन्यात सर्व्हिस स्वीकारणाऱ्यानेच शटल प्रथम परत मारले पाहिजे. त्याच्या साथीदाराचा त्या वेळी शटलला स्पर्श झाला, तर तो नियमभंग आहे.

११) सर्व्हिस केलेले शटल जाळ्याच्या पलीकडे गेले नाही, जाळ्याच्या खालून पलीकडे गेले किंवा जाळ्यात अडकले, चुकीच्या बाजूच्या अंगणात पडले, शॉर्ट सर्व्हिस लाइनच्या आत पडले, लाँग सर्व्हिस लाइनच्या बाहेर पडले किंवा बाजूच्या अंतिम रेषेच्या बाहेर पडले; तर तो सर्व्हिस करणाऱ्याचा नियमभंग होय.

१२) सर्व्हिस करताना फसवे आविर्भाव करणे, सर्व्हिस करण्यास किंवा सर्व्हिस स्वीकारण्यास अकारण विलंब करणे या बाबी नियमबाह्य आहेत.

१३) सर्व्हिसचे शटल योग्य सर्व्हिस कोर्टाच्या रेषेवर पडले, तर तो नियमभंग नाही. (तसे न करण्याबाबत पंच त्याला ताकीद देतील) केवळ शटलचा जाळ्याला स्पर्श झाला म्हणून सर्व्हिस चुकीची होत नाही.

१४) प्रतिस्पर्धी तयार नसताना सर्व्हिस करू नये. प्रतिस्पर्ध्याने सर्व्हिस परत करण्याचा प्रयत्न केला, तर तो तयार होता असे मानले जाईल.

१५) गेम जिंकणारा खेळाडू / संघ पुढील गेममध्ये प्रथम सर्व्हिस करील. (दुसऱ्या गेममध्ये दुहेरी सामन्यात संबंधित संघाचा कोणताही खेळाडू प्रथम सर्व्हिस करील आणि प्रतिस्पर्धी संघाचा कोणताही खेळाडू सर्व्हिस स्वीकारील.)

### इतर नियम

१) क्रीडांगणाच्या रेषेवर पडलेले शटल क्रीडांगणात पडले, असे मानले जाते.

२) खेळाडूच्या रॅकेटचा, शरीराचा किंवा कपड्याचा जाळ्याला किंवा खांबाला स्पर्श झाला, तर तो नियमभंग आहे.

(शटल मारल्यानंतर ते क्रीडांगणाच्या बाहेर जमिनीवर पडल्यावर किंवा जाळ्याला स्पर्श होऊन मारणाऱ्याच्याच अंगणात पडल्यावर किंवा शटल जाळ्यामध्ये अडकल्यानंतर जर प्रतिस्पर्ध्याचा जाळ्याला स्पर्श झाला, तर तो नियमभंग नाही.)

३) शटल जाळ्यावरून आपल्या अंगणात येण्यापूर्वी मारता येणार नाही.

४) शटल मारल्यानंतर रॅकेट जाळ्याच्या वरून पलीकडे गेली, तर तो नियमभंग नाही.

५) शटलला शरीराचा किंवा कपड्याचा स्पर्श झाल्यास तो त्या खेळाडूचा नियमभंग होतो.

६) रॅकेटच्या फ्रेमला शटलचा स्पर्श झाला, तर तो नियमभंग नाही. बूच आणि पिसे यांचा एकाच वेळी रॅकेटला स्पर्श झाला (Simultaneous touch) तर तो नियमभंग नाही.

७) जाळ्याच्या जवळ उंच शटल जोरात खाली मारण्याची संधी खेळाडूला मिळाल्यास प्रतिस्पर्ध्याने शटल परिवर्तित (Rebound) व्हावे म्हणून रॅकेट समोर वर धरू नये. चेहऱ्याच्या संरक्षणासाठी रॅकेट समोर धरावयास हरकत नाही.

८) शटल मारताना ते रॅकेटमध्ये अडकले, तर तो त्या खेळाडूचा नियमभंग आहे.

९) खेळातील शटल क्रीडांगणाबाहेर पडले, जाळ्याच्या पलीकडे गेले नाही, जाळ्यात अडकले, जाळ्यामधून किंवा जाळ्याखालून पलीकडे गेले; तर तो शटल मारणाऱ्याचा नियमभंग आहे.

१०) खेळातील शटल जाळ्याला स्पर्श करून पलीकडे गेले, तर ते बरोबर समजावे.

## लेट् (Let)

पुढील प्रसंगी 'लेट्' होऊन तो गुण पुन्हा खेळविला जातो.

१) सर्व्हिसच्या वेळी सर्व्हिस करणाऱ्याचा व स्वीकारणाऱ्याचा एकाच वेळी नियमभंग झाला.

२) अनपेक्षित अडथळा आल्यामुळे किंवा अपघात घडल्यामुळे खेळ थांबला.

३) शटल जाळ्याच्या वरून पलीकडे जाताना जाळ्यावर (top) अडकले.

४) दुहेरीमध्ये खेळाडूने चुकीच्या क्रमाने सर्व्हिस केली किंवा चुकीच्या क्रमाने सर्व्हिस स्वीकारली. (चुकीच्या क्रमाने सर्व्हिस करून गुण जिंकला असेल आणि पुढील सर्व्हिस करण्यापूर्वी लेट्ची मागणी केली असेल त्या वेळी लेट् समजून त्या गुणासाठी पुन्हा खेळ सुरू होतो. चुकीच्या क्रमाने सर्व्हिस करून खेळाडू रॅली हरला, तर तो निर्णय मान्य होईल आणि खेळाडूंच्या जागा न बदलता खेळ सुरू राहील.)

५) खेळात असलेल्या शटलची पिसे बुचातून निसटल्याचे लक्षात आले.

६) रेषेवर असलेले शटल अंगणात की अंगणाच्या बाहेर पडले, हे रेषापंच निश्चितपणे सांगू शकत नसेल आणि पंचालाही त्याबाबत निश्चित निर्णय देता येत नसेल त्या वेळी लेट् अमलात येतो.

## गुण व निकाल

१) एकेरी व दुहेरी सामन्यांत प्रत्येक गेम २१ गुणांची असेल.

२) प्रत्येक गेमनंतर खेळाडू बाजू बदलतील. अंतिम गेममध्ये २१ गुणांच्या सामन्यात ११ गुणांनंतर बाजू बदलाव्यात (योग्य गुणांनंतर बाजू बदलण्याचे लक्षात आले नाही, तर चूक लक्षात येताच बाजू बदलाव्यात. गुणसंख्या तीच राहील.)

३) सामना सुरू झाल्यापासून संपेपर्यंत खेळ अखंड सुरू राहील. (पहिल्या व दुसऱ्या गेममध्ये दोन मिनिटांची विश्रांती आणि दुसऱ्या व तिसऱ्या गेममध्ये दोन मिनिटांची विश्रांती द्यावयास हरकत नाही.)

४) अपरिहार्य कारणामुळे सामना तात्पुरता थांबवावा लागला, तर सामना पुढे सुरू करताना ज्या गुणावर सामना थांबला असेल, त्या गुणापासून खेळ सुरू करावा. विश्रांतीसाठी किंवा सल्ला घेण्यासाठी सामना थांबविला जाणार नाही.

५) जो खेळाडू / संघ दोन गुणांच्या आधिक्याने प्रथम २१ गुण मिळवितो, तो खेळाडू / संघ तो गेम जिंकतो. दोघांचेही २०-२० गुण झाले असतील, तर प्रथम दोन गुणांचे आधिक्य मिळविणारा खेळाडू / संघ तो गेम जिंकतो. (२२-२०, २३-२१, २४-२२, २५-२३....) दोघांचे २९-२९ असे समान गुण असतील, तर ३० वा गुण मिळविणारा खेळाडू / संघ विजयी ठरतो.

६) तीनपैकी दोन गेम्स जिंकणारा खेळाडू / संघ सामन्यात विजयी होतो.

## सामना अधिकारी

सामन्यासाठी सरपंच, एक पंच, एक किंवा दोन सर्व्हिस पंच आणि तीन रेषापंच असतात.

पंच - पंचांचा निर्णय अंतिम मानला जाईल. नियमभंग सांगणे, गुण सांगणे, गेमचा व सामन्याचा निकाल जाहीर करणे इ. कामे पंचाला करावी लागतात. सूचना देऊनही खेळाडूकडून सातत्याने गैरवर्तन घडत असेल, तर त्याबाबत पंच सरपंचाला सांगतील. खेळाडूला बाद करावयाचे की कसे, याबाबतचा निर्णय सरपंच घेतील.

पंचाने आपला निर्णय निःसंदिग्धपणे, मोठ्याने व तत्काळ द्यावा. निर्णयात चूक असल्यास ती ताबडतोब दुरुस्त करावी. निर्णय देणे अशक्य असेल, तर तो गुण पुन्हा खेळवावा.

सर्व्हिस पंच, रेषापंच यांच्या नेमणुका करणे, जाळ्याची उंची तपासून पाहणे, गुणपत्रक भरणे, शटल्सबाबत खेळाडूंचे एकमत होत नसेल तर शटल्स

तपासून निर्णय देणे इ. बाबी पंचाला कराव्या लागतील.

सर्व्हिस पंच - एकच सर्व्हिस पंच नेमला असेल, तर तो पंचाच्या विरुद्ध बाजूस बसेल. आवश्यकता भासली, तर तो पंचाच्या बाजूसही बसू शकतो. दोन सर्व्हिस पंच असतील, तर ते दोन्ही बाजूंना मागील अंतिम रेषेच्या बाहेर किंवा पंच सांगतील तेथे बसतील.

सर्व्हिस करणाऱ्या खेळाडूची कृती सर्व्हिस पंच बारकाईने पाहतील. खेळाडू सर्व्हिस करताना रॅकेटने शटल मारतो त्या वेळी त्याच्या पायांचा जमिनीशी असणारा संपर्क, रॅकेटचा शटलला स्पर्श होताना शटलची व रॅकेटची स्थिति, सर्व्हिस करताना केलेले फसवे आविर्भाव यासंबंधी घडणाऱ्या नियमभंगाबाबतचे निर्णय सर्व्हिस पंचाने तत्काळ व पंचाला ऐकू जाईल इतक्या मोठ्याने द्यावयाचे असतात.

खेळाडू शटलचा वेग कमी-जास्त करण्यासाठी हेतुपुरस्सर शटलमध्ये बदल किंवा नुकसान करण्याची कृती करणार नाहीत. अशी कृती करणाऱ्या खेळाडूला पंच सक्त ताकीद देईल.

रेषापंच - संबंधित रेषेवरील रेषापंचाचा निर्णय अंतिम मानला जाईल. एखादी बाब रेषापंचाच्या नजरेस आली नाही, तर पंच निर्णय देईल किंवा तो गुण पुन्हा खेळविला जाईल. शटल अंतिम रेषेच्या बाहेर पडले, तर रेषापंच दोन्ही हात बाजूला करून इशारा करील व 'आउट्' असे म्हणेल.

(रेषापंचाचा निर्णय अयोग्य वाटला, तर तो निर्णय बदलण्याचा अधिकार पंचाला आहे.)

# ३ : बास्केटबॉल

**क्रीडांगण**

लांबी - २८ मीटर (रुंदीकडील अंतिम रेषांच्या आतील कडांमधील अंतर)
रुंदी - १५ मीटर (बाजूंच्या रेषांच्या आतील कडांमधील अंतर)

**मध्य रेषा** (Centre Line)

अंतिम रेषांशी समांतर असणारी व क्रीडांगणाचे दोन समान भाग करणारी रेषा. (मध्यरेषा क्रीडांगणाच्या बाजूच्या रेषेबाहेर १५ सें.मी. वाढविलेली असते.)

**अंतिम रेषा** (End Lines)

क्रीडांगणाच्या रुंदीच्या बाजूच्या रेषा.

**बाजूच्या रेषा** (Side Lines)

क्रीडांगणाच्या लांबीच्या बाजूच्या रेषा.

**मध्य वर्तुळ** (Centre Circle)

मध्यरेषेच्या मध्यबिंदूतून १.८० मी. त्रिज्येने काढलेले वर्तुळ. (मध्यबिंदूपासून वर्तुळाची बाहेरची कडा १.८० मीटर असते.)

**फ्री थ्रो रेषा** (Free Throw Lines)

क्रीडांगणाच्या दोन्ही भागांत अंतिम रेषेपासून ५.८० मी. अंतरावर अंतिम

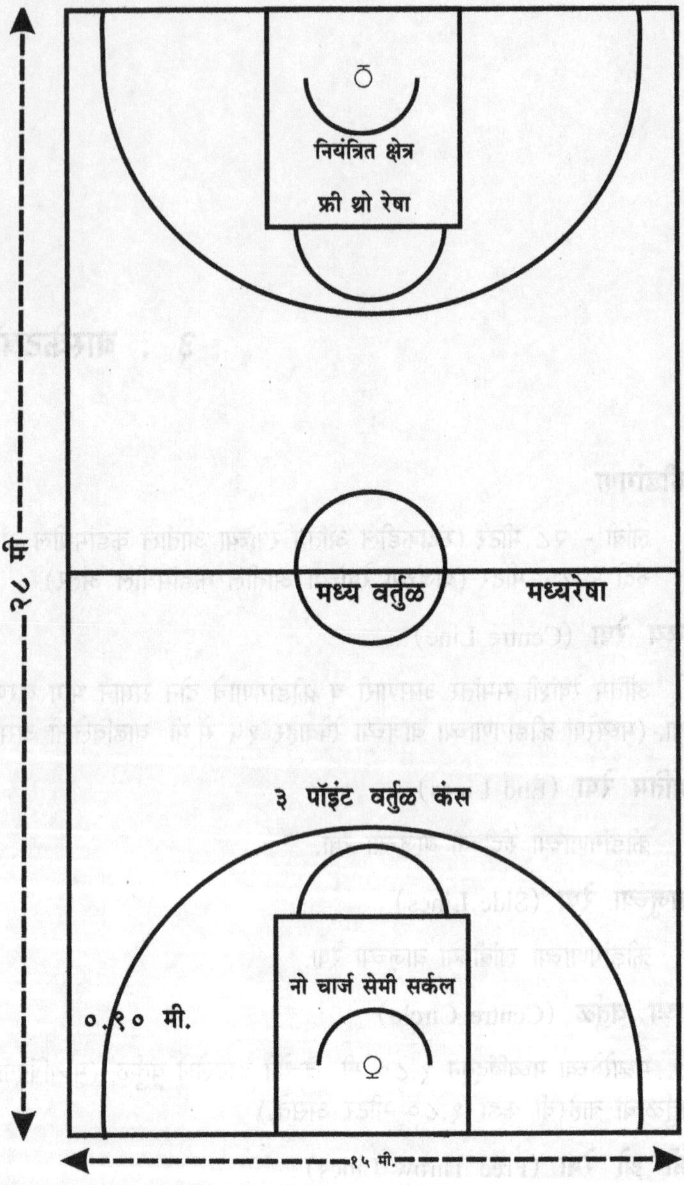


आकृती १० : बास्केटबॉल क्रीडांगण

रेषेशी समांतर व बाजूच्या रेषांपासून समान अंतरावर असणाऱ्या क्रीडांगणातील ३.६० मी. लांबीच्या रेषा. (अंतिम रेषेच्या आतील कडेपासून (Edge) फ्री थ्रो रेषेच्या बाहेरील कडेपर्यंतचे अंतर ५.८० मी. असते. फ्री थ्रो रेषेच्या बाहेरच्या कडेपासून फळ्यापर्यंतचे अंतर ४.६० मी. असते.)

**नियंत्रित क्षेत्र** (Restricted Area)

क्रीडांगणाच्या दोन्ही बाजूंना अंतिम रेषेच्या मध्यबिंदूपासून अंतिम रेषेवर दोन्ही बाजूंना २.४५ मी. अंतरावर खुणा कराव्यात. फ्री थ्रो रेषांची टोके दोन्ही बाजूंना प्रत्येकी ६५ सें.मी. वाढवावी. वाढविलेल्या फ्री थ्रो रेषांची टोके अंतिम रेषांवरील खुणांशी जोडावीत. अशा प्रकारे तयार झालेल्या आयताकृती क्षेत्रास नियंत्रित क्षेत्र म्हणतात.

**फ्री थ्रो लेन्स** (Free Throw Lanes) Rebound Places

फ्री थ्रो करताना वापरण्यासाठी लेन्सची आखणी पुढीलप्रमाणे करतात. नियंत्रित क्षेत्राच्या रेषांवर प्रत्येकी ८५ सें.मी. रुंदीच्या तीन लेन्स असतात. पहिली लेन अंतिम रेषेपासून १.७५ मी. अंतरावरून सुरू होते. पहिल्या लेननंतर ४० सें.मी. रुंदीचे न्यूट्रल क्षेत्र असते. न्यूट्रल क्षेत्रानंतर फ्री थ्रो रेषेच्या बाजूस पुन्हा प्रत्येकी ८५ सें.मी. रुंदीच्या दोन लेन्स आखतात. लेन्सच्या रेषांची रुंदी ५ सें.मी. व लांबी १० सें.मी. असते. या रेषा नियंत्रण रेषेशी काटकोन करून काढलेल्या असतात.

**थ्री-पॉइंट गोलक्षेत्र**

बाजूच्या रेषांशी समांतर व बाजूच्या रेषांपासून ९० सें.मी. अंतरावरून अंतिम रेषेवर (Endlines) १.५७५ मी. लांबीच्या रेषा लंबरूपाने काढल्या जातात.

बास्केटच्या मध्यबिंदूतून (अंतिम रेषेच्या मध्यबिंदूपासून १.५७५ मी. अंतरावरून) ६.७५ मी. त्रिज्येने क्रीडांगणात अर्धवर्तुळे काढली जातात. या अर्धवर्तुळांची टोके वरीलप्रमाणे काढलेल्या १.५७५ मी. लांबीच्या रेषांच्या टोकांना जोडली जातात. अशा तयार झालेल्या क्षेत्राला थ्री-पॉइंट गोलक्षेत्र म्हणतात.

**नो-चार्ज सेमी-सर्कल**

मैदानावर 'नो-चार्ज सेमी-सर्कल' (No-Charge Semi-Circle) आखलेले असते. हे सेमी-सर्कल आखण्यासाठी बास्केटच्या मध्यबिंदूतून अचूकपणे मैदानावर खूण करतात. या बिंदूतून फळ्याच्या पुढे १.२५ मीटर त्रिज्येने एक वर्तुळखंड

काढला जातो. फळ्याच्या पुढील बाजूपासून लंबरूपाने मैदानावर खूण केली जाते. या खुणेच्या दोन्ही बाजूंना मागील अंतिम रेषेशी समांतर अशी काल्पनिक रेषा मानून त्या वर्तुळखंडाची टोके जोडली जातात.

बास्केटच्या खाली निर्माण होणारी चार्ज / ब्लॉक परिस्थिती स्पष्ट होण्यासाठी सेमी-सर्कलचा उपयोग होतो. सेमी-सर्कलमध्ये आक्रमक खेळाडूकडे चेंडू असेल आणि त्याच्या पायांचा सेमी-सर्कलमधील जमिनीशी संपर्क नसताना त्याचा संरक्षक खेळाडूच्या शरीराशी संपर्क (Contact) झाला असेल तर तो आक्रमक खेळाडूचा प्रमाद मानू नये. जर आक्रमक खेळाडूने आपल्या हाताचा, पायाचा किंवा शरीराचा वापर अवैधरीत्या केला असेल तर तो त्याचा प्रमाद मानावा.

आक्रमक खेळाडू हवेत असताना फील्डगोल करण्याच्या प्रयत्नात असेल किंवा आपल्या संघाच्या खेळाडूकडे चेंडू पास करण्याच्या प्रयत्नात असेल आणि त्या वेळी संरक्षक खेळाडूचा एक किंवा दोन्ही पाय सेमी-सर्कलमध्ये असतील त्या वेळीच वरील नियमाची अंमलबजावणी केली जाते.

**फळा व बास्केट** (Back board & Basket)

अंतिम रेषेच्या मध्यभागी, भक्कम खांबावर, अंतिम रेषेशी समांतर असा फळा बसविलेला असतो. फळ्याची रुंदी १.८० मी. आणि उंची १.०५ मी. असते. फळा शक्यतो फायबर ग्लासचा, पारदर्शक असावा. (लाकडी फळाही चालेल.) त्याला पांढरा रंग दिलेला असावा. फळ्याच्या चारी कडांना ५ सें.मी. जाडीची काळी रेषा असावी.

फळ्याची खालची बाजू जमिनीपासून २.९० मी. उंचीवर असते. फळा अंतिम रेषेच्या आतील बाजूपासून १.२० मी. क्रीडांगणात असतो. ज्या खांबांवर फळा बसविलेला असतो, ते खांब अंतिम रेषेपासून २ मी. क्रीडांगणाच्या बाहेर असतात. खांबांना पांढरा रंग दिलेला असतो. खेळाडूंच्या सुरक्षिततेसाठी खांबांना स्पंजचे पॅडिंग केलेले असावे.

जमिनीपासून ३.०५ मी. उंचीवर फळ्याला २० मि. मी. जाडीची एक लोखंडी कडी (Ring) घट्ट बसविलेली असते. कडीचा आतील व्यास ४५ सें.मी. असतो. कडीचा फळ्याकडील आतील भाग फळ्यापासून १५ सें.मी. अंतरावर असतो. कडीच्या भोवती ४० सें.मी. लांबीची जाळी बसविलेली असते. कडी व जाळी मिळून 'बास्केट' तयार होते.

कडीच्या मागे फळ्यावर ५ सें.मी. जाडीच्या रेषांनी एक आयत काढलेला असतो. आयताची उंची ४५ सेंमी व रुंदी ६० सें.मी. असते. आयताच्या खालील रेषेची वरची कडा लोखंडी कडीच्या पातळीत असते.

टीप - १) क्रीडांगणाच्या सर्व रेषांची जाडी ५ सें.मी. असते.

२) क्रीडांगणाच्या बाहेर चारही बाजूंना २ मी. मोकळी जागा असावी.

३) क्रीडांगणाच्या वर जमिनीपासून ७ मी. उंचीपर्यंत कोणताही अडथळा नसावा.

साहित्य - चेंडू : चेंडूचा आकार गोल असतो. त्याचे बाह्यावरण सिंथेटिक मटेरिअलचे असते. चेंडूचा परीघ ७५ सें.मी. पेक्षा कमी नसावा व ७८ सें.मी. पेक्षा अधिक नसावा. चेंडूचे वजन (पुरुष) ५६७ ग्रॅमपेक्षा कमी नसावे व ६५० ग्रॅमपेक्षा अधिक नसावे.

घड्याळे - सामन्यासाठी किमान तीन घड्याळे असावीत. त्यांपैकी एक घड्याळ गेम क्लॉक असावे व दुसरे (Stop Watch) असावे. तिसरे घड्याळ २४ सेकंदांची वेळ दर्शविणारे असावे.

## संघ व खेळाडू

प्रत्येक संघात बारा खेळाडू असतात. त्यांपैकी एक कप्तान असतो. प्रत्यक्ष मैदानावर पाच खेळाडू खेळतात आणि बाकीचे राखीव खेळाडू असतात. राखीव खेळाडू बदली खेळाडू म्हणून खेळू शकतात. संघातील प्रत्येक खेळाडूने गणवेश वापरलाच पाहिजे. मैदानावर खेळणाऱ्या संघांचे गणवेश वेगवेगळे असतील. खेळाडूंना टी-शर्ट वापरता येणार नाही. त्यांनी शर्टच वापरला पाहिजे.

प्रत्येक खेळाडूच्या पाठीवर व छातीवर क्रमांक असतो. खेळाडूंचे क्रमांक ४ पासून पुढे दिलेले असतात. एका संघातील दोन खेळाडू एकच क्रमांक वापरणार नाहीत.

प्रत्येक संघाला कोच असेल. सामना सुरू होण्यापूर्वी कोच २० मिनिटे अगोदर आपल्या संघाच्या कप्तानाचे नाव, इतर खेळाडूंची नावे आणि त्यांचे क्रमांक गुणलेखकाकडे देईल. बदली खेळाडू घेण्यासाठी व विश्रांतीसाठी तो त्रुटित काळाची मागणी करू शकतो. (कोच नसेल, तर कप्तान कोचचे काम करू शकतो.)

गुणलेखकाच्या टेबलाच्या बाजूंना दोन्ही संघांचे कोच व राखीव खेळाडू यांची बसण्याची सोय केलेली असते.

## खेळाचे नियम

सामन्याचा कालावधी - सामना प्रत्येकी १० मिनिटांच्या चार सत्रांत खेळला जातो. पहिल्या व दुसऱ्या सत्रांमध्ये २ मिनिटांची विश्रांती, दुसऱ्या व तिसऱ्या

सत्रांमध्ये १५ मिनिटांची विश्रांती आणि तिसऱ्या व चौथ्या सत्रांमध्ये २ मिनिटांचा विश्रांती काळ राहील.

पूर्ण वेळ सामना खेळूनही सामन्याचा निर्णय लागला नाही, तर २ मिनिटांच्या विश्रांतीनंतर ५ मिनिटांचा जादा वेळ सामना खेळला जाईल. जादा वेळेच्या खेळातही निर्णय लागला नाही, तर २ मिनिटांच्या विश्रांतीनंतर पुन्हा ५ मिनिटांचा जादा वेळ खेळ होईल. सामन्याचा निकाल लागेपर्यंत याप्रमाणे खेळ सुरू राहील. जादा वेळेच्या खेळासाठी नाणेफेक करून बाजूची निवड करावी.

## खेळाची सुरुवात

१) नाणेफेक जिंकणारा संघ क्रीडांगणाच्या बाजूची निवड करील. दुसऱ्या सत्रानंतर क्रीडांगणाच्या बाजूंची अदलाबदल केली जाईल. जादा वेळेसाठी खेळताना संघ चौथ्या सत्रात ज्या बाजूने खेळत होते त्या बाजूत बदल होणार नाही.

२) सामना सुरू होताना एखाद्या संघाचे ५ पेक्षा कमी खेळाडू क्रीडांगणावर असतील, तर सामना सुरू होणार नाही. सामना सुरू होण्याच्या वेळेनंतर १५ मिनिटांच्या आत संबंधित खेळाडू उपस्थित न झाल्यास प्रतिस्पर्धी संघास पुढे चाल दिली जाईल.

३) पहिल्या सत्राची सुरुवात करताना सरपंच मध्य वर्तुळात चेंडू दोन्ही खेळाडूंना उडी मारून स्पर्श करता येणार नाही इतका वर उडवतील (Jump ball). त्या वेळी दोन्ही संघांचा एक-एक खेळाडू आपापल्या अंगणातील मध्य वर्तुळाच्या अर्ध्या भागात असेल. (त्यांचे दोन्ही पाय त्यांच्या अंगणात असतील.) चेंडू वरून खाली येताना दोघेही खेळाडू चेंडूला मारू (Tap) शकतील. त्यानंतर त्यांच्याशिवाय इतर आठ खेळाडूंपैकी किमान एक खेळाडू, जमीन, फळा, बास्केट याला चेंडूचा स्पर्श झाल्याशिवाय त्यांना चेंडूला पुन्हा स्पर्श करता येणार नाही.

वर उडविलेल्या चेंडूला मध्य वर्तुळातील खेळाडूचा स्पर्श होईपर्यंत इतर खेळाडू मध्य वर्तुळाच्या बाहेर उभे असतील.

चेंडूने उंची गाठण्यापूर्वीच खेळाडूने चेंडूला स्पर्श केला किंवा दोघांचाही चेंडूला स्पर्श न होता चेंडू जमिनीवर पडला किंवा सरपंचाने चेंडू योग्य रीतीने वर उडविला नाही, तर सरपंच पुन्हा मध्य वर्तुळात चेंडू वर उडवून खेळ सुरू करतील.

४) वर उडविलेल्या चेंडूला स्पर्श होण्यापूर्वीच वर्तुळातील खेळाडूचा वर्तुळाबाहेरील जमिनीस स्पर्श झाला किंवा बाहेरील खेळाडूचा वर्तुळास स्पर्श झाला, तर दोषी स्पर्धकाच्या प्रतिस्पर्ध्यास थ्रो-इन् देऊन खेळ सुरू होईल.

५) दुसऱ्या, तिसऱ्या आणि चौथ्या सत्रातील खेळाची सुरुवात तसेच जादा वेळेसाठी होणाऱ्या खेळाची सुरुवात थ्रो-इन करून केली जाते. पहिल्या सत्रातील जंप बॉलनंतर चेंडू ज्या संघाच्या ताब्यात आला असेल त्याचा प्रतिस्पर्धी संघ दुसऱ्या सत्राची सुरुवात मध्यरेषेच्या बाहेरून थ्रो-इन करून करेल. पहिल्या सत्रात जंप बॉलनंतर चेंडू ताब्यात आलेला संघ तिसऱ्या सत्राची सुरुवात मध्यरेषेबाहेरून थ्रो-इन करून करेल. दुसऱ्या सत्राची सुरुवात थ्रो-इन ने करणारा संघ चौथ्या सत्राची सुरुवात मध्यरेषेबाहेरून थ्रो-इन करून करेल.

विश्रांतीसाठी खेळ थांबला असताना कोच किंवा खेळाडू यांच्याकडून घडलेल्या प्रमादासाठी फ्री थ्रो करून नंतरच पुढील सत्राच्या खेळाची सुरुवात होईल.

## चेंडू कसा खेळला जातो?

बास्केटबॉल खेळताना संघाने आपल्या बास्केटचे संरक्षण करून प्रतिपक्षाच्या बास्केटमध्ये चेंडू टाकण्याचा प्रयत्न करावयाचा असतो. प्रत्येक खेळाडूने नियमभंग होणार नाही व प्रमाद घडणार नाही याची दक्षता घ्यावयाची असते.

बास्केटबॉल हातांनी खेळावयाचा असतो. चेंडू हातांनी पकडता येईल, फेकता येईल, घरंगळत सोडता येईल किंवा ड्रिबल (Dribble) करता येईल. हाताच्या मुठीने चेंडू मारता येणार नाही. चेंडू लाथाडणे (Kicking), मुद्दाम पायांनी अडवणे हा नियमभंग आहे. चेंडू केवळ पायाला लागला म्हणून तो नियमभंग मानू नये.

चेंडू ताब्यात असताना खेळाडू आपला एक पाय क्रीडांगणात एके ठिकाणी ठेवून दुसरा पाय कोणत्याही दिशेस टाकू शकतो (Pivot). चेंडू ताब्यात असताना खेळाडू चेंडू ड्रिबल करू शकतो. आपल्या ताब्यात असलेला चेंडू फेकणे, एका हाताच्या बोटांनी चेंडूला टप्पी-टप्पी करीत कितीही पावले पुढे जाणे, जमिनीवर आपटणे (Bouncing) किंवा जमिनीवर घरंगळत सोडणे आणि दुसऱ्या खेळाडूचा चेंडूस स्पर्श होण्यापूर्वी पुन्हा त्या चेंडूला स्पर्श करणे या क्रियेला 'ड्रिबल' म्हणतात. ड्रिबल करताना चेंडूचा जमिनीला स्पर्श झाला पाहिजे. (हवेमध्ये एक वेळ चेंडू ड्रिबल करता येतो, म्हणजेच जमिनीवर चेंडू पडण्यापूर्वी त्याला चेंडूला स्पर्श करता येतो.) चेंडू हवेत असताना खेळाडूला कितीही पावले पुढे टाकता येतील. खेळाडूने ड्रिबल करून पुढे ढकललेला चेंडू त्याच्या एका किंवा दोन्ही हातांत थांबतो किंवा त्याच्या दोन्ही हातांना चेंडूचा एकाच वेळी स्पर्श होतो, त्या वेळी ड्रिबल ही क्रिया संपते. ड्रिबलची क्रिया संपल्यावर त्याच खेळाडूला लगेच दुसऱ्यांदा चेंडू ड्रिबल करता येणार नाही. ड्रिबलची क्रिया संपल्यावर त्या चेंडूचा अन्य खेळाडूला, प्रतिस्पर्ध्याच्या

बास्केटला किंवा फळ्याला स्पर्श झाल्याशिवाय ड्रिबलची क्रिया पुन्हा सुरू करणे, हा नियमभंग आहे.

आपल्या ताब्यात असलेला चेंडू घेऊन खेळाडू कोणत्याही दिशेस जाऊ शकतो. मात्र, त्याला पुढील मर्यादा पाळाव्या लागतात- १) उभा असलेला खेळाडू चेंडू स्वीकारून एका पायाचा जमिनीशी संपर्क ठेवून दुसरा पाय कोणत्याही दिशेस टाकू शकतो (Pivot). २) पुढे जात असताना चेंडू हातात आल्यानंतर किंवा ड्रिबलची पहिली क्रिया संपल्यानंतर चेंडू दुसरीकडे टाकण्यासाठी किंवा थांबण्यासाठी खेळाडू दोन अंकी तालाचा (Two Count Rhythm) उपयोग करू शकतो. (चेंडू स्वीकारण्याच्या वेळी त्याच्या कोणत्याही पावलाचा जमिनीशी संपर्क असेल किंवा चेंडू स्वीकारताना त्याची हवेत असलेली दोन्ही पावले चेंडू स्वीकारल्यानंतर एकाच वेळी जमिनीस टेकली असतील, तर एक अंक मोजावा. पहिला अंक पूर्ण झाल्यावर त्याच्या एका पायाचा किंवा एकाच वेळी दोन्ही पायांचा जमिनीस स्पर्श झाला, तर दुसरा अंक पूर्ण होतो.)

आपल्या ताब्यात चेंडू असताना व स्वत: प्रतिस्पर्ध्याच्या अंगणात असताना (Front court) खेळाडूला आपल्या अंगणात (Back court) जाता येणार नाही.

नियमभंगानंतर बाजूच्या रेषेच्या मध्यावरून थ्रो-इन् करणारा खेळाडू मैदानात कुठेही थ्रो-इन करू शकतो.

३) एका जागी उभे असताना चेंडू हातात आल्यावर मागील पाय (Pivot foot) उचलला किंवा चेंडू फेकण्यासाठी खेळाडूने उडी मारली तरी चालते. परंतु पायांचा जमिनीस पुन्हा स्पर्श होण्यापूर्वी चेंडू हातातून सुटला पाहिजे.

४) ड्रिबल सुरू करताना चेंडू हातातून सुटण्यापूर्वी मागील पाय उचलता येणार नाही. या मर्यादांचा भंग झाला, तर थ्रो-इन करण्यासाठी चेंडू प्रतिपक्षाकडे दिला जातो.

एखाद्या खेळाडूने आपल्या हातातील चेंडू पाच सेकंदांच्या आत दुसरीकडे टाकला नाही, घरंगळत सोडला नाही, हाताने मारला नाही किंवा ड्रिबल केला नाही; तर त्या वेळी त्या खेळाडूचा 'हेल्ड बॉल' (Held ball) हा नियमभंग मानावा. तसेच दोन्ही संघांचे दोन किंवा अधिक खेळाडू चेंडू घट्ट धरून ठेवतात, त्या वेळी त्यांचा 'हेल्ड बॉल' नियमभंग मानून जवळच्या वर्तुळाजवळ संबंधित दोन खेळाडूंमध्ये चेंडू उडवून खेळ सुरू करावा. कोणते वर्तुळ जवळचे आहे याबाबत शंका निर्माण झाल्यास मध्य वर्तुळात चेंडू उडवावा.

तीन सेकंदांचा नियम - आपल्या संघाच्या ताब्यात चेंडू असताना खेळाडूला प्रतिस्पर्ध्याच्या अंगणातील नियंत्रित क्षेत्रात तीन सेकंदांपेक्षा अधिक वेळ थांबता येणार नाही. खेळाडूचा नियंत्रित क्षेत्राच्या रेषेला स्पर्श झाला असला, तरी तो

नियंत्रित क्षेत्रात आहे, असे मानले जाते. नियमभंगाबद्दल प्रतिपक्षाला थ्रो-इन मिळतो. (बास्केटकडे फेकलेला चेंडू हवेत असताना किंवा फळ्याला लागून परत येत असताना चेंडू कोणत्याच संघाच्या ताब्यात नाही, असे या वेळी मानले जाते.)

आठ सेकंदांचा नियम - आपल्या अंगणात (Back court) ताब्यात असलेला चेंडू आठ सेकंदांच्या आत प्रतिपक्षाच्या अंगणात (Front court) नेला नाही, तर तो नियमभंग ठरतो व प्रतिपक्षास थ्रो-इन मिळतो. मध्यरेषेच्या पलीकडील प्रतिपक्षाच्या अंगणाला किंवा मध्यरेषेच्या पलीकडील अंगणात असलेल्या खेळाडूला चेंडूचा स्पर्श झाला, तर चेंडू प्रतिपक्षाच्या अंगणात गेला, असे मानले जाते. प्रतिस्पर्ध्याच्या अंगणात नेलेला चेंडू आपल्या अंगणात परत टाकता येणार नाही.

चोवीस सेकंदांचा नियम - चेंडू ताब्यात आल्यापासून संबंधित संघाने चोवीस सेकंदांच्या आत गोल करण्याचा प्रयत्न केला पाहिजे. चेंडू ताब्यात असताना चेंडू क्रीडांगणाच्या बाहेर गेला आणि त्याच संघाला चेंडू मिळाला, तर नवीन चोवीस सेकंद कालावधी सुरू होत नाही.

क्रीडांगणाबाहेर गेलेला चेंडू - खेळाडूचा अंतिम रेषेवर किंवा बाजूच्या रेषेवर किंवा अंतिम रेषेच्या बाजूच्या रेषेच्या बाहेरील जमिनीस स्पर्श झाला असेल, तर तो खेळाडू क्रीडांगणाबाहेर गेला, असे मानले जाते. क्रीडांगणाबाहेर गेलेला खेळाडू, अंतिम रेषेच्या किंवा बाजूच्या रेषेच्या बाहेरील जमीन, अंतिम रेषेबाहेरील किंवा बाजूच्या रेषेबाहेरील वस्तू, फळ्याची मागील बाजू किंवा फळ्याच्या आधाराचे खांब यांना चेंडूचा स्पर्श झाला, तर चेंडू क्रीडांगणाबाहेर गेला, असे मानले जाते. ज्या खेळाडूचा स्पर्श होऊन चेंडू बाहेर गेला असेल, त्याच्या प्रतिस्पर्ध्यास थ्रो-इन मिळतो. निश्चित कोणत्या संघाच्या खेळाडूचा शेवटी स्पर्श होऊन चेंडू बाहेर गेला याबाबत साशंकता असेल, तर जवळच्या वर्तुळाजवळ चेंडू उडवून खेळ सुरु करावा.

थ्रो-इन (Throw in) - क्रीडांगणाबाहेरून चेंडू थ्रो-इन करणारा खेळाडू क्रीडांगणाच्या बाजूच्या / अंतिम रेषेच्या बाहेर उभा राहून क्रीडांगणात उभ्या असलेल्या खेळाडूकडे चेंडू फेकील, घरंगळत सोडील किंवा आपटील. चेंडू पाच सेकंदांच्या आत खेळाडूच्या हातातून सुटला पाहिजे. चेंडू थ्रो-इन करताना त्याच्या पायाचा बाजूच्या रेषेशी किंवा क्रीडांगणाशी स्पर्श नको. तसेच चेंडू फेकल्यानंतर दुसऱ्या खेळाडूचा चेंडूस स्पर्श झाल्याशिवाय त्याने चेंडूस स्पर्श करावयाचा नाही. फील्ड गोल झाला किंवा शेवटच्या फ्री थ्रोमुळे गोल झाला, तर अंतिम रेषेच्या बाहेरून थ्रो-इन केला जाईल. कोचच्या तांत्रिक प्रमादाबद्दल मिळालेल्या फ्री थ्रोमुळे गोल झाला, तर बाजूच्या रेषेबाहेरून थ्रो-इन केला

जाईल. थ्रो-इन केला जात असताना इतर खेळाडू क्रीडांगणात असतील. खेळाडू प्रतिपक्षाच्या अंगणात थ्रो-इन करणार असेल, तर पंचाने / सरपंचाने त्या खेळाडूकडे चेंडू थ्रो-इन करण्यासाठी द्यावा.

डेड बॉल (Dead Ball) - 'डेड बॉल' म्हणजे खेळात नसलेला चेंडू. पुढील प्रसंगांनंतर चेंडू 'डेड' आहे, असे मानले जाते आणि खेळ तात्पुरता थांबविला जातो :

१) गोल झाला.
२) नियमभंग झाला.
३) चेंडू खेळात असताना प्रमाद (Foul) घडला.
४) खेळाडूंनी चेंडू पकडून ठेवला.
५) बास्केटच्या आधारावर चेंडू अडकून राहिला.
६) खेळ सुरू असताना पंचाने / सरपंचाने शिट्टी वाजविली.
७) कोच किंवा बदली खेळाडूच्या तांत्रिक प्रमादाबद्दल फ्री थ्रो केलेला चेंडू बास्केटमध्ये गेला नाही.
८) चेंडू खेळात असताना २४ सेकंदांचा इशारा झाला.
९) दोन/तीन फ्री थ्रोंपैकी पहिला/दुसरा फ्री थ्रो केल्यावर चेंडू बास्केटमध्ये गेला नाही.

(चेंडू हातातून सुटून बास्केटकडे जात असताना मध्यंतरासाठी खेळ थांबण्याचा इशारा झाला किंवा प्रतिस्पर्ध्याचा नियमभंग झाला, पंचाची शिट्टी वाजली तरी त्या वेळी चेंडू डेड होत नाही. त्या वेळी गोल झाला, तर त्याची नोंद होईल. नियमभंगाबद्दल मिळालेल्या फ्री थ्रोनंतर खेळ थांबेल.)

चेंडू खेळात येतो - जंप बॉलमध्ये चेंडू सरपंचांनी वर उडविला; थ्रो-इन करण्यासाठी सरपंचाने खेळाडूच्या हाती चेंडू सोपविला; फ्री थ्रो करण्यासाठी सरपंचांनी चेंडू फ्री-थ्रो करणाऱ्याकडे सोपविला, तर चेंडू खेळात आला असे मानले जाते.

## वर्तनप्रमाद

क्रीडांगणावर खेळत असताना सामना अधिकारी व प्रतिस्पर्धी खेळाडू यांच्याशी वर्तन करताना प्रमाद घडला, तर शासन केले जाते. प्रमादाचे तांत्रिक प्रमाद (Technical Fouls) आणि वैयक्तिक प्रमाद (Personal Fouls) असे दोन प्रकार मानले जातात.

तांत्रिक प्रमाद - खेळाडूकडून पुढील कृती घडल्यास तो त्याचा तांत्रिक प्रमाद मानला जातो.

१) पंच / सरपंच यांच्याबद्दल अनादर दाखविणे.

२) असभ्य अभिनय किंवा अपशब्द यांचा वापर करणे.

३) पंचाने / सरपंचाने वैयक्तिक प्रमाद जाहीर केल्यावर आपला हात योग्यरीत्या वर न करणे.

४) गुणलेखक किंवा सरपंच यांना सांगितल्याशिवाय आपला क्रमांक बदलणे.

५) खेळ सुरू असताना गुणलेखक, पंच किंवा सरपंच यांना कळविल्याशिवाय बदली खेळाडूने क्रीडांगणात प्रवेश करणे.

६) थ्रो-इन घेताना अडथळा आणून खेळ सुरू होण्यास अकारण विलंब करणे.

७) बास्केट होण्यापूर्वी बास्केटची कडी पकडणे.

८) प्रतिपक्षाच्या खेळाडूपुढे हात हलवून त्याला अडथळा आणणे किंवा त्रास देणे. वरील प्रमाद जाणूनबुजून घडले असतील व त्याद्वारे आपल्या संघाचा फायदा व्हावा असा हेतू असेल, तर त्या प्रमादाची संबंधित खेळाडूच्या नावे नोंद होईल आणि प्रतिपक्षास दोन फ्री थ्रो दिले जातील. कप्तान सांगेल त्या खेळाडूला फ्री थ्रो करता येईल. गंभीर प्रमादाची पुनरावृत्ती घडत असेल, तर त्या खेळाडूस सामन्यातून बाद करता येईल.

९) संघाचे पाचपेक्षा अधिक खेळाडू मैदानावर असणे.

१०) निर्धारित त्रुटित काळ संपल्यावर पुन्हा त्रुटित काळाची मागणी करणे.

कोच किंवा बदली खेळाडू यांनी सामना अधिकारी किंवा प्रतिस्पर्धी यांच्याबद्दल अनादर दाखविणारे उद्‌गार काढले किंवा पंचाच्या / सरपंचाच्या परवानगीशिवाय अंगणात प्रवेश केला किंवा आपल्या जागा सोडून खेळ सुरू असताना खेळाडूंना सूचना दिल्या, तर तो तांत्रिक प्रमाद मानावा आणि त्याबद्दल प्रतिपक्षास एक फ्री थ्रो द्यावा. (सामना सुरू होण्यापूर्वी, मध्यंतरासाठी खेळ थांबला असताना किंवा जादा वेळेतील खेळ सुरू होण्यापूर्वी घडलेल्या तांत्रिक प्रमादाबद्दल प्रतिस्पर्धी संघास दोन फ्री थ्रो मिळतील.)

कोच किंवा खेळाडू यांच्याकडून अनवधानाने तांत्रिक प्रमाद घडला असेल व त्याचा खेळावर परिणाम झाला नसेल, तर शासन न करता ताकीद द्यावी. त्यांच्याकडून जाणीवपूर्वक वारंवार प्रमाद घडले, तर खेळाडूला सामन्यातून बाद करावे आणि कोचला क्रीडांगणापासून हद्दपार करावे.

वैयक्तिक प्रमाद - प्रतिस्पर्ध्याशी शारीरिक संघर्ष करून दांडगाईचा खेळ केला, तर तो वैयक्तिक प्रमाद समजला जातो. संबंधित खेळाडूच्या नावे

प्रमादाची नोंद होते. पुढील कृती घडल्यास खेळाडूचा वैयक्तिक प्रमाद घडतो:

१) प्रतिस्पर्ध्याजवळ चेंडू असताना अगर नसताना त्याच्या प्रगतीत अडथळा आणणे. (Blocking)

२) प्रतिस्पर्ध्यास हालचाल करण्यास प्रतिबंध करणे. (Holding)

३) चेंडू खेळण्याच्या योग्य स्थितीत नसताना प्रतिस्पर्धी खेळाडूच्या मागून येऊन दांडगाई करून त्याच्या जवळचा चेंडू घेण्याचा प्रयत्न करणे. (Guarding from the rear)

४) पायात पाय अडकवून प्रतिस्पर्ध्यास पाडणे, त्याला धरून ठेवणे, धक्का मारणे किंवा बाजूस ढकलणे.

५) आडदांडपणाच्या अन्य युक्त्या वापरणे.

६) दांडगाईचा खेळ करून प्रतिस्पर्ध्यास जखमी करणे (खेळाडूस सहेतुकपणे जखमी करणाऱ्या खेळाडूस मैदानाबाहेर काढले जाईल आणि त्याच्या संघाविरुद्ध दोन फ्री थ्रो दिले जातील.

गोल करण्यासाठी चेंडू टाकत असलेल्या प्रतिस्पर्ध्याविरुद्ध वैयक्तिक प्रमाद घडला असेल व त्या वेळी गोल झाला असेल, तर गोलाची नोंद होईल आणि प्रतिपक्षास एक जादा फ्री थ्रो मिळेल. गोल झाला नसल्यास गोल करण्याच्या प्रयत्नात असलेला खेळाडू त्या वेळी थ्री पॉइंट सर्कलच्या बाहेर असेल, तर तीन फ्री थ्रो मिळतील आणि तो खेळाडू थ्री पॉइंट सर्कलच्या आत असेल, तर दोन फ्री थ्रो मिळतील.

गोलात चेंडू टाकत नसलेल्या खेळाडूविरुद्ध वैयक्तिक प्रमाद घडला असेल, तर प्रतिपक्षास बाजूच्या रेषेबाहेरून थ्रो-इन मिळेल.

सहेतुक प्रमाद (Intentional Foul) - चेंडू खेळण्याऐवजी चेंडूचा ताबा असलेल्या प्रतिस्पर्धी खेळाडूशी दांडगाई करण्याचा प्रयत्न केला, तर तो सहेतुक प्रमाद होतो. (हातात चेंडू असलेला खेळाडू सहेतुक प्रमाद करीत नाही, असे नाही.) प्रमादी खेळाडूच्या नावे वैयक्तिक प्रमादाची नोंद होईल आणि प्रतिपक्षास दोन फ्री थ्रो मिळतील. वारंवार सहेतुक प्रमाद करणारा खेळाडू बाद होण्यास पात्र ठरतो. गोल करण्याच्या प्रयत्नात असलेल्या खेळाडूविरुद्ध सहेतुक प्रमाद घडला व गोल झाला, तर त्याची नोंद होईल आणि प्रतिपक्षास एक जादा फ्री थ्रो मिळेल. गोल झाला नाही, तर कोणत्या जागेवरून (थ्री पॉइंट सर्कलच्या बाहेरून की आतून) गोल करण्याचा प्रयत्न केला होता, ते पाहून तीन किंवा दोन फ्री थ्रो दिले जातील.

दुहेरी प्रमाद (Double Foul) - दोन विरोधी खेळाडूंचा परस्परांविरुद्ध एकाच वेळी वैयक्तिक प्रमाद घडला असेल, तर त्याला दुहेरी प्रमाद मानून

संबंधित खेळाडूंच्या नावे वैयक्तिक प्रमादाची नोंद केली जाईल. जवळच्या वर्तुळात चेंडू संबंधित खेळाडूंमध्ये उडवून खेळ पुढे सुरू होईल. या वेळी फ्री थ्रो दिला जात नाही.

बहुविध प्रमाद (Multiple Foul) – एका संघाचे दोन किंवा अधिक खेळाडू एकाच प्रतिस्पर्धी खेळाडूविरुद्ध एकाच वेळी वैयक्तिक प्रमाद करतात. संबंधित प्रमादी खेळाडूंच्या नावे एका वैयक्तिक प्रमादाची नोंद होईल आणि प्रतिपक्षाला एकूण दोन फ्री थ्रो मिळतील. गोल करण्याच्या प्रयत्नात असलेल्या खेळाडूविरुद्ध बहुविध प्रमाद घडला व गोल झाला, तर त्याची नोंद होईल आणि एक जादा फ्री थ्रो दिला जाईल.

खेळाडूंचे पाच प्रमाद - ज्या खेळाडूच्या नावे पाच प्रमादांची (तांत्रिक व वैयक्तिक) नोंद होते, तो खेळाडू सामना पुढे खेळण्यास अपात्र ठरतो. त्याने क्रीडांगणाबाहेर गेले पाहिजे. खेळाडूचा पाचवा प्रमाद हा कोचचा प्रमाद मानून कोचच्या नावे तशी नोंद केली जाईल. पाच प्रमाद करणारा खेळाडू बाहेर जाताच ३० सेकंदांच्या आत बदली खेळाडू क्रीडांगणात आला पाहिजे.

संघ प्रमाद – सामन्याच्या एका सत्रात संघातील खेळाडूंचे एकूण चार प्रमाद (तांत्रिक व वैयक्तिक) झाले, तर त्या सत्रातील उर्वरित खेळात संघाच्या खेळाडूंच्या प्रत्येक वैयक्तिक प्रमादाबद्दल प्रतिपक्षास दोन फ्री थ्रो मिळतात. (जादा वेळेसाठी सामना खेळला गेला, तर तो खेळ दुसऱ्या डावाचाच भाग मानला जाईल.)

**फ्री थ्रो** (Free Throw)

खेळाडू, बदली खेळाडू किंवा कोच यांच्याकडून तांत्रिक प्रमाद घडला किंवा खेळाडूकडून वैयक्तिक प्रमाद घडला, तर प्रतिपक्षाला फ्री थ्रो करावयास संधी मिळते.

प्रतिपक्षाच्या अंगणातील फ्री थ्रो रेषेच्या मागून बास्केटमध्ये चेंडू फेकावयाचा असतो, फ्री थ्रो करणाऱ्याला कोणत्याही खेळाडूने अडथळा आणावयाचा नसतो. चेंडू ताब्यात मिळाल्यापासून पाच सेकंदांच्या आत कोणत्याही पद्धतीने चेंडू फेकावयाचा असतो.

वैयक्तिक प्रमादाबद्दल फ्री थ्रो मिळाला असेल, तर ज्याच्याविरुद्ध प्रमाद घडला असेल, त्या खेळाडूने फ्री थ्रो करावयाचा असतो. (जखमी झाल्याने त्याला फ्री थ्रो करणे शक्य नसेल, तर त्याच्याऐवजी बदली खेळाडू फ्री थ्रो करू शकतो. बदली खेळाडू उपलब्ध नसेल, तर कोणत्याही खेळाडूस फ्री थ्रो करावयास परवानगी दिली जाते.) तांत्रिक प्रमादाबद्दल फ्री थ्रो मिळाला असेल, तर कोणत्याही खेळाडूला फ्री थ्रो करता येईल.

फ्री थ्रो केला जात असताना अंतिम रेषेजवळच्या पहिल्या फ्री थ्रो लेनमध्ये अंतिम रेषेपासून १.७५ मी. अंतरामध्ये कोणताही खेळाडू उभा असणार नाही. पहिल्या लेनमध्ये दोन्ही बाजूंना दोन प्रतिस्पर्धी उभे राहतील. इतर खेळाडू आलटून-पालटून उभे राहतील. चेंडूचा कडीला स्पर्श होईपर्यंत त्यांनी आपल्या जागा सोडावयाच्या नाहीत. कोच किंवा बदली खेळाडूच्या तांत्रिक प्रमादाबद्दल फ्री थ्रो असेल, तर खेळाडूंनी फ्री थ्रो लेन्समध्ये उभे राहण्याची आवश्यकता नाही. (न्यूट्रल झोनमध्ये कोणीही उभे राहणार नाही.)

चेंडूचा कडीला स्पर्श होईपर्यंत फ्री थ्रो करणाऱ्याने फ्री थ्रो रेषेला अगर रेषेपुढील जमिनीला स्पर्श करावयाचा नाही. त्याचा नियमभंग झाला, तर गोल दिला जाणार नाही. खेळाडूच्या प्रमादाबद्दल फ्री थ्रो असेल, तर प्रतिपक्षास थ्रो-इन मिळेल. कोच किंवा बदली खेळाडूच्या तांत्रिक प्रमादाबद्दल फ्री थ्रो असेल तर फ्री थ्रो संपल्यानंतर फ्री थ्रो करणाऱ्या संघास बाजूच्या रेषेबाहेरून, थ्रो-इन मिळेल.

चेंडू बास्केटकडे वरून खाली जाताना, चेंडू बास्केटवर किंवा बास्केटमध्ये असताना कोणत्याही खेळाडूने चेंडूला अगर बास्केटला स्पर्श करावयाचा नाही. फ्री थ्रो करणाऱ्याच्या साथीदाराकडून असा नियमभंग घडला, तर गोल दिला जाणार नाही आणि प्रतिपक्षास थ्रो-इन मिळेल. कोच किंवा बदली खेळाडूच्या तांत्रिक प्रमादाबद्दल फ्री थ्रो असेल आणि असा नियमभंग घडला, तर फ्री थ्रो करणाऱ्या संघास बाजूच्या रेषेबाहेरून थ्रो-इन मिळेल. दोन्ही संघांचा एकाच वेळी नियमभंग घडला, तर गोल दिला जाणार नाही व फ्री थ्रो रेषेवर चेंडू वर उडवून खेळ सुरू होईल. प्रतिपक्षाच्या खेळाडूचा नियमभंग असेल, तर फ्री थ्रो करणाऱ्या संघास एक गुण मिळेल.

फ्री थ्रो केलेल्या चेंडूचा कडीला स्पर्श होईपर्यंत किंवा चेंडूचा कडीला स्पर्श होणार नाही अशी स्पष्ट स्थिती येईपर्यंत कोणत्याही खेळाडूने नियंत्रित क्षेत्राच्या रेषेला किंवा आतील जमिनीला स्पर्श करावयाचा नाही. फ्री थ्रो करणाऱ्या खेळाडूच्या साथीदाराचा असा नियमभंग झाला व गोल झाला असेल, तर त्याची नोंद होणार नाही. प्रतिस्पर्ध्याचा असा नियमभंग झाला व गोल झाला, तर त्याची नोंद होईल आणि गोल झाला नाही, तर फ्री थ्रो करणाऱ्या त्या खेळाडूस एक जादा फ्री थ्रो दिला जाईल. दोन्ही संघांचा एकाच वेळी नियमभंग झाला व गोल झाला, तर याची नोंद होईल. गोल झाला नसेल, तर फ्री थ्रो रेषेवर चेंडू उडवून खेळ सुरू होईल.

खेळ सुरू होण्यापूर्वी, जादा वेळेचा खेळ सुरू होण्यापूर्वी किंवा मध्यंतरासाठी खेळ थांबला असताना घडलेल्या तांत्रिक प्रमादाबद्दल मिळालेल्या दोन फ्री

थ्रोनंतर मध्य वर्तुळात चेंडू उडवून खेळ पुढे सुरू केला जातो.

खेळाडूच्या प्रमादाबद्दल मिळालेल्या फ्री थ्रोपैकी शेवटचा फ्री थ्रो करून गोल झाला, तर प्रतिपक्षास अंतिम रेषेबाहेरून थ्रो-इन मिळेल आणि गोल झाला नाही, तर चेंडू खेळात राहील. चेंडूचा कडीला स्पर्श झालाच नाही, तर प्रतिपक्षाला बाजूच्या रेषेबाहेरून थ्रो-इन मिळेल.

कोचच्या तांत्रिक प्रमादाबद्दल मिळालेल्या फ्री थ्रोमुळे गोल झाला किंवा गोल झाला नाही, तर फ्री थ्रो करणाऱ्या संघाच्या कोणत्याही खेळाडूस बाजूच्या रेषेबाहेरून थ्रो-इन करता येईल.

वैयक्तिक प्रमादाबद्दल फ्री थ्रो मिळाल्यावर फ्री थ्रोऐवजी त्या संघास थ्रो-इन करण्याची मुभा असते. त्या वेळी मध्य रेषेबाहेरून थ्रो-इन करावा.

## त्रुटित काळ (Time Out)

पुढील प्रसंगी खेळ थांबविला जातो व त्या वेळी घड्याळ बंद केले जाते :

१) नियमभंग होणे, प्रमाद घडणे.
२) चेंडू हातात पकडून ठेवणे.
३) खेळाडू जखमी होणे.
४) खेळाडूस पंचाने / सरपंचाने क्रीडांगणाबाहेर काढणे.
५) अन्य कारणासाठी खेळ थांबविण्याचा पंचाने / सरपंचाने आदेश देणे.
६) २ सेकंदांचा इशारा होणे.
७) दांडगाईचा खेळ होणे किंवा प्रमाद घडणे.
८) त्रुटित काळांची मागणी.

## विनंतीनुसार त्रुटित काळ (Charged Time out)

चेंडू खेळात नसताना किंवा फील्ड गोल झाल्यावर त्रुटीत काळासाठी कोच गुणलेखकाला खेळ थांबविण्याची विनंती करू शकतो (Charged Time Out). विनंतीनुसार गुणलेखक खेळ थांबविण्याचा इशारा पंच / सरपंच यांना करतो. पहिल्या दोन सत्रांत प्रत्येक संघाला प्रत्येक सत्रात एकदा आणि पुढील दोन सत्रांत प्रत्येक संघाला तीन वेळा त्रुटित काळाची मागणी करता येते. संबंधित संघाच्या नावे त्रुटित काळाची नोंद केली जाईल. प्रत्येक जादा वेळेच्या खेळात प्रत्येक संघाला एकदा त्रुटित काळाची मागणी करता येईल. एखाद्या संघाने एखाद्या सत्रात त्रुटित काळाची मागणी केली नाही तर त्या त्रुटित काळाची मागणी पुढील सत्रामध्ये करता येणार नाही.

त्रुटित काळाचा अवधी एक मिनिटाचा राहील.

फ्री थ्रो आणि थ्रो इन घेतला जात असताना त्रुटित काळाची मागणी मान्य करता येणार नाही. खेळ चालू असताना त्रुटित काळाची मागणी चेंडू ताब्यात असणाऱ्या संघास करता येईल. त्रुटित काळात खेळाडू मैदानातून आपल्या बेंचकडे जाऊ शकतात.

खेळाडू जखमी झाल्याने खेळ थांबला, तर त्या त्रुटित काळाची नोंद संघाच्या नावे होणार नाही. तसेच बाद केलेल्या (Disqualification) किंवा पाच प्रमाद घडलेल्या खेळाडूच्या जागी ३० सेकंदांच्या आत बदली खेळाडू आत आला, तर संबंधित संघाच्या नावे त्रुटित काळाची नोंद होणार नाही.

## बदली खेळाडू

संघातील जे खेळाडू प्रत्यक्ष क्रीडांगणावर खेळत नसतात, त्यांना बदली खेळाडू म्हणतात. सामन्यात सर्व खेळाडूंच्या जागी बदली खेळाडू घेता येतील.

चेंडू खेळात नसताना बदली खेळाडू घेता येईल. नियमभंगानंतर ज्या संघाकडे थ्रो-इन करण्यासाठी चेंडू असेल, त्या संघाला बदली खेळाडू घेण्याची मागणी करता येईल. त्या वेळी प्रतिस्पर्धी संघालाही बदली खेळाडू घेता येईल. बदली खेळाडूने पंचांच्या परवानगीने आत येताना आपला क्रमांक आणि बाहेर जाणाऱ्या खेळाडूचा क्रमांक सांगावा. सत्रानंतर खेळ थांबला असताना बदली खेळाडू घ्यावयाचे ठरले, तर नवीन सत्राच्या सुरुवातीस त्याने गुणलेखकास सूचना द्यावी.

बदली खेळाडू घेण्याचे काम विनाविलंब तीस सेकंदांच्या आत व्हावे. जर वेळेत बदली खेळाडू घेतला नाही, तर त्या संघाच्या नावे त्रुटित काळाची नोंद होईल. त्या संघाकडे त्या सत्रात त्रुटित काळ शिल्लक नसेल, तर त्या संघाच्या कोचच्या नावे तांत्रिक प्रमादाची नोंद होईल.

१) थ्रो इन साठी किंवा फ्री थ्रो साठी चेंडू खेळाडूकडे दिला असेल तर त्या वेळी बदली खेळाडूची मागणी करता येणार नाही.

२) मैदानावरील एक खेळाडू जखमी झाल्याने पुढे खेळण्यास असमर्थ असेल तर त्याच्या जागी बदली खेळाडू घ्यावाच लागेल.

३) फील्ड गोल झाला त्या वेळी चौथे सत्र किंवा जादा वेळेतील खेळ संपण्यास दोन मिनिटे किंवा त्यापेक्षा कमी वेळ राहिला असेल तर प्रतिस्पर्धी संघास बदली खेळाडू घेता येईल.

## गोल (बास्केट) व गुण

१) खेळातील चेंडू बास्केटमधून वरून खाली येतो त्या वेळी गोल (बास्केट) होतो. अंगणाच्या कोणत्याही भागातून चेंडू बास्केटमध्ये टाकता येतो.

२) चेंडू बास्केटमध्ये खालून वर गेला, तर गोल होत नाही. चेंडू मुद्दाम खालून वर असा टाकला असेल, तर तो नियमभंग मानून प्रतिस्पर्ध्यास बाजूच्या रेषेबाहेरून थ्रो-इन मिळेल.

३) फ्री थ्रोमुळे गोल झाला असेल, तर गोल करणाऱ्या संघास एक गुण मिळतो. फ्री थ्रो केलेल्या चेंडूचा कडीला स्पर्श झाल्यावर आक्रमक किंवा संरक्षक खेळाडूचा वैधरीत्या चेंडूस स्पर्श झाला आणि त्या वेळी गोल झाला, तर त्या गोलसाठी दोन गुण दिले जातात. संरक्षक खेळाडूने चुकून आपल्याच संघाच्या बास्केटमध्ये चेंडू टाकल्याने गोल झाला, तर प्रतिस्पर्धी संघास त्या गोलचे दोन गुण दिले जातील. खेळाडूने जाणीवपूर्वक आपल्याच संघाच्या बास्केटमध्ये चेंडू टाकला आणि गोल झाला तर त्या गोलची नोंद होणार नाही. तो नियमभंग आहे. थ्री पॉइंट सर्कलच्या बाहेरून फील्ड गोल केला, तर तीन गुण मिळतात. थ्री पॉइंट सर्कलच्या आतून फील्ड गोल केला, तर दोन गुण मिळतात.

४) पूर्ण सामन्यात अधिक गुण मिळविणारा संघ विजयी होतो.

५) फील्ड गोल झाला असेल किंवा वैयक्तिक प्रमादाबद्दल मिळालेल्या शेवटच्या फ्री थ्रोमुळे गोल झाला असेल, तर ज्या संघावर गोल झाला असेल, त्या संघाचा खेळाडू अंतिम रेषेच्या बाहेरून चेंडू मैदानात फेकील किंवा आपल्या साथीदाराकडे पास करील. गोल झाल्यानंतर पाच सेकंदांच्या आत चेंडू खेळात आला पाहिजे.

६) कोचच्या तांत्रिक प्रमादामुळे फ्री थ्रो मिळाला असेल आणि फ्री थ्रोनंतर गोल झाला असेल किंवा नसेल, तर फ्री थ्रो करणाऱ्या संघाचा खेळाडू मध्य रेषेच्या बाहेरून चेंडू थ्रो-इन करील.

७) सत्र समाप्तीचा इशारा झाला किंवा सामना संपण्याची वेळ झाल्याचा किंवा जादा वेळेतील खेळाचा वेळ संपल्याचा वेळाधिकाऱ्याने इशारा करण्यापूर्वी किंवा इशारा करताना खेळाडूचा प्रमाद घडला असेल, तर फ्री थ्रोनंतर खेळ थांबवावा. खेळ संपण्याचा इशारा होण्यापूर्वी बास्केटकडे फेकलेल्या चेंडूने गोल झाला, तर तो मान्य होईल.

८) फील्ड गोल करण्याची कृती (Motion) सुरू झाल्यावर त्याच्या प्रतिस्पर्ध्याचा प्रमाद घडला व त्या वेळी गोल झाला, तर तो गोल नोंदविला जाईल. पंचाने / सरपंचाने शिट्टी वाजविल्यानंतर कृती सुरू झाली असेल, तर गोल दिला जाणार नाही.

९) प्रतिपक्षाच्या नियंत्रित क्षेत्रात असणाऱ्या आक्रमक खेळाडूस वरून कडीकडे चेंडू येत असताना चेंडूचा कडीला स्पर्श होईपर्यंत चेंडूला स्पर्श करता येणार नाही. तसेच गोल होण्यासाठी टाकलेला चेंडू कडीच्या वर असताना खेळाडूला

प्रतिस्पर्ध्याच्या बास्केटला किंवा फळ्याला स्पर्श करता येणार नाही. आक्रमक खेळाडूचा असा नियमभंग झाला व गोल झाला, तर तो नोंदला जाणार नाही. प्रतिपक्षाला बाजूच्या रेषेबाहेरून थ्रो-इन मिळेल.

१०) प्रतिस्पर्ध्याने गोल होण्यासाठी फेकलेला चेंडू खाली येऊन कडीला स्पर्श करेपर्यंत किंवा चेंडू कडीला स्पर्श करणार नाही हे स्पष्ट होईपर्यंत संरक्षक खेळाडूस चेंडूला स्पर्श करता येणार नाही. संरक्षक खेळाडूने चेंडू कडीच्या वर असताना बास्केट, कडीच्या मागील ४५ सें.मी. × ५९ सें.मी. मापाचा आयत किंवा आयताच्या आत असलेला चेंडू यांना स्पर्श करावयाचा नाही; तसेच बास्केटमधील चेंडूलाही स्पर्श करावयाचा नाही. संरक्षक खेळाडूच्या अशा नियमभंगाबद्दल आक्रमक संघास एक / दोन / तीन फ्री थ्रो दिले जातील. अंतिम रेषेच्या बाहेरून थ्रो-इन करून खेळ पुढे सुरू होईल.

११) तिसरे सत्र सुरू होण्यापूर्वी तीन मिनिटे अगोदर कप्तानांना खेळ सुरू होण्याबाबत सूचना दिली जाईल. खेळ सुरू करण्याची पंचाने / सरपंचाने घोषणा केल्यानंतर एका मिनिटाच्या आत एखादा संघ क्रीडांगणावर हजर झाला नाही, तर चेंडू खेळात येईल आणि गैरहजर संघ हरल्याचे जाहीर केले जाईल.

१२) सरपंचाने सांगूनही संघाने खेळण्याचे नाकारले, तर तो संघ हरल्याचे जाहीर केले जाईल.

## सामना अधिकारी

सामन्यासाठी एक सरपंच व एक पंच असे अधिकारी असतात आणि त्यांना दोन गुणलेखक, एक वेळाधिकारी आणि एक २४ सेकंद वेळाधिकारी हे सहायक असतात. अधिकाऱ्यांनी काळ्या रंगाचे कॅनव्हास (बास्केटबॉल) शूज व पायमोजे, करड्या रंगाचा शर्ट आणि काळ्या रंगाची पॅन्ट वापरावी.

सरपंच सामना सुरू होण्यापूर्वी साहित्याची तपासणी करून साहित्याला मान्यता देईल. सामना सुरू करताना मध्य वर्तुळात चेंडू उडविणे, गुणलेखक आणि वेळाधिकारी यांच्यामध्ये एखाद्या बाबीबाबत एकमत नसल्यास अंतिम निर्णय देणे; मध्यंतरानंतर, सामना संपल्यावर किंवा कोणत्याही वेळी गुणपत्रकाची तपासणी करणे, गोल झाला किंवा नाही याबाबत एकमत नसल्यास अंतिम निर्णय देणे इत्यादी जबाबदाऱ्या सरपंचाला पार पाडाव्या लागतात.

खेळ सुरू करण्यापूर्वी पंच व सरपंच निर्णय देण्यासाठी क्रीडांगणाची विभागणी करतील. ते नियमानुसार सामन्याचे संचालन करतील. योग्य वेळी खेळ थांबविणे व सुरू करणे, नियमभंग आणि प्रमादाबाबत योग्य शासन करणे, त्रुटित काळाची मागणी मान्य करणे, बदली खेळाडूस परवानगी देणे इत्यादी बाबतींत त्यांनी

निर्णय द्यावयाचे असतात. सामना सुरू होण्याच्या अगोदर वीस मिनिटे, मध्यंतराचा कालावधी, प्रत्यक्ष सामन्याचा कालावधी या वेळेत क्रीडांगणावर व क्रीडांगणाबाहेर घडलेल्या प्रमादांबाबत संबंधितांना शासन करण्याचा त्यांना अधिकार आहे.

खेळाडूचा नियमभंग किंवा प्रमाद घडला, तर ते योग्य इशारा करतील. खेळाडूचा प्रमाद घडताच ताबडतोब शिट्टी वाजवून खेळाडूच्या क्रमांकाचा गुणलेखकाला इशारा करतील आणि फ्री थ्रो रेषेकडे निर्देश करतील किंवा थ्रो-इन करावयास सांगतील किंवा जंप बॉल घेतला जाईल. या वेळी पंच व सरपंच आपल्या जागांची अदलाबदल करतील. गोल झाला, तर त्यांनी शिट्टी वाजवावयाची नाही. गैरवर्तन किंवा असभ्य वर्तन करणाऱ्या खेळाडूला / बदली खेळाडूला किंवा कोचला शासन करण्याचा त्यांना अधिकार आहे.

गुणलेखक सर्व खेळाडूंच्या नावांची व क्रमांकाची नोंद ठेवतो. गुणपत्रकात तो दोन्ही संघांचे गुण, गोल, फ्री थ्रो यांची नोंद करतो. प्रत्येक खेळाडूच्या तांत्रिक व वैयक्तिक प्रमादाची नोंद ठेवतो आणि एखाद्या खेळाडूच्या नावे पाच प्रमाद होताच त्याबाबत सरपंचाला इशारा करतो. विनंतीनुसार घेतलेल्या त्रुटित काळाची नोंद ठेवतो. सामन्याची वेळ संपल्यानंतर चेंडू खेळात नसताना सामना संपल्याचा तो इशारा करतो.

सामना सुरू करण्याची व सामना संपण्याच्या वेळेची नोंद वेळाधिकारी ठेवतो. खेळाच्या वेळेची व खेळ थांबलेल्या वेळेची तो नोंद ठेवतो. विनंतीनुसार त्रुटित काल मान्य केल्यावर तो संबंधित घड्याळ (Time out watch) सुरू करतो आणि वेळ संपताच गुणलेखकामार्फत सरपंचाला इशारा करतो. मध्यंतराची किंवा सामना संपल्याची वेळ होताच घंटा वाजवून तो खेळाची वेळ संपल्याचा इशारा करतो.

'२४ सेकंद वेळाधिकारी' नियमाप्रमाणे इशारा करतो आणि त्याचा इशारा होताच चेंडू 'डेड' मानला जातो.

# ४ : क्रिकेट

## क्रीडांगण व साहित्य

### खेळपट्टी (Pitch)

दोन विकेट्समधील (किंवा दोन्ही बोलिंग क्रीजमधील) अंतरास पिच किंवा खेळपट्टी म्हणतात. दोन विकेट्समध्ये २२ यार्ड (२०.१२ मी.) अंतर असते. खेळपट्टीची रुंदी १० फूट (३.०४ मी.) असते.

सामन्यात खेळपट्टी बदलता येणार नाही. खेळपट्टी खेळास अयोग्य बनली आणि दोन्ही कप्तानांनी संमती दिली, तरच खेळपट्टी बदलावी.

### विकेट्स (Wickets)

तीन स्टम्प्स (Stumps) व त्यांवरील दोन बेल्स (Bails) मिळून विकेट तयार होते. विकेटची रुंदी ९ इंच (२२.९ सें.मी.) असते. स्टम्प्सची जमिनीपासून उंची २८ इंच (७१.१ सें.मी.) असते. स्टम्प्स सारख्या उंचीच्या व समान आकाराच्या असतात. त्यांच्यामधून चेंडू पलीकडे जाणार नाही.

दोन विकेट्समध्ये २२ यार्ड अंतर असते. विकेट्स एकमेकांसमोर व समांतर असतात.

बेलची लांबी ४ $\frac{३}{८}$ इंच (११.१ सें.मी.) असते. स्टंप्सवर आडवी

ठेवल्यावर स्टम्प्सच्यावर बेलची उंची  इंचापेक्षा (१.३ सें.मी.) अधिक असणार नाही.

(जोरदार वारा असेल, तर पंचांच्या संमतीने स्टम्प्सवर बेल्स न ठेवण्याबाबत कप्तान निर्णय घेऊ शकतात.)

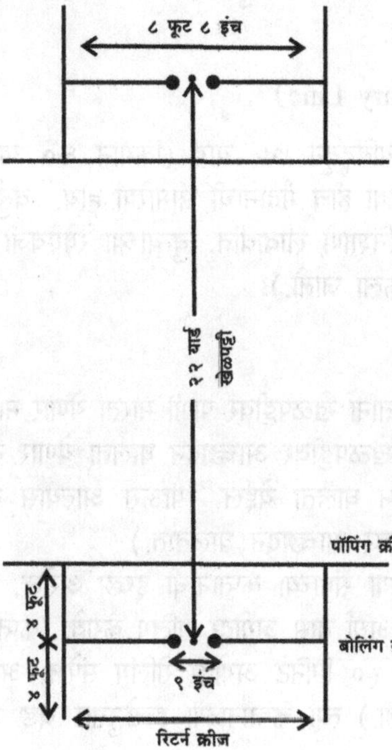


आकृती ११

## बोलिंग व पॉपिंग क्रीज

स्टम्प्सच्या रेषेत दोन्ही बाजूंना एकूण ८ फूट ८ इंच (२.६४ मी.) लांबीची रेषा असते, तिला बोलिंग क्रीज (Bowling Crease) म्हणतात.

बोलिंग क्रीजच्या समोर खेळपट्टीवर बोलिंग क्रीजपासून ४ फूट (१.२२ मी.) अंतरावर बोलिंग क्रीजशी समांतर अशी रेषा असते तिला पॉपिंग क्रीज (Popping Crease) म्हणतात. पॉपिंग क्रीज विकेटच्या दोन्ही बाजूंना प्रत्येकी किमान ६ फूट (१.८३ मी.) वाढविलेले असते. पॉपिंग क्रीजच्या विकेटकडील कडेपासून स्टम्प्सच्या मध्यभागापर्यंत ४ फूट अंतर असते.

**रिटर्न क्रीज** (Return Crease)

बोलिंग क्रीजच्या दोन्ही टोकांशी लंबांतर रेषा काढून रिटर्न क्रीज आखलेले असते. या रेषा पॉपिंग क्रीजपर्यंत पुढे व विकेटच्या पाठीमागे किमान ४ फूट वाढविलेल्या असतात.

**सीमारेषा** (Boundary Line)

खेळपट्टीच्या मध्यबिंदूतून ७५ यार्ड (किमान ६० यार्ड) त्रिज्येने वर्तुळ काढतात. ही वर्तुळ रेषा हीच मैदानाची सीमारेषा होय. (वर्तुळ चुन्याने आखून त्यावर ठिकठिकाणी निशाणे लावावीत. चुन्याच्या रेषेऐवजी अलीकडे पांढऱ्या जाड दोराचा वापर केला जातो.)

**खेळपट्टीची निगा**

सामना सुरू असताना खेळपट्टीवर पाणी मारता येणार नाही. खास नियमांची तरतूद केल्याशिवाय खेळपट्टीवर आच्छादन घालता येणार नाही. गोलंदाजाच्या धावमार्गावर आच्छादन घालता येईल. (पाऊस आल्यास खेळपट्टीचे संरक्षण करण्यासाठी खेळपट्टीवर आच्छादन घालतात.)

फलंदाजी करणाऱ्या संघाच्या कप्तानाची इच्छा असेल, तर प्रत्येक दिवशी खेळ सुरू होण्यापूर्वी अर्धा तास अगोदर रोलिंग करावे. (कप्तानाच्या विनंतीनुसार खेळ सुरू होण्यापूर्वी १० मिनिटे अगोदर रोलिंग संपेल, अशा पद्धतीने रोलिंग करावयास हरकत नाही.) त्या कप्तानाच्या इच्छेनुसार जड अगर हलका रोलर वापरावा.

नाणेफेक झाल्यानंतर लगेच किंवा सामन्याच्या कालावधीत खेळपट्टी कृत्रिमरीत्या सुकवावी लागली, तर त्या वेळी कोणता रोलर वापरावा याचा निर्णय पंच घेतील. त्या वेळी फक्त एक-दोन मिनिटेच रोलिंग केले जाईल.

दररोज खेळ सुरू होण्यापूर्वी आणि नवीन डाव सुरू होण्यापूर्वी पंचांच्या देखरेखीखाली अधिकाधिक ७ मिनिटे रोलिंग करता येईल.

सामना तीन किंवा अधिक दिवसांचा असेल, तर सामन्याच्या कालावधीत दररोज पंचांच्या देखरेखीखाली खेळ सुरू होण्यापूर्वी खेळपट्टीवरील हिरवळ कापली जाईल. सामन्याला सुटी असेल, तर त्या दिवशी हिरवळ कापली जाणार नाही. (तीनपेक्षा कमी दिवसांच्या सामन्यात हिरवळ कापली जात नाही.)

बॅट - बॅटची लांबी ३८ इंचांपेक्षा (९६.५ सें.मी.) अधिक नसावी. बॅटची रुंदी ४.५ इंचांपेक्षा (१०.८ सें.मी.) अधिक नसावी. बॅट लाकडीच असावी.

चेंडू - चेंडूचे वजन १५५.९ ग्रॅमपेक्षा कमी नसावे आणि १६३ ग्रॅमपेक्षा

अधिक नसावे. चेंडूचा परीघ २२.४ सें.मी. पेक्षा कमी नसावा व २२.९ सें.मी. पेक्षा अधिक नसावा.

सामन्यात वापरावयाच्या चेंडूंना सामना सुरू होण्यापूर्वी पंच व कप्तान यांची मान्यता घ्यावी.

सामन्याच्या नवीन डावाच्या (Innings) सुरुवातीस क्षेत्ररक्षण करणाऱ्या संघाचा कप्तान नवीन चेंडू घेईल.

खेळात असलेला चेंडू हरवला किंवा खेळावयास योग्य राहिला नाही, तर सामान्यपणे तितकाच वापरलेला दुसरा चेंडू घेण्यास पंच परवानगी देईल. चेंडू बदलल्याची फलंदाजांना कल्पना दिली जाईल.

एका चेंडूने (तो हरवल्यामुळे किंवा खेळण्यास अयोग्य झाल्यामुळे त्याऐवजी घेतलेल्या चेंडूने) हिरवळ असलेल्या खेळपट्टीवर सलग किमान ८० षटके टाकल्यावर क्षेत्ररक्षक संघाचा कप्तान जुन्या चेंडूच्या जागी नवा चेंडू घेऊ शकतो. जुन्या चेंडूने षटक टाकणे सुरू असताना मध्येच नवा चेंडू घेता येईल. नवा चेंडू घेताच पंचाने नवा चेंडू घेतल्याचा इशारा करावा.

(खेळ सुरू नसताना - जलपान - उपाहार - चहापान - गडी बाद झाल्यावर - व्यत्यय आल्यास - चेंडू पंचाच्या ताब्यात राहील.)

## खेळाडू

दोन संघांमध्ये सामना खेळला जातो. प्रत्येक संघातर्फे ११ खेळाडू खेळतात. त्यांपैकी एक कप्तान असतो. कप्तानाच्या अनुपस्थितीत उपकप्तान कप्तानाची जबाबदारी पार पाडतो. नाणेफेक करण्यापूर्वी संघातील खेळाडूंची नावे कप्तान सादर करतो. त्यामध्ये प्रतिस्पर्धी कप्तानाच्या संमतीशिवाय बदल करता येणार नाही.

सामना सुरू असताना जखमी किंवा आजारी खेळाडूबद्दल प्रतिस्पर्धी कप्तानाच्या संमतीने राखीव खेळाडूंपैकी बदली खेळाडू घेता येईल. बदली खेळाडूला फलंदाजी किंवा गोलंदाजी करता येणार नाही. बदली खेळाडू क्षेत्ररक्षण करू शकतो. विशिष्ट जागेवर क्षेत्ररक्षण करण्यास प्रतिस्पर्धी कप्तान (किंवा फलंदाजी करीत असलेला फलंदाज) त्याला मनाई करू शकत नाही. ज्या खेळाडूबद्दल बदली खेळाडू क्षेत्ररक्षणासाठी आला असेल, तो खेळाडू मैदानावर येताच बदली खेळाडू मैदानाबाहेर जाईल. बदली खेळाडूस यष्टिरक्षक म्हणून काम करता येणार नाही.

शक्यतो पूर्वी फलंदाजी केलेला खेळाडू फलंदाजासाठी पळण्याचे (Runner) काम करू शकतो. फलंदाजासाठी पळणारा (Runner) खेळाडू धावबाद झाला, त्याने चेंडू हाताळला किंवा झेल घेणाऱ्या क्षेत्ररक्षकास त्याने जाणूनबुजून अडथळा

आणला (Obstruction), तर फलंदाज बाद होतो. रनरने फलंदाजाप्रमाणे बाह्य उपकरणे वापरणे आवश्यक आहे.

## सामन्यातील डाव (Innings)

सामना सुरू होण्याच्या वेळेपूर्वी किमान १५ मिनिटे दोन्ही संघांचे कप्तान मैदानावर उपस्थित राहून नाणेफेक करतील. नाणेफेक जिंकणारा कप्तान फलंदाजी किंवा क्षेत्ररक्षण याची निवड करून आपला निर्णय प्रतिस्पर्धी कप्तानास सांगेल. एकदा सांगितलेला निर्णय बदलता येणार नाही.

प्रत्येक संघाला आळीपाळीने दोन डाव खेळता येतात. परंतु पाच दिवसांच्या कसोटी सामन्यात प्रथम फलंदाजी करणाऱ्या संघाने प्रतिस्पर्धी संघाच्या पहिल्या डावातील धावसंख्येपेक्षा २०० किंवा अधिक धावांनी आघाडी मिळविली असेल, तर दुसऱ्या डावात फलंदाजी करण्याचा आपला हक्क राखून प्रतिस्पर्धी संघास दुसऱ्या डावात फलंदाजी करण्यास भाग पाडता येते. (Follow on)

फॉलो-ऑन देण्यासाठी तीन किंवा चार दिवसांच्या सामन्यात १५० धावांची आघाडी, दोन दिवसांच्या सामन्यात १०० धावांची आघाडी मिळावी लागते.

प्रतिकूल हवामानामुळे सामना उशिरा सुरू झाला, तर प्रत्यक्ष खेळाच्या दिवसांच्या संख्येवरून धावांचे आधिक्य विचारात घेऊन फॉलो-ऑन दिला जातो.

फलंदाजी करणाऱ्या संघाचा कप्तान आपल्या संघाचे सर्व गडी बाद झाले नसताना केव्हाही डाव संपल्याचे जाहीर करू शकतो. (Declaration)

ज्या संघाची पहिल्या डावातील धावसंख्या प्रतिस्पर्धी संघाच्या दोन्ही डावांतील एकूण धावसंख्येपेक्षा अधिक असते, त्या संघाला दुसरा डाव खेळण्याची आवश्यकता नाही.

## खेळाची सुरुवात, मध्यंतर व शेवट

प्रत्येक दिवशी कसोटीसाठी ६ तासांचा खेळ होईल. (खेळ सुरू झाल्यापासून उपाहारापर्यंत २ तास, उपाहारानंतर चहापानापर्यंत दोन तास आणि चहापानानंतर दोन तास खेळ होईल.)

सहा तासांच्या खेळात कोणताही व्यत्यय न आल्यास किमान ९० षटके खेळ व्हावा. परंतु सहा तासांपेक्षा कमी वेळात ९० षटके पूर्ण झाली, तरी वेळ पूर्ण होईपर्यंत खेळ पुढे सुरू राहील. निर्धारित वेळेत ९० षटके टाकून झाली नाहीत आणि सूर्यप्रकाश स्वच्छ असेल, तर षटके पूर्ण होण्यासाठी पंच आपल्या अधिकारात ३० मिनिटांपर्यंत खेळ पुढे सुरू ठेवू शकतात. प्रत्येक दिवशी खेळ सुरू होताना, नवीन डाव सुरू होताना व मध्यंतरानंतर पुन्हा खेळ

सुरू होताना, गोलंदाजाच्या बाजूकडील पंच प्ले (Play) (सुरू) असे म्हणेल आणि खेळ सुरू होईल. दोन्ही संघांना खेळ सुरू होत आहे, असे स्पष्ट समजेल, अशा पद्धतीने पंचाने 'प्ले' म्हणून सांगावे. प्ले म्हटल्यानंतर एखाद्या संघाने खेळावयास नकार दिला, तर तो संघ पराभूत झाला, असे समजावे. पंचाने 'प्ले' म्हटल्यानंतर गोलंदाजाला सरावासाठी खेळपट्टीवर चेंडू टाकता येणार नाही.

आहारासाठी (Lunch) ४० मिनिटांपेक्षा अधिक मध्यंतर असणार नाही. चहापानासाठी २० मिनिटांपेक्षा अधिक मध्यंतर असणार नाही. प्रत्येक दिवशी आहारासाठी व चहापानासाठी मध्यंतर होण्यापूर्वी साधारणत: एक तास अगोदर जलपानासाठी खेळ थांबेल. जलपानासाठी ४ मिनिटांपेक्षा अधिक अवधी मिळणार नाही. (जलपान मैदानावर उरकून घ्यावे. जलपानासाठी खेळ थांबविण्याचं संघनायक नाकारू शकतात.)

आहारासाठी, चहापानासाठी किंवा त्या दिवसासाठी खेळ थांबण्यास २ मिनिटांपेक्षा कमी वेळ राहिला असताना एखादा फलंदाज बाद झाला, तर खेळ थांबवावा. जलपानाच्या मध्यंतरास ५ मिनिटांपेक्षा कमी वेळ राहिला असताना फलंदाज बाद झाला, तर त्याच वेळी खेळ थांबवून जलपान उरकून घ्यावे. पुन्हा खेळ सुरू होईल तेव्हा ते षटक पूर्ण करावे.

षटक सुरू असताना वेळ संपली आणि त्या षटकात फलंदाज बाद झाला नसेल, तर षटक पूर्ण होऊ द्यावे.

लेग-साइडला असलेला पंच गोलंदाजाच्या विकेटच्या मागे येऊन उभा राहिला, त्या वेळी मध्यंतरासाठी खेळ थांबविण्याची वेळ झाली नसेल, तर त्या बाजूने षटक पूर्ण झाल्यावर खेळ थांबेल.

बाद झालेल्या फलंदाजाच्या जागी येणारा नवीन फलंदाज २ मिनिटांच्या आत मैदानावर आला पाहिजे. (बाहेर जाणाऱ्या फलंदाजाने सीमारेषा ओलांडण्यापूर्वी आत येणारा फलंदाज मैदानात यावा.)

एक डाव संपल्यावर दुसरा डाव १० मिनिटांत सुरू व्हावा.

सामन्याच्या शेवटच्या दिवशी खेळाच्या वेळेचा एक तास शिल्लक राहिला असताना आणि सामन्याचा निकाल लागला नसताना क्षेत्ररक्षण करणाऱ्या संघास १५ षटके टाकावी लागतील. (६ चेंडूंची १५ षटके) या एक तासाच्या वेळेत किमान १५ षटके टाकून संपली, सामन्याचा निकाल लागला नाही व अजूनही त्या तासातील वेळ शिल्लक असेल, तर वेळ संपेपर्यंत खेळ सुरू राहील. एका तासात १५ षटके टाकली गेली नाहीत आणि वेळ संपली तरी १५ षटके टाकावी लागतील. पावसामुळे किंवा अपुऱ्या प्रकाशामुळे खेळ काही

वेळ थांबवावा लागला, तर त्या तासातील वाया गेलेल्या वेळासाठी ४ मिनिटास एक षटक संख्या कमी करावी. (१५ षटके टाकूनही सामन्याचा निकाल लागण्याची शक्यता नसेल, तर षटके पूर्ण होण्यापूर्वी खेळ थांबवण्याचा निर्णय दोन्ही कप्तान पंचांना सांगू शकतात.)

सामन्याच्या शेवटच्या एका तासाच्या वेळेत संघाचा नवीन डाव सुरू झाला तर डाव सुरू झाल्यापासून उपलब्ध असलेल्या वेळेत ४ मिनिटांस एक षटक याप्रमाणे षटके टाकावीत.

सामन्याच्या शेवटच्या षटकात फलंदाज बाद झाला व त्या वेळी वेळ संपली असली, तरी कोणत्याही एका कप्तानाच्या विनंतीनुसार ते षटक पूर्ण होऊ द्यावे आणि नंतर खेळ थांबवावा.

मध्यंतरासाठी व दिवसासाठी खेळ संपण्याची वेळ होताच किंवा सामना संपण्याची वेळ होताच पंच 'टाइम' (Time) असे पुकारतील आणि त्याच वेळी दोन्ही विकेट्सवरील बेल्स काढून घेतल्या जातील.

सामन्याच्या शेवटच्या तासात एखादा गोलंदाज षटक पूर्ण करण्यास असमर्थ ठरला, तर ते षटक दुसऱ्या गोलंदाजाने पुरे करावे.

## धावा काढणे (Scoring)

फलंदाजाने चेंडू मारल्यानंतर किंवा चेंडू खेळात असताना दोन्ही फलंदाजांनी आपल्या समोरील विकेटची टोके गाठली (फलंदाजाच्या शरीराचा अगर हातात धरलेल्या बॅटचा पॉपिंग क्रीजच्या आत स्पर्श झाला पाहिजे.), तर एक धाव पूर्ण झाली, असे मानतात. फलंदाजाच्या बॅटला किंवा बॅट धरलेल्या मनगटाखालील हाताला लागून गेलेल्या चेंडूवर धावा काढल्या असतील, तर त्या धावा संबंधित फलंदाजाच्या नावावर जमा होतात. चेंडू बॅटला अगर बॅट धरलेल्या हाताच्या मनगटाखालील भागाला न लागता शरीराच्या अन्य भागाला लागला असेल किंवा चेंडूला कशाचाही स्पर्श झाला नाही आणि अशा वेळी धावा काढल्या गेल्या असतील, तर त्या अवांतर धावा म्हणून गणल्या जातात. अवांतर धावा फलंदाजांच्या नावावर जमा होत नाहीत.

धावा काढताना एका किंवा दोन्ही फलंदाजांनी टोक न गाठताच उलट पळून दुसरी धाव घेण्याचा प्रयत्न केला, तर त्या खुरट्या धावेबाबत (Short run) पंच इशारा करील आणि ती धाव मोजली जाणार नाही. पहिली खुरटी धाव घेऊन दुसरी धाव पुरी केली, तर फक्त दुसरी धाव मोजली जाईल. चेंडू 'डेड' होताच पंच आपला हात वरच्या बाजूस वाकवून, हाताच्या बोटांनी आपल्या खांद्याला स्पर्श करून गुणलेखकाला खुरट्या धावेबाबत इशारा करील.

जी धाव काढताना फलंदाज धावबाद झाला असेल, ती धाव मोजली जाणार नाही. तसेच फलंदाज झेलबाद झाल्यास त्या वेळच्या धावा मोजल्या जाणार नाहीत.

धाव किंवा धावा काढल्यानंतर फलंदाज ज्या टोकाकडे असतील, त्याच बाजूला ते राहतील. चौकार किंवा षटकार मारला असेल आणि त्या वेळी फलंदाजांनी धावून धावा काढण्याचा प्रयत्न केला असेल, तर मात्र त्यांनी आपापल्या टोकाला आले पाहिजे.

## चौकार

खेळात असलेल्या चेंडूचा सीमारेषेला (Boundary line) किंवा सीमारेषेऐवजी वापरलेल्या दोराला स्पर्श झाला किंवा चेंडूचा मैदानात टप्पा पडून चेंडूने सीमारेषा ओलांडली, तर चार धावा (चौकार) झाल्या, असे मानतात. क्षेत्ररक्षकाच्या हातात चेंडू असताना किंवा त्याच्या शरीराच्या कोणत्याही भागाला चेंडूचा स्पर्श असताना क्षेत्ररक्षकाचा सीमारेषेला स्पर्श झाला किंवा त्याने सीमारेषा ओलांडली, तरीही चौकाराची नोंद होते.

चेंडू सीमापार होण्यापूर्वी फलंदाजांनी पळून चारपेक्षा अधिक धावा काढल्या असतील, तर त्या वेळी फक्त पळून काढलेल्या धावांची नोंद होईल. ओव्हर-थ्रोमुळे (Over Throw) चेंडू सीमापार झाला, तर त्याबद्दल चार धावा आणि फेकीच्या वेळेपर्यंत फलंदाजांनी पळून काढलेल्या धावा अशा एकूण धावा नोंदल्या जातील.

चेंडू सीमापार होताच पंच आपला हात छातीच्या पुढे उंचावून एका बाजूकडून दुसरीकडे आणि परत याप्रमाणे हलवून गुणलेखकाला चौकाराचा इशारा करतात.

## षट्कार

फलंदाजाने मारलेल्या चेंडूचा पहिला टप्पा सीमारेषेच्या बाहेर पडला, तर सहा धावा नोंदविल्या जातात. चेंडूचा जमिनीला स्पर्श न होता क्षेत्ररक्षकाचा स्पर्श होऊन जरी चेंडू सीमारेषेच्या बाहेर पडला तरी षट्कार नोंदविला जातो. पंच आपले दोन्ही हात वर उभे करून गुणलेखकाला षट्काराच्या नोंदीचा इशारा करतात.

## अवांतर धावा

गोलंदाजाने टाकलेला चेंडू 'नो बॉल' किंवा 'वाइड बॉल' नसेल, त्या चेंडूचा फलंदाजाच्या बॅटला किंवा शरीराला स्पर्श झाला नसेल आणि त्या चेंडूवर धावा काढल्या असतील, तर त्यांना 'बाइज' (Byes) असे म्हणतात.

गोलंदाजाने टाकलेल्या चेंडूचा फलंदाजाच्या बॅटला किंवा बॅट धरलेल्या हाताच्या मनगटाखालील भागाला स्पर्श न होता त्याच्या शरीराच्या अन्य भागाला किंवा कपड्याला स्पर्श झाला असेल व त्या चेंडूवर धावा काढल्या असतील, तर त्यांना 'लेग बाइज' (Leg byes) असे म्हणतात. (फलंदाजाने हेतुपूर्वक शरीराच्या भागाने चेंडू अडविण्याचा प्रयत्न केला असेल किंवा चेंडूला दिशा देण्याचा प्रयत्न केला असेल, तर लेग बाइज नाकारल्या जातात. फलंदाजाने बॅटने चेंडू खेळण्याचा प्रयत्न केलेला असेल आणि असे करूनही त्याच्या शरीराला किंवा कपड्याला चेंडूचा स्पर्श होऊन धावा झाल्या असतील, तर त्या मोजल्या जातात.)

पंच हात उंच करून, हाताची बोटे ताठ करून 'बाय' धावेचा इशारा करतील, लेग बायसाठी गुडघ्याला हात लावून इशारा केला जाईल.

गोलंदाजाने टाकलेला चेंडू 'नो बॉल' किंवा 'वाइड बॉल' म्हणून पंचाने इशारा केला असेल, तर अशा चेंडूबद्दल एक अवांतर धाव मिळते. नो बॉल खेळून फलंदाजाने धावा काढल्या असतील, तर त्या धावा फलंदाजाच्या नावे जमा होतात. त्या वेळी नो बॉलसाठीही अवांतर धाव मिळते.

फलंदाजाने चेंडू मारला असेल व क्षेत्ररक्षकाने कॅप किंवा हॅटच्या साहाय्याने चेंडू अडवला, तटवला किंवा झेलला असेल, तर फलंदाजी करणाऱ्या संघाला पाच अवांतर धावा मिळतात. (खेळाडूच्या बॅटचा चेंडूला स्पर्श झाला असेल, तर पाच धावा त्याच्या नावे जमा होतील.) त्या वेळी फलंदाज बाजू बदलत नाहीत.

अवांतर धावा फलंदाजाच्या नावे जमा होत नाहीत.

### षटक (Over)

सहा चेंडूंचे षटक असते. एका बाजूने गोलंदाजाने षटक टाकल्यानंतर व चेंडू खेळात नाही असे पाहिल्यावर गोलंदाजाच्या विकेटकडील पंच 'ओव्हर' म्हणून षटक संपल्याचे जाहीर करतील. पुढील षटक दुसऱ्या बाजूने दुसरा गोलंदाज टाकतो.

गोलंदाज दोन्ही विकेट्सच्या बाजूने आलटून-पालटून षटके टाकतात. एका गोलंदाजाला कोणत्याही बाजूने कितीही षटके टाकता येतात; मात्र एकाच डावात एका गोलंदाजाला सलग दोन षटके टाकता येणार नाहीत.

गोलंदाजाने षटकात टाकलेले नो बॉल्स किंवा वाइड बॉल्स षटकात धरले जात नाहीत.

गोलंदाज षटक पूर्ण करण्यास असमर्थ असेल किंवा त्याच्या गोलंदाजीबद्दल

त्या षटकात पुढे गोलंदाजी करण्यास त्याला मनाई केली असेल, सामन्याच्या शेवटच्या तासात गोलंदाज षटक पूर्ण करण्यास असमर्थ असेल, तर राहिलेले चेंडू दुसरा गोलंदाज टाकू शकतो.

## नो बॉल (No ball)

गोलंदाजाने नियमाप्रमाणे गोलंदाजी केली नाही, तर गोलंदाजाच्या हातातून चेंडू सुटताच पंच 'नो बॉल' असे मोठ्याने जाहीर करतील आणि एक हात बाजूला जमिनीशी समांतर करून 'नो बॉल' असल्याचा इशारा करतील. (The ball must be bowled, not thrown.)

चेंडू टाकत असताना गोलंदाजाच्या पुढील पायाचा भाग पॉपिंग क्रीजच्या पाठीमागे जमिनीवर किंवा हवेत (Grounded or Raised) नसेल किंवा त्याच्या मागील पायाचा रिटर्न क्रीजला स्पर्श झाला असेल किंवा त्याचा मागील पाय रिटर्न क्रीजच्या आत नसेल, तर गोलंदाजाच्या विकेटजवळील पंच तत्काळ मोठ्याने 'नो बॉल' जाहीर करतील.

गोलंदाज सरळ येऊन गोलंदाजी करणार आहे (Over the wicket) की वळसा घेऊन गोलंदाजी करणार आहे (Round the wicket), हे फलंदाजाला समजले पाहिजे. गोलंदाज उजव्या हाताने की डाव्या हाताने गोलंदाजी करणार आहे, हेही फलंदाजास समजले पाहिजे. त्यानंतर गोलंदाजाने पंचाला न सांगता गोलंदाजी करण्याच्या पद्धतीत (Mode of delivery) बदल केला, तर पंच तो चेंडू नो बॉल म्हणून जाहीर करतील.

गोलंदाजाने धावत येऊन गोलंदाजी (Bowling) न करता तो चेंडू चेंडूस तोंड देणाऱ्या फलंदाजाकडे (त्याला धावबाद करण्यासाठीसुद्धा) फेकला, तर तो चेंडू नो बॉल म्हणून जाहीर केला जाईल.

गोलंदाजाच्या हातातून चेंडू सुटत असताना ऑन साइडला (On side) पॉपिंग क्रीजच्या पाठीमागे दोनपेक्षा अधिक क्षेत्ररक्षक असतील, तर लेग-साइडच्या पंचाने तो चेंडू नो बॉल म्हणून जाहीर करावा.

गोलंदाजाच्या हातातून चेंडू सुटलाच नाही, तर तो नो बॉल म्हणून जाहीर करू नये.

फलंदाज नो बॉल मारून धावा काढू शकतो. फलंदाजाने नो बॉल खेळून धाव काढली नाही, तर संघाला एक अवांतर धाव मिळते.

गोलंदाजी करताना गोलंदाजाच्या स्पर्शाने बोलिंगच्या बाजूची विकेट पडली, तर त्या वेळचा चेंडू नो बॉल होत नाही.

गोलंदाजाने चेंडू टाकण्यापूर्वी न खेळणाऱ्या फलंदाजाने क्रीज सोडले असेल

व गोलंदाजाने विकेट पाडून त्याला बाद केले असेल, तर तो चेंडू नो बॉल धरला जात नाही. फलंदाज बाद झाला किंवा नाबाद राहिला, तरी तो चेंडू षटकात मोजला जात नाही.

जवळचे क्षेत्ररक्षक (सिली मिड्ऑन, सिली मिड्ऑफ) खेळपट्टीवर उभे असतील, तर त्या वेळी चेंडू नो बॉल म्हणून जाहीर करावा.

नो बॉल खेळणारा फलंदाज त्रिफळाचीत, झेलबाद किंवा यष्टिचीत (Stumped) असा बाद होत नाही. मात्र, दोघांपैकी कोणताही एक फलंदाज धावबाद होऊ शकतो. तसेच फलंदाजाने तो चेंडू हाताळला (Handled the ball), दोनदा चेंडू मारला (Hit the ball twice) किंवा हेतुपूर्वक क्षेत्ररक्षकाला अडथळा आणला (Obstruction), तर तो फलंदाज बाद होतो. नो बॉलवर फलंदाज बाद झाला, तर त्याचे श्रेय गोलंदाजाला मिळत नाही.

**वाइड बॉल** (Wide ball)

गोलंदाजाने टाकलेला चेंडू योग्य ठिकाणी पवित्रा (Guard) घेतलेल्या फलंदाजाच्या मारण्याच्या आवाक्याच्या बाहेर असेल (अति उंच किंवा अगदी बाजूला दूर) तर पंच तो चेंडू वाइड बॉल म्हणून जाहीर करतील आणि आपले दोन्ही हात खांद्याच्या रेषेत, जमिनीशी समांतर असे उचलून वाइड बॉलचा इशारा करतील.

फलंदाजाने वाइड बॉल मारला नाही, तर संघाला एक अवांतर धाव मिळते. वाइड पडलेला बॉल खेळून त्यावर फलंदाजाला धावा काढता येतात. (फलंदाज तो चेंडू खेळला, तर तो वाइड बॉल ठरत नाही.)

टाकलेला चेंडू फलंदाजासमोर थांबला, तर तो वाइड बॉल नव्हे. तो चेंडू फटकारून फलंदाज धावा करू शकतो.

वाइड दिलेल्या बॉलवर धावा काढताना दोघांपैकी एक फलंदाज धावबाद होऊ शकतो. तसेच फलंदाजाने तो चेंडू हाताळला, क्षेत्ररक्षकाला अडथळा आणला किंवा स्वयंचीत (Hit wicket) किंवा यष्टिचीत (Stumped) असा फलंदाज बाद होऊ शकतो.

**लॉस्ट बॉल** (Lost Ball)

आजच्या क्रिकेट मैदानांची सुस्थिती पाहता मैदानावर चेंडू हरवणे शक्य नाही. चौकार किंवा षटकार मारलेला चेंडू प्रेक्षकांमध्ये गेला व तो सापडत नसेल, तर त्या हरवलेल्या चेंडूइतकाच वापरलेला दुसरा चेंडू घेऊन खेळ पुढे सुरू होईल.

## डेड बॉल (Dead Ball)

डेड बॉल म्हणजे खेळात नसलेला चेंडू. त्या चेंडूवर धावा काढता येत नाहीत किंवा फलंदाजाला बादही करता येत नाही.

गोलंदाजाने गोलंदाजी करून टाकलेला चेंडू शेवटी (Finally) यष्टिरक्षकाच्या हातात आला किंवा गोलंदाजाच्या हातात परत आला, तर त्या वेळी त्याला डेड बॉल म्हणतात. तसेच पुढील प्रसंगी चेंडू डेड झाला, असे मानले जाते:

१) चेंडू सीमापार झाला.
२) चेंडू फलंदाज किंवा पंच यांच्या कपड्यांत अडकला.
३) फलंदाज बाद झाला.
४) फलंदाज जखमी झाला.
५) पंचाने षटक संपल्याचे जाहीर केले.
६) पंचाने 'टाइम' घोषित केले.
७) फलंदाजाने चेंडू खेळण्यापूर्वी वाऱ्याने बेल्स पडल्या.
८) गोलंदाजाने चेंडू टाकण्यापूर्वी त्याच्या हातातून चेंडू खाली पडला किंवा हातातून चेंडू सुटला नाही.
९) फलंदाज तयार नसताना गोलंदाजाने चेंडू टाकला व फलंदाजाने चेंडू खेळण्याचा प्रयत्न केला नाही.
१०) फलंदाजाला अडथळा आणून बाद करण्याचा प्रयत्न केला.
११) क्षेत्ररक्षकाने कॅप किंवा हॅटच्या साह्याने चेंडू अडवला, तटवला किंवा झेलला.
१२) गोलंदाजाच्या नियमबाह्य गोलंदाजीबद्दल पंचाने खेळात हस्तक्षेप केला.
१३) चेंडू हरवला.

डेड बॉल पुकारताच पंचाने आपले हात गुडघ्याजवळ मागे-पुढे हलवून इशारा करावा. गोलंदाज चेंडू टाकण्यासाठी धावावयास सुरुवात करतो त्या वेळी चेंडू खेळात येतो.

## फलंदाज बाद होणे

## विकेट पडणे

पुढील प्रसंगी विकेट पडली, असे समजतात :

१) चेंडूने स्टम्प किंवा स्टम्प्स उखडून खाली पडणे.
२) चेंडू हातात असताना त्या हाताने बेल्स किंवा स्टम्प्स पाडणे.
३) चेंडू खेळत असताना फलंदाजाच्या बॅटचा, चेंडूचा, शरीराचा किंवा

कपड्याचा स्पर्श होऊन स्टम्प्सवरील बेल्स पडणे.

(चेंडूचा, बॅटचा, शरीराचा किंवा कपड्याचा विकेटला केवळ स्पर्श झाला म्हणून विकेट पडली, असे होत नाही. स्पर्श झाल्यानंतर किमान एक बेल स्टम्प्सवरून खाली आली पाहिजे किंवा किमान एक स्टम्प जागेवरून उखडली गेली पाहिजे.)

**त्रिफळा उडणे** (Bowled)

गोलंदाजाने टाकलेला चेंडू फलंदाजाच्या बॅटला अगर शरीराच्या कोणत्याही भागाला लागून किंवा बॅटला अगर शरीराला न लागता चेंडूने विकेट पडली, तर तो फलंदाज त्रिफळाचीत झाला, असे म्हणतात. (चेंडूचा विकेटला स्पर्श होऊन एक बेल किंवा बेल्स खाली पडल्या, तरच फलंदाज बाद होतो. केवळ चेंडूचा विकेटला स्पर्श झाला म्हणून फलंदाज बाद होत नाही. तसेच वेगवान वारा वाहत असताना बेल्स न वापरण्याचा निर्णय घेऊन खेळ सुरू असेल, तर फलंदाज त्रिफळाचीत झाला किंवा नाही, हे पंचाने ठरवावे.)

**झेलबाद** (Caught)

फलंदाजाच्या बॅटला अगर बॅट धरलेल्या मनगटाखालील हाताला, ग्लव्ह्जला लागून उडालेल्या चेंडूचा जमिनीला स्पर्श होण्यापूर्वी क्षेत्ररक्षकाने तो चेंडू हाताने पकडला, तर तो फलंदाज झेलबाद होतो. क्षेत्ररक्षकाच्या कपड्यात अगर यष्टिरक्षकाच्या पॅडमध्ये चेंडू सापडल्यास (Lodged) फलंदाज झेलबाद होतो.

क्षेत्ररक्षकाने कपडे किंवा अवैध साधनाच्या साहाय्याने चेंडू हेतुपूर्वक पकडल्यास फलंदाज नाबाद राहतो. अवैध मार्गाने फलंदाजास बाद करण्याचा प्रयत्न केला म्हणून फलंदाजी करणाऱ्या संघास पाच धावा बहाल केल्या जातात.

गोलंदाजाने टाकलेल्या चेंडूचा फलंदाजाच्या पॅडला प्रथम स्पर्श होऊन नंतर चेंडूचा बॅटला स्पर्श झाला असेल किंवा बॅटला स्पर्श झाल्यानंतर फलंदाजाच्या पॅडला स्पर्श झाला असेल आणि त्या चेंडूचा जमिनीला स्पर्श होण्यापूर्वी क्षेत्ररक्षकाने तो झेलला असेल, तर फलंदाज झेलबाद होतो.

फलंदाजाने मारलेल्या चेंडूचा जमिनीस स्पर्श न होता तो एका क्षेत्ररक्षकाच्या शरीराला लागून हवेत उडाला व तो त्या अगर दुसऱ्या क्षेत्ररक्षकाने हवेत झेलला, तर फलंदाज झेलबाद होतो.

झेल घेतेवेळी क्षेत्ररक्षकाचे दोन्ही पाय मैदानात पाहिजेत. सीमारेषेच्या बाहेर वाकून चेंडू झेलता येईल. चेंडू पकडल्यानंतर क्षेत्ररक्षक बाहेर गेला तरी चालेल. चेंडू पकडलेल्या हाताचा जमिनीस स्पर्श झाला तरी चालतो.

फलंदाज झेलबाद होतो त्या वेळी काढलेल्या धावा मोजल्या जात नाहीत.

**पायचीत** (L.B.W.)

गोलंदाजाने टाकलेला चेंडू फलंदाजाने बॅट धरलेला मनगटाखालील हात (ग्लव्ह्ज) यांखेरीज दोन्ही विकेटमध्ये असणाऱ्या शरीराच्या अन्य कोणत्याही भागाला लागला आणि चेंडू शरीराच्या भागाला लागला नसता, तर विकेट पडली असती अशी पंचाची खात्री झाली, तर तो फलंदाज पायचीत झाला असा निर्णय दिला जातो.

अ) पुढील चार प्रश्नांची होकारार्थी उत्तरे मिळाली तरच फलंदाजाला पायचीत म्हणून बाद करावे.

१) त्या चेंडूमुळे विकेट पडली असती काय?

२) गोलंदाजाकडील विकेट व फलंदाजाकडील विकेट या सरळ रेषेत चेंडू पडला होता काय? किंवा चेंडू ऑफ-स्टम्पवर पडला होता काय?

३) हाताशिवाय फलंदाजाच्या शरीराच्या अन्य भागाने चेंडू अडविला गेला होता काय?

४) चेंडूचा स्पर्श झालेला शरीराचा भाग (Point of contact) चेंडूचा स्पर्श झाला त्या वेळी एका विकेटपासून दुसऱ्या विकेटपर्यंत काढलेल्या सरळ रेषेत होता काय? (ज्या ठिकाणी स्पर्श झाला, त्या भागाची उंची विचारात घेण्याची आवश्यकता नाही.)

ब) ऑफ-स्टम्पच्या बाहेरच्या बाजूचा चेंडू बॅटने मन:पूर्वक खेळण्याचा प्रयत्न (Genuine attempt) फलंदाजाने केला नाही व फलंदाजाच्या शरीराने तो चेंडू ऑफ स्टम्पच्या बाहेर अडवला गेला नसता तर विकेट पडली असती, अशी पंचाची खात्री पटल्यास व क्षेत्ररक्षकांचे अपील असल्यास फलंदाज पायचीत होतो. लेग स्टम्पच्या बाहेर चेंडू पडला असेल, तर पायचीत दिला जात नाही.

**धावबाद** (Run out)

चेंडू खेळात असताना धाव घेण्याच्या प्रयत्नात असणाऱ्या फलंदाजाच्या शरीराचा किंवा हातात धरलेल्या बॅटचा पॉपिंग क्रीजच्या आतील जमिनीशी प्रत्यक्ष संपर्क नसताना त्याच्याकडील विकेट पडली, तर तो फलंदाज धावबाद होतो.

धाव काढण्यासाठी फलंदाजांनी एकमेकांना ओलांडले असताना विकेट पाडली तर पाडलेल्या विकेटकडे धावणारा फलंदाज धावबाद होतो. त्यांनी त्या वेळी एकमेकांस ओलांडले नसेल, तर पडलेली विकेट सोडणारा फलंदाज धावबाद होतो.

फलंदाजाने मारलेल्या चेंडूला क्षेत्ररक्षकाचा स्पर्श न होता त्या चेंडूने समोरची विकेट पडली आणि त्या वेळी बाजूचा फलंदाज पॉपिंग क्रीजमध्ये नसला तरी तो बाद होत नाही.

जी धाव काढताना फलंदाज धावबाद होतो, त्यापूर्वी काढलेल्या धावा त्याच्या नावावर जमा होतात.

गोलंदाजाच्या हातातून चेंडू सुटण्यापूर्वीच नॉन-स्ट्रायकरने क्रीज सोडली असेल आणि त्या गोलंदाजाने ती विकेट चेंडूने पाडली, तर नॉन-स्ट्रायकर बाद होतो.

**टाइम्ड आउट** (Timed out)

फलंदाज बाद होताच त्याच्या जागी खेळावयास येणाऱ्या खेळाडूने दोन मिनिटांत मैदानावर आले पाहिजे. त्याने अकारण विलंब केला आणि प्रतिस्पर्धी संघाने अपील केले, तर गोलंदाजाच्या बाजूचा पंच त्या खेळाडूला बाद केल्याचा निर्णय देऊ शकतो.

**यष्टिचीत** (Stumped)

गोलंदाजाने टाकलेला चेंडू 'नो बॉल' नसेल, तो चेंडू खेळण्यासाठी फलंदाज पॉपिंग क्रीज सोडून पुढे गेला असेल आणि चेंडूला अन्य क्षेत्ररक्षकाचा स्पर्श होण्यापूर्वी यष्टिरक्षकाने तो चेंडू पकडून विकेट पाडली असेल, तर फलंदाज यष्टिचीत होतो.

यष्टिरक्षकाच्या शरीराला लागून चेंडू विकेटवर आदळून विकेट पडली आणि त्या वेळी फलंदाज पॉपिंग क्रीजच्या पुढे असेल, तर फलंदाज यष्टिचीत होतो. (फलंदाजाच्या बॅटला अगर शरीराला लागलेला चेंडू विकेटच्या पुढे असेल, तर यष्टिरक्षक चेंडू पकडून फलंदाजाला यष्टिचीत करू शकतो. चेंडू फलंदाजाच्या बॅटला अगर शरीराला लागला नसेल, तर तो चेंडू यष्टिरक्षकाने विकेटच्या मागे पकडला पाहिजे.)

**स्वयंचीत** (Hit wicket)

चेंडू खेळण्याच्या प्रयत्नात फलंदाजाच्या बॅटचा, शरीराचा किंवा कपड्याचा स्पर्श होऊन विकेट पडली, तर फलंदाज 'हिट विकेट' बाद होतो. फलंदाजाची कॅप किंवा हॅट विकेटवर पडून बेल्स पडल्या, तरी तो हिट विकेट बाद होतो.

चेंडू खेळून पहिली धाव काढण्यासाठी पळण्यास सुरुवात करताना फलंदाजाच्या बॅटचा, शरीराचा किंवा कपड्याचा स्पर्श होऊन विकेट पडली, तर फलंदाज

हिट विकेट बाद होतो. मात्र, पुढील धावा काढण्यासाठी पळत असताना त्याच्या बॅटच्या, शरीराच्या किंवा कपड्याच्या स्पर्शाने विकेट पडली, तर फलंदाज नाबाद राहतो.

धावबाद किंवा यष्टिचीत होण्याचे टाळण्याच्या प्रयत्नात फलंदाजाकडून विकेट पडली, तर तो नाबाद राहतो.

**चेंडू हाताळणे** (Handled the ball)

फलंदाजाने खेळलेला चेंडू विकेटवर जात असेल व त्या चेंडूने विकेट पडेल असे वाटल्याने फलंदाजाने तो चेंडू हाताने अडविला, तर तो फलंदाज बाद होतो. खेळलेला चेंडू स्थिर असेल व क्षेत्ररक्षकाच्या विनंतीनुसार फलंदाजाने तो चेंडू उचलून त्याच्याकडे दिला, तर फलंदाजाला बाद देऊ नये.

**चेंडू दोनदा खेळणे** (Hit the ball twice)

गोलंदाजाने टाकलेला चेंडू बॅटने अगर शरीराच्या कोणत्याही भागाने अडविल्यानंतर फलंदाजाने तो चेंडू पुन्हा धावा काढण्याच्या उद्देशाने फटकारला तर फलंदाज बाद होतो. मात्र, क्षेत्ररक्षकाने विनंती केल्यावर फलंदाजाने चेंडू बॅटने तिकडे ढकलला, तर फलंदाजाला बाद देऊ नये.

**अडथळा** (Obstructing the field)

कोणत्याही फलंदाजाने झेल पकडणाऱ्या क्षेत्ररक्षकास जाणूनबुजून अडथळा आणला, तर तो चेंडू खेळलेला फलंदाज बाद होतो. धावा काढण्यासाठी पळत असताना नकळत अडथळा आला असेल, तर फलंदाजाला बाद केले जात नाही.

## अपील व निर्णय

क्षेत्ररक्षकाने / क्षेत्ररक्षकांनी 'How's that?' असे अपील केल्याशिवाय पंचाने फलंदाज बाद झाल्याचा निर्णय देऊ नये. गोलंदाजाने पुढील चेंडू टाकण्यापूर्वी किंवा खेळ थांबविण्यासाठी पंचाने 'टाइम' म्हणण्यापूर्वी अपील केले, तरच पंचाने त्या अपिलाची दखल घ्यावी.

निर्णय देण्याच्या बाबतीत संभ्रम निर्माण झाल्यास संबंधित पंच दुसऱ्या पंचाशी विचारविनिमय करू शकतो. शंकानिरसन न झाल्यास फलंदाजाच्या बाजूने निर्णय दिला जातो.

यष्टिचीत, हिट विकेट व फलंदाजाच्या बाजूकडील (Striker's end) धावबाद याबाबतचा निर्णय लेग - साइडचा पंच देईल. इतर पद्धतींनी फलंदाज बाद

झाला असेल, तर त्याचा निर्णय गोलंदाजाच्या विकेटकडील पंच देईल.

आपण बाद झालो आहोत, अशा गैरसमजुतीने एखादा फलंदाज मैदान सोडत असेल, तर पंचाने त्याला खेळण्यासाठी परत बोलवावे.

फलंदाज बाद झाल्याचा निर्णय देताना पंच आपल्या हाताच्या बोटाची तर्जनी डोक्याच्या वर करतील.

फलंदाज त्रिफळाबाद, पायचीत, झेलबाद, यष्टिचीत किंवा हिट विकेट असा बाद झाला असेल, तर श्रेय गोलंदाजाला दिले जाते.

## फलंदाजाची निवृत्ती

खेळताना फलंदाज जखमी झाला, आजारी झाला किंवा अपरिहार्य कारणामुळे फलंदाजी पुढे सुरू ठेवणे त्याला अशक्य झाले; तर तो केव्हाही निवृत्त होऊ शकतो. त्याच्या संघातील फलंदाज बाद झाल्यावर प्रतिस्पर्धी कप्तानाच्या अनुमतीने तो परत खेळावयास येऊ शकतो.

## गोलंदाजी व क्षेत्ररक्षण

गोलंदाजाशिवाय अन्य कोणाही क्षेत्ररक्षकाला चेंडूची चकाकी वाढविण्यासाठी चेंडू पॉलिश करता येणार नाही. (क्षेत्ररक्षक कपड्यावर चेंडू घासू शकतात.) गोलंदाजासह कोणाही क्षेत्ररक्षकास चेंडू हिरवळीवर किंवा मैदानावर घासून चेंडूची स्थिती (Condition) बदलण्याचा प्रयत्न करता येणार नाही. राळ, मेण किंवा तेलकट पदार्थ चेंडूस लावता येणार नाहीत. दवामुळे चेंडू ओला झाला असेल, तर कोरड्या टॉवेलने तो पुसता येईल. चेंडूवर चांगली पकड धरता यावी म्हणून चेंडूच्या शिवणीचे टाके ढिले करता येणार नाहीत.

सामन्याच्या शेवटच्या तासात एखादा गोलंदाज आपले षटक पूर्ण करण्यास असमर्थ असेल, तर दुसरा गोलंदाज त्या षटकातील राहिलेले चेंडू टाकील.

षटक संपविण्यासाठी गोलंदाज अकारण विलंब करून वेळेचा अपव्यय करीत असेल, तर पंचाकडून प्रथम त्याला ताकीद मिळते. ताकीद देऊनही उपयोग झाला नाही, तर पंच कप्तानाला आदेश देऊन त्या गोलंदाजाला गोलंदाजी देण्यास प्रतिबंध करू शकतो. गोलंदाजी करण्यास गोलंदाजास प्रतिबंध केला, तर त्या डावात त्याला पुढे गोलंदाजी करता येणार नाही.

गोलंदाजाच्या पायांनी खेळपट्टीवरील डेंजर झोनचा भाग खराब होत असेल, तर गोलंदाजाला ताकीद दिली जाते. त्याचा परिणाम झाला नाही, तर ही बाब कप्तानाच्या आणि दुसऱ्या पंचाच्या निदर्शनास आणली जाते. याचाही परिणाम झाला नाही, तर पंच 'डेड बॉल' पुकारून संबंधित गोलंदाजाचे षटक संपल्याचे

जाहीर करील व त्या गोलंदाजाला गोलंदाजी न देण्याचा आदेश कप्तानाला दिला जाईल. त्याला त्या डावात पुन्हा गोलंदाजी करता येणार नाही. विकेट समोर पॉपिंग क्रीजपुढील खेळपट्टीवरील पॉपिंग क्रीजपासून ५ फूट लांब आणि ३ फूट रुंद असणाऱ्या क्षेत्राला डेंजर झोन म्हणतात.

सातत्याने आखूड टप्प्याचे वेगवान चेंडू टाकून, फलंदाजाच्या खांद्यापेक्षा उंच उडवून त्याच्या मनात भीतीचे वातावरण निर्माण करणाऱ्या गोलंदाजाविरुद्ध पंच कारवाई करू शकतो. अशा तऱ्हेने गोलंदाजी करणाऱ्या गोलंदाजाला गोलंदाजाच्या विकेटकडील पंच ताकीद देईल. ताकीद देऊनही उपयोग झाला नाही, तर ही बाब दुसरा पंच व कप्तान यांच्या निदर्शनास आणली जाईल. यानंतरही पूर्वीप्रमाणेच गोलंदाजी सुरू राहिली तर पंच चेंडू 'डेड' म्हणून जाहीर करतील आणि ते षटक संपवतील. त्या गोलंदाजाला गोलंदाजी न देण्याचा कप्तानाला हुकूम दिला जाईल. कप्तानाने हुकमाचे पालन केले पाहिजे. त्या गोलंदाजाला त्या डावात पुन्हा गोलंदाजी करता येणार नाही.

खेळ सुरू असताना क्षेत्ररक्षक पंचाला कल्पना देऊन मैदानाबाहेर जाऊ शकतो. त्याच्या जागी क्षेत्ररक्षणास आलेल्या बदली क्षेत्ररक्षकास विशिष्ट जागी क्षेत्ररक्षण करण्यास फलंदाजी करणाऱ्या संघाचा कप्तान किंवा त्याच्या वतीने फलंदाज मनाई करू शकत नाही. आठ मिनिटांपेक्षा अधिक वेळ मैदानाबाहेर गेलेल्या क्षेत्ररक्षकाला परत मैदानावर आल्यावर जितका वेळ तो मैदानाबाहेर होता किमान तितका वेळ गोलंदाजी करता येणार नाही. जखमी झाल्याने बाहेर गेलेल्या गोलंदाजास हा नियम लागू नाही. (दुसऱ्या दिवसाचा खेळ सुरू होताना या अटीचा अवलंब करता येणार नाही.) क्षेत्ररक्षक मैदानाबाहेर गेला किंवा मध्यंतरानंतर तो क्षेत्ररक्षणास मैदानावर आला नाही, तर ही बाब कप्तानाने पंचाच्या निदर्शनास आणून द्यावी.

क्षेत्ररक्षकाला शरीराच्या कोणत्याही भागाने चेंडू अडविता येईल. परंतु कॅप, हॅट इत्यादींच्या साह्याने चेंडू अडविता किंवा झेलता येणार नाही. तसा प्रयत्न केल्यास त्या कृतीबद्दल प्रतिपक्षास पाच धावा दिल्या जातात.

क्षेत्ररक्षकाला विश्रांती घेण्यासाठी मैदानाबाहेर जाता येणार नाही.

फलंदाज चेंडू खेळण्यास तयार असताना त्याचे अवधान विचलित होण्यासाठी आवाज करणे किंवा लज्जास्पद अभिनय करणे, असभ्य शिवराळ भाषेत शेरेबाजी करणे व खेळपट्टीजवळ (२२ यार्ड × १० फूट) हालचाल करणे नियमबाह्य आहे. फलंदाजाच्या बॅटला चेंडूचा स्पर्श होण्यापूर्वी अशी कृती घडली, तर पंच तो चेंडू नो बॉल म्हणून जाहीर करील.

धावा काढण्यासाठी धावणाऱ्या फलंदाजाला मुद्दाम अडथळा आणणे,

गोलंदाजाला सहायक ठरेल अशा पद्धतीने खेळपट्टी खराब करणे, वेळेचा अपव्यय करणे इ. बाबी नियमबाह्य आहेत. क्षेत्ररक्षकांनी चेंडू एकमेकांकडे टाकत राहणे, षटक संपल्यावर किंवा डावऱ्या फलंदाजासाठी जागा बदलण्यास किंवा क्षेत्ररचना करण्यास अकारण विलंब लावणे इ. बाबी अयोग्य (Unfair) आहेत.

यष्टिरक्षक विकेटच्या मागे उभा राहील. गोलंदाजाने टाकलेल्या चेंडूचा बॅटला अगर फलंदाजाच्या शरीराला स्पर्श झाला, फलंदाजाने धाव घेण्याचा प्रयत्न केला; तरच यष्टिरक्षक विकेटच्या पुढील चेंडू पकडू शकतो. त्याच्या कृतीने फलंदाजाला व्यत्यय येऊ नये. क्षेत्ररक्षण करणाऱ्या संघातील फक्त यष्टिरक्षकच ग्लव्ह्ज आणि पॅड्स यांचा वापर करू शकतो. यष्टिरक्षक जखमी झाल्याने पुढे खेळू शकत नसेल, तर अधिकृत ११ खेळाडूंपैकी १ खेळाडू यष्टिरक्षणाची जबाबदारी पार पाडील.

## सामन्याचा निकाल

एका संघाच्या दोन्ही पूर्ण (किंवा घोषित) डावांतील धावसंख्येपेक्षा दुसऱ्या संघाच्या अधिक धावा झाल्या असतील, तर अधिक धावसंख्या असणारा संघ सामना जिंकतो. (सामन्याचा निकाल सांगताना किती धावांनी सामना जिंकला / किती गडी राखून सामना जिंकला / एक डाव आणि किती धावांनी सामना जिंकला, हे सांगितले जाते.)

सामन्याचा निकाल लागला नाही, तर सामना अनिर्णित (Draw) राहतो. (सामन्याचा निकाल लागण्यासाठी सामन्याचा कालावधी संपल्यानंतर कोणत्याही संघाला पुढे खेळण्याची सक्ती करता येणार नाही.) सामना संपल्यावर दोन्ही संघांची धावसंख्या समान असेल, तर सामना बरोबरीत सुटतो.

## पंच

सामन्यासाठी तीन पंच असतील व एक सामनाधिकारी (मॅच रेफरी) असेल. मैदानावर दोन पंच असतील. सामनाधिकारी मैदानाबाहेर असेल. कप्तानाच्या अनुमतीशिवाय सामन्यामध्ये पंच बदलता येणार नाहीत.

नाणेफेक झाल्यानंतर पंचांचे खेळपट्टीवर नियंत्रण राहील. हिरवळ कापणे, रोलिंग करणे या बाबी पंचांच्या देखरेखीखाली केल्या जातील.

खेळपट्टीवर खेळ सुरू ठेवणे धोकादायक आणि तर्कविसंगत आहे, असे पंचांचे मत बनल्यास खेळ तात्पुरता थांबविला जाईल व योगय वेळी पुन्हा सुरू केला जाईल. (हिरवळ ओलसर आहे किंवा चेंडू भिजलेला आहे म्हणून खेळ थांबविता येणार नाही.) खेळपट्टीच्या स्थितीबाबत निर्णय घेण्याचे कप्तानांनी

पंचांकडे सोपवले असेल, तर पंच खेळाडूंच्या अनुपस्थितीत वरचेवर मैदानाची पाहणी करतील आणि खेळपट्टी खेळण्यास योग्य बनताच संघांना खेळ सुरू करण्यास पाचारण करतील.

खेळपट्टी खराब झाल्याने, खेळण्यास अयोग्य बनल्यास खेळ थांबला असताना कप्तानांना न विचारता खेळपट्टी कृत्रिमरीत्या सुकविण्यासाठी पंच कार्यवाही करू शकतात. कृत्रिमरीत्या खेळपट्टी सुकविण्यासाठी उपाययोजना करणे किंवा १-२ मिनिटे रोलिंग करणे, हे पंचांच्या सूचनेनुसार व मार्गदर्शनानुसार होईल. पंचांनी खेळपट्टी सुकवून योग्य बनविण्याचा प्रयत्न केला, तरी ती खेळपट्टी खेळण्यास योग्य आहे किंवा नाही, हे उभय कप्तान ठरवतील. त्यांच्यात मतभेद असतील, तर पंच अंतिम निर्णय देतील.

अंधुक प्रकाशाविरुद्ध फलंदाजाने तक्रार केल्यास किंवा गोलंदाजाने चेंडूच्या स्थितीबद्दल तक्रार केल्यास पंच निर्णय देतील. खेळाडूंनी अपील केल्यावर पंचाने होकारात्मक किंवा नकारात्मक निर्णय दिला पाहिजे. अंधुक प्रकाशाबाबत क्षेत्ररक्षण करणाऱ्या संघास अपील करता येणार नाही.

खेळाडूंच्या नियमबाह्य कृतीबद्दल पंच तत्काळ लक्ष पुरवतील आणि संबंधित खेळाडूंच्या गैरवर्तनाबद्दल योग्य दखल घेण्याची त्यांच्या कप्तानांना विनंती करतील.

खेळ सुरू करताना पंच 'प्ले' असा इशारा करतील. षटक संपताच 'ओव्हर' असा इशारा दिला जाईल. मध्यंतरासाठी, दिवसासाठी किंवा सामना संपत असताना खेळ थांबत असेल त्या वेळी 'टाइम' असा इशारा करून बेल्स काढून घेतल्या जातील.

गोलंदाजाने टाकलेला चेंडू नियमबाह्य असेल (नो बॉल किंवा वाइड बॉल), फलंदाजांनी खुरटी धाव घेतली असेल, चौकार किंवा षटकार मारला असेल, अवांतर धावा काढल्या असतील (बाय, लेग बाय), फलंदाज बाद झाला असेल; तर पंच गुणलेखकाला योग्य इशारा करतील.

एक पंच गोलंदाजाकडील विकेटच्या मागे उभा राहतो व दुसरा पंच लेग - साइडला उभा राहतो. (लेग-साइडचा पंच फलंदाजाला व क्षेत्ररक्षण करणाऱ्या संघाच्या कप्तानाला सांगून ऑफ साइडला उभा राहू शकतो.) प्रत्येक संघाचा एक-एक डाव पूर्ण झाल्यावर पंच आपल्या बाजू बदलतात.

तिसरे पंच मैदानाबाहेर बसलेले असतात. ते अशा ठिकाणी बसलेले असतात की, त्यांना मैदानावरील सर्व हालचाली स्पष्ट दिसतात. त्यांच्यासमोर टी.व्ही. असतो. मैदानावरील पंचांना धावबाद, झेलबाद आणि यष्टिचीत याबाबत निर्णय देणे अवघड वाटेल किंवा निर्णय देण्याबाबत शंका निर्माण होईल त्या वेळी तिसऱ्या पंचाकडून निर्णय मागतात. मैदानाच्या विविध भागांत बसवलेल्या कॅमेऱ्यांच्या

साह्याने टी.व्ही.वर ती विशिष्ट परिस्थिती स्लो मोशनमध्ये पाहून फलंदाज बाद किंवा नाबाद ठरवतात व त्याप्रमाणे निर्णय देतात. फलंदाजाने मारलेल्या चेंडूवर चौकार की षट्कार असा संभ्रम निर्माण झाल्यास मैदानावरील पंच तिसऱ्या पंचाशी संपर्क साधून निर्णय मागवतो आणि त्याप्रमाणे तिसरा पंच निर्णय देतो. तिसऱ्या पंचाने दिलेला निर्णय अंतिम असतो.

## सामना अधिकारी (मॅच रेफरी)

'क्रिकेट हा सभ्य माणसांचा खेळ आहे', असे म्हटले जात असले तरी अलीकडे काही खेळाडू असभ्यपणाचे व अखिलाडू वृत्तीचे वर्तन करताना दिसतात. खेळाडूंच्या या बेजबाबदार आणि असभ्य वर्तनाला आळा घालण्यासाठी सामना अधिकाऱ्याची नियुक्ती केलेली असते. मैदानाबाहेर राहून खेळाडूंच्या हालचालींचे, वर्तनाचे ते बारकाईने निरीक्षण करतात. प्रतिस्पर्धी खेळाडूंचे अवधान विचलित करण्यासाठी, त्याला डिवचण्यासाठी असभ्य भाषेत शेरेबाजी करणे, शिवराळ भाषा वापरणे, असभ्य अंगविक्षेप करणे, निर्णयाबाबत पंचाशी हुज्जत घालणे इत्यादी बाबी क्रिकेट मैदानावर अपेक्षित नाहीत. अशा बाबींकडे त्यांचे खास लक्ष असते. पंचांशी विचारविनिमय करून तो खेळाडूच्या / खेळाडूंच्या असभ्य वर्तनाची खात्री करून घेतो. खेळाडूच्या / खेळाडूंच्या अपराधाचे गांभीर्य विचारात घेऊन तो शासन करू शकतो. अशा अपराधी खेळाडूवर / खेळाडूंवर पुढील एक किंवा अनेक सामने खेळण्यावर बंदी घालू शकतो.

## गुणलेखक

सामन्यासाठी एक किंवा दोन गुणलेखक असतात. फलंदाजांनी काढलेल्या धावा, अवांतर धावा, गोलंदाजांची गोलंदाजी, फलंदाज बाद होणे यांची नोंद गुणलेखकाने ठेवावयाची असते. गुणलेखकाला पंचांच्या इशाऱ्यांचा योग्य अर्थ समजला पाहिजे. पंचांचा इशारा मिळताच गुणलेखकाने इशाऱ्याची नोंद घेतल्याबद्दल परत इशारा करावा.

# एक दिवसाचे क्रिकेट सामने

मर्यादित षटकांचे किंवा एक दिवसाचे क्रिकेट सामने प्रेक्षणीय व लोकप्रिय ठरत आहेत. क्रिकेटच्या नियमांत फारसा बदल न करता चेंडूचा रंग, खेळाडूंच्या कपड्यांचा रंग, क्रीडांगणाचा वापर, षटकांची संख्या, गोलंदाजी इ. बाबतींत काही बंधने घालून क्रिकेटरसिकांना सनसनाटी खेळ पाहून मनमुराद आनंद लुटता यावा याची जणू सोयच झाली आहे.

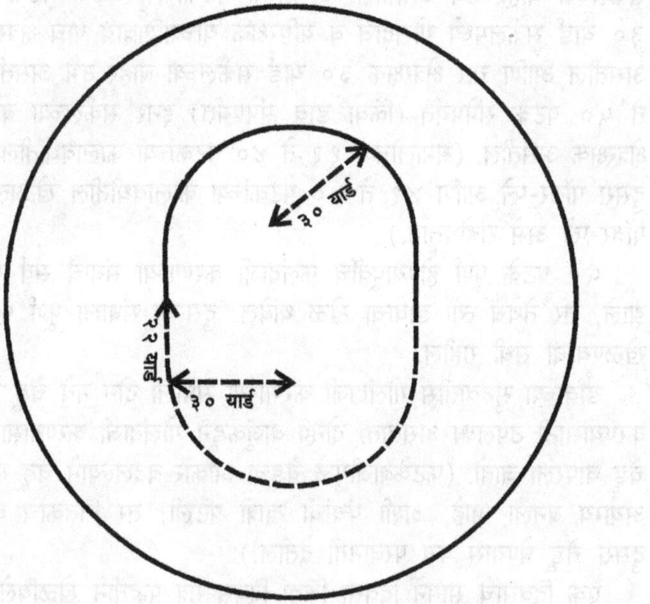


**आकृती १२ : मर्यादित षटकांचे क्रिकेट क्रीडांगण**

**क्रीडांगणावरील बंधने** (Field Restrictions)

क्रिकेटचे पूर्ण क्रीडांगण वापरले जाते, परंतु त्या क्रीडांगणातच एक लंबवर्तुळाकृती मर्यादित क्षेत्र आखण्यात येते. दोन्ही विकेटच्या मधल्या यष्टीपासून ३० यार्ड त्रिज्येने खेळपट्टीच्या दोन्ही बाजूंना (विकेटच्या मागे) दोन अर्धवर्तुळे आखली जातात. या अर्धवर्तुळांची टोके सरळ रेषांनी जोडली जातात. (आकृती नं. १२)

फलंदाजांच्या फटकेबाजीमुळे गोलंदाजांची धुलाई होत असल्याने गोलंदाज नाउमेद होत व त्यांच्या गोलंदाजीची लयही बिघडत असे. फलंदाजी व गोलंदाजी यामध्ये समतोल राखण्यासाठी आंतरराष्ट्रीय क्रिकेट संघटनेने एक दिवसाच्या क्रिकेट सामन्यासाठी काही नियम बदलले आहेत आणि ते ५ जुलै २०१५ पासून अमलात आले आहेत.

दोन्ही संघांना प्रत्येकी ५० षटकांचा एक-एक डाव खेळता येतो. डावातील पहिल्या १० षटकांचा अनिवार्य पॉवर-प्ले पूर्ण होईपर्यंत क्षेत्ररक्षण करणाऱ्या संघाचे फक्त दोनच क्षेत्ररक्षक गोलंदाजाच्या हातातून चेंडू सुटेपर्यंत ३० यार्ड

सर्कलच्या बाहेर उभे असतील. अकराव्या षटकापासून ४० षटके संपेपर्यंत ३० यार्ड सर्कलमध्ये गोलंदाज व यष्टिरक्षक यांच्याशिवाय पाच क्षेत्ररक्षक उभे असतील आणि चार क्षेत्ररक्षक ३० यार्ड सर्कलच्या बाहेर उभे असतील. ४१ ते ५० षटके संपेपर्यंत (किंवा डाव संपेपर्यंत) इनर सर्कलच्या बाहेर पाच क्षेत्ररक्षक असतील. (समालोचक ११ ते ४० षटकांच्या कालावधीतील खेळाला दुसरा पॉवर-प्ले आणि ४१ ते ५० षटकांच्या कालावधीतील खेळाला तिसरा पॉवर-प्ले असे संबोधतात.)

५० षटके पूर्ण होण्यापूर्वीच फलंदाजी करणाऱ्या संघाचे सर्व गडी बाद झाले, तर तेथेच त्या डावाचा खेळ थांबेल. दुसऱ्या संघाला पूर्ण ५० षटके खेळण्याची संधी राहील.

डावाच्या सुरुवातीस गोलंदाजी करणाऱ्या संघाला दोन नवे चेंडू गोलंदाजी करण्यासाठी उपलब्ध असतात. दोन्ही बाजूंकडून गोलंदाजी करण्यासाठी १-१ चेंडू वापरला जातो. (फटकेबाजीमुळे चेंडूचा आकार बदलल्याने चेंडू खेळण्यास अयोग्य बनला आहे, अशी पंचांची खात्री पटली, तर तितकाच वापरलेला दुसरा चेंडू घेण्यास पंच परवानगी देतील.)

एक दिवसाचे सामने दिवसा किंवा दिवस-रात्र पद्धतीने खेळविले जातात. दोन डावांमध्ये ३० मिनिटांची विश्रांती (मध्यंतर) राहील. डावामधील साधारण १ तास १० मिनिटांच्या अंतराने जलपानासाठी दोन वेळा खेळ थांबेल. जलपानासाठी चार मिनिटांपेक्षा अधिक वेळ घालवू नये.

**अवांतर धावा :** गोलंदाजाने टाकलेला चेंडू नो बॉल किंवा वाइड बॉल असेल, तर त्याबद्दल अवांतर धावा मिळतात. गोलंदाजाला अंडरहँड गोलंदाजी करता येणार नाही. असा टाकलेला चेंडू पंचाकडून नो बॉल म्हणून जाहीर केला जातो.

गोलंदाजाने टाकलेला चेंडू फुल टॉस असेल आणि फलंदाजाच्या कमरेपेक्षा अधिक उंचीवरून आला असेल तर तो चेंडू नो बॉल ठरतो.

गोलंदाज एका षटकामध्ये फलंदाजाच्या खांद्याच्या/डोक्याच्या वरून मागे जाणारे आखूड टप्प्याचे उसळते दोन चेंडू टाकू शकतो. असे दोन उसळते चेंडू टाकल्यावर पंच गोलंदाजाला तशी सूचना देतात. सूचना देऊनही गोलंदाजाने तिसरा उसळता चेंडू टाकला तर तो नो बॉल दिला जातो. पुढील कोणत्याही एखाद्या षटकात त्याच गोलंदाजाने तीन उसळते चेंडू टाकले तर तिसरा उसळता चेंडू नो बॉल म्हणून घोषित केला जातो. ही बाब पंच दुसऱ्या पंचाच्या आणि क्षेत्ररक्षण करणाऱ्या संघाच्या कप्तानाच्या निदर्शनास आणतात. तसेच त्या गोलंदाजाला अंतिम ताकीद देतात. त्याच गोलंदाजाने तिसऱ्यांदा एका षटकामध्ये

तीन उसळते चेंडू टाकले तर तिसरा चेंडू नो बॉल दिला जातो. पंच क्षेत्ररक्षण करणाऱ्या संघाच्या कप्तानाला बोलावून त्या डावात त्या गोलांदाजाला पुन्हा गोलंदाजी न देण्याची आज्ञा करतात. ते षटक अपूर्ण राहिले असेल तर अन्य गोलंदाज ते षटक पूर्ण करतो. कोणत्याही गोलंदाजाने कोणत्याही प्रकारे टाकलेला चेंडू पंचाने नो बॉल म्हणून घोषित केला तर त्या षटकातील पुढील चेंडूवर फ्री हिट मारण्याची संधी फलंदाजाला मिळते. फ्री हिट मारणारा खेळाडू त्या चेंडूवर त्रिफळाबाद/झेलबाद/पायचीत/यष्टिचीत पद्धतीने बाद होत नाही. फ्री हिट मारणारा खेळाडू धाव/धावा काढण्याच्या प्रयत्नात असेल तर तो फलंदाज किंवा त्याचा साथीदार धावबाद होऊ शकतो. (फ्री हिट मारणारा खेळाडू चेंडू हाताळणे/चेंडू दोनदा खेळणे/क्षेत्ररक्षकाला अडथळा करणे या पद्धतीने बाद होऊ शकतो.)

मैदानावर खेळत असलेला फलंदाज जखमी झाला तर त्याला मदतीसाठी 'रनर' घेता येणार नाही.

पाऊस, अंधुक प्रकाश किंवा अन्य अपरिहार्य कारणांमुळे सामना उशिरा सुरू झाला, तर त्या प्रमाणात डावातील षटकांची संख्या कमी होईल. प्रथम फलंदाजी करणाऱ्या संघापेक्षा दुसऱ्या संघास कमी षटके खेळावयास मिळाली, तर डकवर्थ-लुईस पद्धतीप्रमाणे दुसऱ्या संघाने करावयाची धावसंख्या निश्चित केली जाईल. प्रत्येक संघाला फलंदाजी करावयास किमान २० षटके मिळालीच पाहिजेत.

**सामन्याचा निकाल :** दोन्ही संघ ५०-५० किंवा निर्धारित षटके खेळले, तर त्या संघांची एकूण धावसंख्या विचारात घ्यावी. अधिक धावसंख्या असणारा संघ विजयी होईल. सामन्यामध्ये दोन्ही संघांची धावसंख्या समान झाली तर डकवर्थ - लुईस पद्धतीने सामन्याचा विजयी संघ ठरविला जातो. स्पर्धेतील अंतिम सामना समान धावसंख्येवर संपला तर दोन्ही संघांची बरोबरी (Tie) झाली, असे मानले जाईल. (त्या वेळी कोणत्या संघाचे किती गडी बाद झाले होते याचा विचार करण्याची आवश्यकता नाही.) दोन्ही संघ संयुक्त विजेते ठरतील.

## सामना अधिकारी

एक दिवसाच्या सामन्यासाठी तीन पंच व मॅच रेफरी असे अधिकारी असतात. दोन पंच मैदानावर असतात आणि तिसरा पंच मैदानाबाहेर असतो. मैदानावर असलेले दोन पंच सामन्यावर नियंत्रण ठेवतात व नियमाप्रमाणे निर्णय देतात. मैदानाबाहेर असलेला तिसरा पंच अशा ठिकाणी बसलेला असतो की,

त्याला मैदानावरील सर्व हालचाली स्पष्ट दिसतात. त्याच्यासमोर टी.व्ही. असतो. मैदानावरील पंचांना धावबाद, झेलबाद किंवा यष्टिचीत याबाबत निश्चित निर्णय देणे अवघड वाटेल किंवा निर्णय देण्याबाबत शंका निर्माण होईल, त्या वेळी ते तिसऱ्या पंचाकडे निर्णय मागतात. मैदानाच्या विविध भागांत बसवलेल्या कॅमेऱ्यांच्या साह्याने टी.व्ही.वर ती विशिष्ट परिस्थिती स्लो मोशनमध्ये पाहून फलंदाज बाद किंवा नाबाद ठरवतो आणि त्याप्रमाणे निर्णय देतो. फलंदाजाने मारलेल्या चेंडूवर चौकार की षटकार असा संभ्रम निर्माण झाल्यास मैदानावरील पंच तिसऱ्या पंचाशी संपर्क साधून निर्णय मागवितो आणि त्याप्रमाणे तिसरा पंच निर्णय देतो. तिसऱ्या पंचाने दिलेला निर्णय अंतिम असतो.

सामना अधिकारी (मॅच रेफरी) मैदानाबाहेर राहून खेळाडूंच्या वर्तनाचे निरीक्षण करतात. मैदानावर असभ्य व बेशिस्त वर्तन करणाऱ्या खेळाडूंवर दंडात्मक कारवाई करण्याचा त्याला अधिकार आहे.

## नवीन नियम

पूर्वी गोलंदाजाने चेंडू हातातून सोडल्यानंतर फलंदाज तो खेळायच्या आत क्षेत्ररक्षकांना कोणतीही लक्षणीय हालचाल करण्याची परवानगी नव्हती. नवीन नियमाप्रमाणे फलंदाज चेंडू खेळण्यापूर्वीच क्षेत्ररक्षक आपली जागा (Position) सोडून दुसऱ्या पोझिशनकडे जाऊ शकतो. गोलंदाजाने टाकलेला चेंडू फलंदाज कोणत्या दिशेला खेळेल याचा अंदाज घेऊनच त्याने आपली पोझिशन बदलणे आवश्यक आहे.

## २०-२० षटकांचे क्रिकेट सामने

क्रिकेटरसिकांना गतिमान व सनसनाटी खेळ पाहावयास आवडत असल्याने एक दिवसाचे क्रिकेट सामने लोकप्रिय ठरले. सुमारे तीन-सव्वातीन तासांत संपणाऱ्या २०-२० षटकांच्या सामन्यांतील झंझावाती फलंदाजी पाहण्यासाठी प्रेक्षक अधिकच गर्दी करू लागले. २००७ मध्ये दक्षिण आफ्रिकेत पार पडलेल्या २०-२० षटकांच्या पहिल्या आंतरराष्ट्रीय क्रिकेट स्पर्धेत टीम इंडियाने अजिंक्यपद मिळविले; त्यामुळे २०-२० षटकांच्या सामन्याचे आकर्षण अधिकच वाढले.

२०-२० षटकांच्या सामन्यासाठी एक दिवसाच्या सामन्यासाठी वापरले जाणारे मैदान वापरले जाते. एक दिवसाच्या सामन्यांच्या नियमांमध्ये काही बदल करून २०-२० षटकांचे सामने खेळविले जातात. दोन्ही संघांना प्रत्येकी २० षटके फलंदाजी करावयास मिळते. फलंदाजी करणाऱ्या संघाचे सर्व फलंदाज

त्या डावात २० षटके संपण्यापूर्वीच बाद झाले, तर त्यांचा डाव तिथेच संपतो. २० षटके पूर्ण होईपर्यंत खेळ सुरू राहत नाही. नंतर फलंदाजी करणाऱ्या संघाने २० षटके संपण्यापूर्वीच प्रथम फलंदाजी करणाऱ्या संघाने केलेली धावसंख्या पार केली, तर सामना तेथेच संपतो. २० षटके पूर्ण होईपर्यंत पुढे खेळण्याची आवश्यकता नाही.

काही अपरिहार्य कारणांमुळे सामना उशिरा सुरू झाला तर षटकांची संख्या वाया गेलेल्या वेळेच्या प्रमाणात कमी करावी लागते. त्या प्रमाणात गोलंदाजाने टाकावयाची षटके व पॉवर प्लेची षटके कमी होतात. प्रथम फलंदाजी करणाऱ्या संघाला २० षटके फलंदाजी करण्याची संधी मिळाली; परंतु व्यत्यय आल्यामुळे उर्वरित वेळेत दुसऱ्या संघाला फलंदाजीसाठी २० पेक्षा कमी षटके मिळतील. एका तासात १४-२८ षटके टाकणे आवश्यक असल्याने उर्वरित वेळेसाठी षटकांची संख्या निश्चित केली जाते आणि डकवर्थ - लुईस पद्धतीने विजयासाठी आवश्यक असणाऱ्या धावांची संख्या निश्चित केली जाते.

डावातील पहिल्या सहा षटकांसाठी क्षेत्ररक्षणावर बंधने असतात. सहा षटकांचा पॉवर-प्ले सुरू असताना गोलंदाजाच्या हातून चेंडू सुटतो, त्या वेळी क्षेत्ररक्षण करणाऱ्या संघाचे फक्त दोन क्षेत्ररक्षक ३० यार्ड सर्कलच्या बाहेर क्षेत्ररक्षणास उभे राहू शकतात.

ऑन साइडला (लेगसह) पाचपेक्षा अधिक क्षेत्ररक्षक असणार नाहीत. सातव्या षटकापासून पाच क्षेत्ररक्षकांपेक्षा अधिक क्षेत्ररक्षक इनर सर्कलच्या बाहेर असणार नाहीत.

२० षटकांचा डाव ७५ मिनिटांत संपला पाहिजे. ७५ मिनिटांत डाव पुरा झाला नाही तर क्षेत्ररक्षण करणाऱ्या संघावर उरलेल्या प्रत्येक पूर्ण षटकामागे सहा धावांची दंडात्मक कारवाई केली जाते. म्हणजेच ७५ मिनिटांनंतर उर्वरित प्रत्येक पूर्ण षटकामागे फलंदाजी करणाऱ्या संघास सहा धावा बहाल केल्या जातात. (फलंदाजाकडूनही वेळेचा अपव्यय केला जातो. एखादा महत्त्वाचा निर्णय घेण्यासाठी तिसऱ्या पंचालाही अधिक वेळ लागू शकतो. काही वेळा प्रेक्षकांकडूनही खेळात व्यत्यय आणला जातो तसेच जखमी फलंदाजावर प्रथमोपचार या आणि अशाच कारणांमुळे झालेला वेळेचा अपव्यय लक्षात घेऊन पंच दंडात्मक कारवाईबाबत विचारपूर्वक निर्णय घेतात.)

क्षेत्ररक्षण करणाऱ्या संघाचा कोणताही गोलंदाज चारपेक्षा अधिक षटके गोलंदाजी करू शकणार नाही. ही चार षटके त्याने एकाच बाजूने टाकावीत, असे नाही. एखादा गोलंदाज षटक पूर्ण करण्यास असमर्थ ठरला, तर त्या षटकातील उरलेले चेंडू दुसरा गोलंदाज टाकील आणि ते षटक पूर्ण होईल.

या षटकाची नोंद षटक पूर्ण करणाऱ्या गोलंदाजाच्या नावे केली जाईल.

गोलंदाजाने टाकलेला चेंडू नो बॉल किंवा वाइड बॉल असेल, तर अवांतर धाव/धावा मिळते/मिळतात. नो बॉल खेळून फलंदाजाने काढलेल्या धावा त्याच्या नावे जमा होतात. कोणत्याही गोलंदाजाने कोणत्याही प्रकारे टाकलेला चेंडू पंचाने नो बॉल म्हणून घोषित केला तर त्या षटकातील पुढील चेंडूवर फ्री हिट मारण्याची फलंदाजाला संधी मिळते. फ्री हिट मारणारा खेळाडू त्या चेंडूवर त्रिफळाबाद/झेलबाद/पायचीत/यष्टिचीत पद्धतीने बाद होत नाही. फ्री हिट मारणारा धाव/धावा काढण्याच्या प्रयत्नात असेल तर तो फलंदाज किंवा त्याचा साथीदार धावबाद होऊ शकतो. (फ्री हिट मारणारा खेळाडू चेंडू हाताळणे/चेंडू दोनदा खेळणे/क्षेत्ररक्षकाला अडथळा करणे अशा पद्धतीने बाद होऊ शकतो.)

२० षटकांच्या डावामध्ये दुसरा नवा चेंडू घेतला जाणार नाही. फटकेबाजीमुळे चेंडूचा आकार बदलला आणि त्यामुळे तो चेंडू खेळण्यास योग्य राहिला नाही, तर तितकाच वापरलेला दुसरा चेंडू घेता येईल. क्षेत्ररक्षकाने चेंडू कुरतडल्याचे लक्षात आले, तर तितकाच वापरलेला दुसरा चेंडू घेतला जातो. चेंडू कुरतडणाऱ्या खेळाडूवर शिस्तभंगाची कारवाई केली जाते. मैदानावर खेळणारा खेळाडू जखमी होऊ शकतो. जखमी फलंदाजाला 'रनर' उपलब्ध होऊ शकणार नाही.

पहिला डाव संपल्यानंतर १० मिनिटांनी दुसरा डाव सुरू होईल. डावामध्ये जलपानासाठी खेळ थांबणार नाही.

मैदानावरील पंचांना धावबाद, यष्टिचीत, झेलबाद याबाबतीत साशंकता वाटली, तर ते मैदानाबाहेर असलेल्या तिसऱ्या पंचाची मदत घेतात. तिसऱ्या पंचाने दिलेला निर्णय अंतिम असतो. फलंदाजाने फटकावलेला चेंडू चौकार आहे की षटकार याबाबतही पंचास संभ्रम असेल, तर तिसऱ्या पंचाची मदत घेतली जाते. मैदानाबाहेर असलेले मॅच रेफरी मैदानात चाललेल्या खेळाचे व खेळांडूच्या वर्तनाचे बारकाईने निरीक्षण करतात. अखिलाडू वृत्तीने वागणाऱ्या, गैरवर्तन करणाऱ्या खेळाडूवर शिस्तभंगाची कारवाई करण्याचा त्यांना अधिकार आहे.

ज्या संघाची धावसंख्या अधिक असेल, तो संघ विजयी ठरतो. दोन्ही संघांची धावसंख्या समान झाली, तर पेच (Tie) सोडविण्यासाठी पूर्वी पुढील पद्धतीचा अवलंब केला जात होता. दोन्ही संघांचे कप्तान आपापल्या संघातील पाच खेळाडूंची गोलंदाज म्हणून निवड करतील. प्रत्येक गोलंदाजाने फक्त एक चेंडू गोलंदाजी करावयाची असते. गोलंदाजी केली जाते, त्या वेळी फलंदाज विकेटसमोर नसतो. गोलंदाजाने टाकलेला चेंडू नो बॉल असेल आणि त्या चेंडूने विकेट पडली, तर त्याचा तो प्रयत्न विफल मानला जातो. अधिक विकेट पाडणारा संघ विजयी ठरतो.

स्पर्धेत पेच सोडविण्यासाठी नवीन नियमाप्रमाणे पुढील पद्धतीचा अवलंब केला जातो. दोन्ही संघांना प्रत्येकी एक षटक (Super Over) फलंदाजी करण्याची संधी मिळते. त्या षटकासाठी तीन फलंदाज फलंदाजी करू शकतात. फलंदाजी करणारे तीन फलंदाज आणि एक षटक गोलंदाजी करणारा गोलंदाज यांची नावे संबंधित संघाचा कप्तान पंचाकडे सोपवितो. षटकाचा खेळ सुरू असताना त्या षटकामध्ये एखादा फलंदाज बाद झाला, तर तिसरा फलंदाज त्याच्या जागी खेळावयास येतो. षटक संपण्यापूर्वीच पुन्हा एखादा फलंदाज बाद झाला, तर त्या संघाची फलंदाजी तिथेच संपते. अशा प्रकारे दुसऱ्या संघालाही एक षटक फलंदाजी करण्याची संधी मिळते. एक-एक षटकाच्या खेळीमध्ये अधिक धावा करणारा संघ विजयी होतो.

# ५ : फुटबॉल

**क्रीडांगण**

लांबी - किमान ९० मी. (१०० यार्ड)
कमाल १२ मी. (१३० यार्ड)
रुंदी - किमान ४५ मी. (५० यार्ड)
कमाल ९० मी. (१०० यार्ड)

(क्रीडांगणाची लांबी १३० यार्डपेक्षा अधिक नसावी आणि १०० यार्डपेक्षा कमी नसावी. क्रीडांगणाची रुंदी १०० यार्डपेक्षा अधिक नसावी आणि ५० यार्डपेक्षा कमी नसावी. क्रीडांगणाची लांबी ही रुंदीपेक्षा अधिक असावी. क्रीडांगणाच्या आतील क्षेत्राच्या मापात फरक असणार नाही.) मैदानाच्या सर्व रेषांची जाडी ५ इंचापेक्षा (१२ सें.मी.) अधिक असणार नाही. मैदानाची कोणतीही रेषा तुटक-तुटक नसते.

**मध्यरेषा**

क्रीडांगणाचे दोन समान भाग करणारी व गोलरेषांशी समांतर असणारी रेषा

**गोलरेषा**

क्रीडांगणाच्या रुंदीच्या बाजूच्या अंतिम रेषा.

**स्पर्शरेषा**

क्रीडांगणाच्या लांबीच्या बाजूच्या अंतिम रेषा.

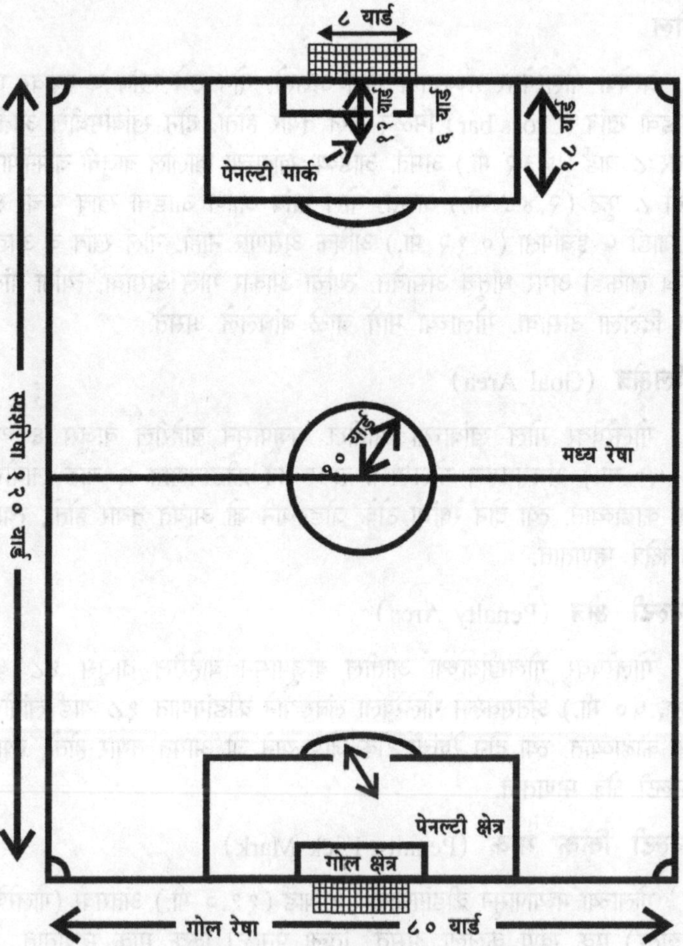


**आकृती १३ : फुटबॉल क्रीडांगण**

## मध्य वर्तुळ

मध्यरेषेवर मध्यभागी असलेले १० यार्ड (९.१५ मी.) त्रिज्येचे वर्तुळ.

## गोल

प्रत्येक गोलरेषेवर मध्यभागी गोल असतो. दोन उभे खांब व त्यावर एक आडवा खांब (Cross bar) मिळून गोल तयार होतो. दोन खांबांमधील आतील अंतर ८ यार्ड (७.३२ मी.) असते. आडव्या खांबाच्या खालील बाजूची जमिनीपासून उंची ८ फूट (२.४४ मी.) असते. गोल खांब आणि आडवा खांब यांची रुंदी व जाडी ५ इंचांपेक्षा (०.१२ मी.) अधिक असणार नाही. गोल खांब व आडवा खांब लाकडी अगर धातूचे असावेत. त्यांचा आकार गोल असावा. त्यांना पांढरा रंग दिलेला असावा. गोलाच्या मागे जाळे बांधलेले असते.

## गोलक्षेत्र (Goal Area)

गोलरेषेवर गोल खांबाच्या आतील बाजूपासून बाहेरील बाजूस ६ यार्ड (५.५० मी.) अंतरावरून गोलरेषेला लंबरूपाने क्रीडांगणात ६ यार्ड लांबीच्या रेषा काढाव्यात. त्या दोन रेषांची टोके जोडल्याने जो आयत तयार होतो, त्याला गोलक्षेत्र म्हणतात.

## पेनल्टी क्षेत्र (Penalty Area)

गोलरेषेवर गोलखांबाच्या आतील बाजूपासून बाहेरील बाजूस १८ यार्ड (१६.५० मी.) अंतरावरून गोलरेषेला लंबरूपाने क्रीडांगणात १८ यार्ड लांबीच्या रेषा काढाव्यात. त्या दोन रेषांची टोके जोडल्याने जो आयत तयार होतो, त्याला पेनल्टी क्षेत्र म्हणतात.

## पेनल्टी किक मार्क (Penalty Kick Mark)

गोलाच्या मध्यापासून क्रीडांगणात १२ यार्ड (११.० मी.) अंतरावर (गोलरेषेशी लंबांतर) एक खूण केलेली असते, तिला पेनल्टी किक मार्क म्हणतात.

## पेनल्टी आर्क (Penalty Arc)

पेनल्टी किक मार्क हा मध्यबिंदू मानून १० यार्ड (९.१५ मी.) त्रिज्येने पेनल्टी क्षेत्राच्या बाहेर जो कंस काढलेला असतो, त्याला पेनल्टी आर्क म्हणतात. (पेनल्टी आर्क हा पेनल्टी क्षेत्राचा भाग असत नाही.)

**कॉर्नर क्षेत्र** (Corner Area)

क्रीडांगणाच्या चारही कोपऱ्यांवर कोपऱ्यातून क्रीडांगणात एक यार्ड त्रिज्येने काढलेल्या कंसाने निश्चित केलेले क्षेत्र.

**निशाणे**

क्रीडांगणाच्या चारही कोपऱ्यांवर किमान ५ फूट उंचीची निशाणे असतात. तसेच मध्यरेषेवर स्पर्शरेषेच्या बाहेर एक यार्ड अंतरावर किमान ५ फूट उंचीची निशाणे असतात. निशाणाच्या काठीचा वरचा भाग टोकदार नसावा.

टीप -
१) गोलरेषा व स्पर्शरेषा यांचा क्रीडांगणातच समावेश होतो.
२) गोलरेषा व गोलखांब यांची जाडी समान असते. गोलरेषेची जाडी ५ इंचांपेक्षा अधिक नसावी.
३) गोलक्षेत्र व पेनल्टी क्षेत्र आखताना गोलखांबापासून गोलरेषेवर घेतलेले अंतर हे गोलखांबाच्या आतील बाजूपासून घेतलेले असते.
४) क्रीडांगणातील क्षेत्रे मर्यादित करणाऱ्या रेषा त्या क्षेत्रातच समाविष्ट असतात.

**साहित्य**

चेंडू - चेंडूचा आकार गोल असतो. चेंडूचे बाह्यावरण (Cover) कातडी किंवा सिंथेटिक मटेरियलचे असते. चेंडूचा परीघ २७ इंचांपेक्षा कमी नसावा आणि २८ इंचांपेक्षा अधिक नसावा. खेळाच्या सुरुवातीस चेंडूचे वजन ४५० ग्रॅमपेक्षा अधिक नसावे व ४१० ग्रॅमपेक्षा कमी नसावे. (सरपंचाच्या पूर्वपरवानगीशिवाय चेंडू बदलता येणार नाही.)

**खेळाडू**

१) दोन संघांमध्ये सामना खेळला जाईल. प्रत्येक संघातर्फे कमाल ११ खेळाडू सामन्यामध्ये खेळतील. त्यांपैकी एक गोलरक्षक असेल.

२) सामन्यामध्ये प्रत्येक संघाला पंचाच्या परवानगीने अधिकृत यादीतील तीन बदली खेळाडू घेता येतील. (त्यांपैकी एक गोलकीपरसाठी बदली खेळाडू असेल.)

३) बदली खेळाडू देऊन बाहेर गेलेल्या खेळाडूला पुन्हा सामन्यात खेळता येणार नाही. पंचाने शासन करून बाहेर काढलेल्या खेळाडूच्या जागी बदली खेळाडू घेता येणार नाही.

४) गोलरक्षकाच्या जागी दुसरा खेळाडू गोलरक्षक म्हणून खेळू शकतो. मात्र, अशा बदलाची पूर्वकल्पना सरपंचाला दिली पाहिजे.

५) बदली खेळाडूने मैदानात प्रवेश करण्यापूर्वी सरपंचांची परवानगी घेतली पाहिजे.

## खेळाची वेळ

१) प्रत्येकी ४५ मिनिटांच्या दोन सत्रांमध्ये सामना खेळला जाईल. पहिल्या ४५ मिनिटांच्या खेळानंतर १५ मिनिटांची विश्रांती राहील. (खेळाची वेळ काही मिनिटांनी कमी करता येईल; परंतु दोन्ही अर्धातील वेळ सारखीच राहील. वेळ कमी करण्याबाबत सरपंच व दोन्ही संघ यांची सामना सुरू होण्यापूर्वी सहमती झाली असली पाहिजे.)

२) गंभीर स्वरूपाचा अपघात झाल्याने किंवा अन्य कारणाने सामना थांबल्यामुळे वाया गेलेला वेळ सामन्याच्या वेळेव्यतिरिक्त असेल.

३) पेनल्टी किक जाहीर झाल्यावर पहिल्या डावाची किंवा सामन्याची वेळ संपली, तरी पेनल्टी किक संपल्यावरच खेळ थांबेल.

४) अपरिहार्य कारणाने अपुरा राहिलेला सामना पुढे खेळविताना पुन्हा पूर्ण सामना खेळवावा लागेल.

## खेळाची सुरुवात

१) नाणेफेक जिंकणारा संघ मैदानाच्या बाजूची निवड करील. प्रतिस्पर्धी संघ किक-ऑफ मारील.

२) किक-ऑफसाठी चेंडू क्रीडांगणाच्या मध्यभागी ठेवला जाईल. चेंडू स्थिर असेल. किक-ऑफ मारणाऱ्या संघाचे सर्व खेळाडू आपल्या अंगणात असतील. प्रतिस्पर्धी संघाचे सर्व खेळाडू आपल्या अंगणात चेंडूपासून किमान १० यार्ड (९.१५ मी.) अंतरावर असतील.

३) पंचाचा इशारा मिळताच किक-ऑफ मारणारा खेळाडू चेंडू मारील. चेंडू आपल्या जागेवरून पुढे हलल्यावर चेंडू खेळात आला, असे समजले जाते. अन्य खेळाडूने चेंडूस स्पर्श केल्याशिवाय किक-ऑफ मारणाऱ्याला पुन्हा चेंडूस स्पर्श करता येणार नाही. किक-ऑफ मारणाऱ्याने असा नियमभंग केल्यास प्रतिपक्षास त्या ठिकाणावरून इनडायरेक्ट फ्री किक मिळते. किक-ऑफ आपल्याच अंगणात मारल्यास पुन्हा किक-ऑफ मारावयास सांगतात.

४) खेळाच्या सुरुवातीस ज्या संघाने किक-ऑफ मारली नव्हती, त्या संघाने मध्यंतरानंतर खेळ सुरू होताना किक-ऑफ मारावी. गोल झाल्यावर ज्या

संघावर गोल झाला, त्या संघाने क्रीडांगणाच्या मध्यभागी किक-ऑफ मारावी.

५) किक-ऑफ मारून थेट (डायरेक्ट) गोल करता येतो.

**शिक्षा** - किक-ऑफ मारताना नियमभंग झाला, तर पुन्हा किक-ऑफ मारावी. किक-ऑफ नंतर इतर खेळाडूंचा चेंडूस स्पर्श होण्यापूर्वी किक-ऑफ मारणाऱ्याने चेंडूस स्पर्श केला, तर प्रतिस्पर्धी संघाला इन्डायरेक्ट किक मारावयास सांगावे.

(अन्य कारणाने खेळ तात्पुरता थांबला असेल, तर खेळ पुन्हा सुरू करताना खेळ थांबलेल्या ठिकाणी सरपंच चेंडू वरून खाली सोडील. जमिनीला चेंडूचा स्पर्श होताच चेंडू खेळात येईल आणि खेळाडूंना तो खेळता येईल. जमिनीला स्पर्श होण्यापूर्वी एखाद्या खेळाडूचा चेंडूस स्पर्श झाला, तर त्याला ताकीद द्यावी व पुन्हा चेंडू जमिनीवर सोडून खेळ सुरू करावा.)

## खेळात असलेला चेंडू

गोलरेषा किंवा स्पर्शरेषा यांच्यावरून चेंडू पूर्णपणे क्रीडांगणाबाहेर जातो किंवा सरपंच काही कारणांनी खेळ थांबवितात, त्या वेळी चेंडू खेळात नसतो. वरील अपवाद वगळता सामन्याच्या सुरुवातीपासून शेवटपर्यंत चेंडू खेळात असतो. गोल खांब, आडवा खांब किंवा कोपऱ्यातील निशाणे यांना लागून क्रीडांगणात आलेला चेंडू खेळात असतो. क्रीडांगणात असणारे सरपंच किंवा सहायक पंच यांना चेंडू लागला तरी चेंडू खेळात असतो. नियमभंगाबद्दल सरपंच निर्णय देईपर्यंत चेंडू खेळ्यात असतो. (हवेत असलेल्या चेंडूने स्पर्शरेषा पूर्णपणे ओलांडली असेल आणि नंतर तो चेंडू स्पर्शरेषेवर किंवा क्रीडांगणात पडला, तरी तो खेळात नसलेला चेंडू मानला जातो.) क्रीडांगणात किंवा क्रीडांगणाच्या रेषेवर असणारा चेंडू खेळताना खेळाडू रेषेच्या बाहेर असला तरी चालते. गोलरक्षक गोलरेषेच्या / पेनल्टी क्षेत्राच्या आत असेल, परंतु त्याच्या हातातील चेंडू गोलरेषेच्या / पेनल्टी क्षेत्राच्या पूर्णपणे बाहेर असेल; तर तो चेंडू गोलरेषेबाहेर / पेनल्टी क्षेत्राबाहेर गेला, असे समजतात. गोलरक्षकाचे पाय पेनल्टी क्षेत्राच्या बाहेर असतील व हातातील चेंडू पेनल्टी क्षेत्रात असेल, तर तो चेंडू पेनल्टी क्षेत्रातच आहे.

## फ्री किक (Free-Kick)

फ्री किकचे डायरेक्ट किक (Direct Kick) आणि इन्डायरेक्ट किक (Indirect Kick) असे दोन प्रकार आहेत. जी किक मारून प्रतिपक्षावर डायरेक्ट गोल करता येतो, तिला डायरेक्ट किक म्हणतात. जी फ्री किक मारल्यावर दुसऱ्या खेळाडूचा चेंडूला स्पर्श झाल्याशिवाय गोल होत नाही, तिला इन्डायरेक्ट किक म्हणतात.

फ्री किक मारताना चेंडू स्थिर पाहिजे. फ्री किक मारल्यावर इतर खेळाडूंनी चेंडूस स्पर्श केल्याशिवाय फ्री किक मारणाऱ्याला चेंडूस स्पर्श करता येणार नाही. त्याच्याकडून तसा नियमभंग घडला, तर प्रतिपक्षाला इन्डायरेक्ट फ्री किक मिळते. तसेच पुढील प्रसंगी प्रतिपक्षाला इन्डायरेक्ट फ्री किक मिळते.

१. चेंडू धोकादायक पद्धतीने खेळणे.
२. प्रतिस्पर्ध्याच्या प्रगतीत अडथळा आणणे.
३. गोलरक्षकाला चेंडू हातातून सोडण्यास अडथळा आणणे.
४. गोलरक्षकाने ५/६ सेकंदांपेक्षा जास्त वेळ चेंडू हातात ठेवणे.
५. आपल्याच संघाच्या खेळाडूने थ्रो-इन केलेला चेंडू इतर खेळाडूचा स्पर्श न होता गोलरक्षकाने हाताळणे.
६. गोलरक्षकाने हातात चेंडू असताना किंवा चेंडू आपटत (Bouncing) किंवा चेंडू हवेत उडवून परत पकडून चारपेक्षा अधिक पावले टाकणे व इतर खेळाडूंकडे चेंडू खेळण्यासाठी न देणे.

पुढील प्रसंगी दोषी खेळाडूच्या प्रतिस्पर्ध्यास डायरेक्ट फ्री किक मिळते.

१. प्रतिस्पर्ध्यास लाथ मारणे किंवा लाथ मारण्याचा प्रयत्न करणे.
२. प्रतिस्पर्ध्याच्या पायात पाय अडकवून प्रतिस्पर्ध्यास पाडण्याचा प्रयत्न करणे किंवा पाडणे.
३. प्रतिस्पर्ध्याच्या अंगावर उडी मारणे.
४. प्रतिस्पर्ध्याच्या अंगावर धावून जाणे. (Charging)
५. प्रतिस्पर्ध्याला मारणे किंवा मारण्याचा प्रयत्न करणे.
६. प्रतिस्पर्ध्यास ढकलून देणे.
७. चेंडू ताब्यात घेण्यासाठी चेंडूला स्पर्श होण्याअगोदर प्रतिस्पर्ध्यास मागून टॅकल (tackle) करणे.
८. प्रतिस्पर्ध्यास धरून ठेवणे.
९. प्रतिस्पर्ध्याच्या अंगावर थुंकणे.
१०. चेंडू हेतुपूर्वक हाताळणे.

डायरेक्ट फ्री किक घेतली जाते त्या वेळी प्रतिस्पर्धी संघाचे खेळाडू चेंडूपासून किमान १० यार्ड अंतरावर असले पाहिजेत.

डायरेक्ट फ्री किक मारून प्रतिपक्षावर गोल करता येतो. खेळाडूने आपल्याच गोलात डायरेक्ट फ्री किक मारली तर प्रतिपक्षास कॉर्नर किक मारण्याची संधी मिळते. इन्डायरेक्ट फ्री किक मारलेला चेंडू अन्य खेळाडूला स्पर्श न होता प्रतिस्पर्ध्याच्या गोलात गेला तर गोल किक मिळते. जर इन्डायरेक्ट फ्री किक

मारलेला चेंडू कोणासही स्पर्श न होता आपल्याच गोलात गेला, तर प्रतिपक्षास कॉर्नर किक मिळते. संरक्षक संघास त्याच्याच पेनल्टी क्षेत्रात डायरेक्ट किंवा इन्डायरेक्ट फ्री किक मिळाली असेल तर प्रतिस्पर्धी संघाचे खेळाडू पेनल्टी क्षेत्राच्या बाहेर चेंडूपासून किमान ९.१५ मी (१० यार्ड) दूर असतील. फ्री किक मारलेला चेंडू पेनल्टी क्षेत्राच्या बाहेर गेला नाही तर पुन्हा फ्री किक घेण्यास सांगितले जाते. संरक्षक संघास गोल क्षेत्रात फ्री किक मिळाली तर गोलक्षेत्राच्या कोणत्याही भागातून फ्री किक मारली जाते.

आक्रमक संघाला पेनल्टी क्षेत्राच्या बाहेर फ्री किक मिळाली असेल तर संरक्षक खेळाडू स्थिर चेंडूपासून ९.१५ मी. (१० यार्ड) दूर असतील. फ्री किक मारण्यापूर्वी ते पुढे आले तर फ्री किक पुन्हा घेतली जाईल. आक्रमक संघाला प्रतिस्पर्ध्याच्या गोलक्षेत्रात इन्डायरेक्ट फ्री किक मिळाली असेल तर ती फ्री किक गोल रेषेशी समांतर असणाऱ्या गोलक्षेत्ररेषेवरून घेतली जाते.

**थ्रो-इन्** (Throw-in)

१) चेंडू पूर्णपणे स्पर्शरेषेच्या बाहेर जातो (either on the ground or in the air) त्या वेळी जेथून तो बाहेर गेला तेथून क्रीडांगणात फेकावयाचा असतो. ज्या संघाच्या खेळाडूचा शेवटी स्पर्श होऊन चेंडू बाहेर गेला असेल, त्याच्या प्रतिस्पर्धी संघास थ्रो-इन् करावयास मिळतो.

२) थ्रो-इन् करणाऱ्या खेळाडूचे तोंड मैदानाकडे असेल. त्याचे दोन्ही पाय स्पर्शरेषेवर किंवा स्पर्शरेषेच्या बाहेर असतात. दोन्ही पायांचा जमिनीशी संपर्क पाहिजे. थ्रो-इन् करताना टाचा उचलल्या किंवा पाय जमिनीबरोबर सरपटला (Dragging) तरी चालते. परंतु टाचा उचलल्यामुळे स्पर्शरेषेच्या बाहेरच्या जमिनीशी संपर्क सुटला, तर तो नियमभंग आहे. चेंडू डोक्यामागून डोक्यावरून पुढे आणून दोन्ही हातांनी फेकावयाचा असतो. चेंडू फेकावयाचा (Throw) असतो, खाली आपटायचा (Drop) नसतो. स्पर्शरेषेपासून एक मीटरपेक्षा जास्त अंतरावरून थ्रो-इन् करता येणार नाही.

३) थ्रो-इन् करणाऱ्याचा नियमभंग झाला, तर प्रतिपक्षास थ्रो-इन् करावयास संधी मिळते.

४) थ्रो-इन् केल्यानंतर अन्य खेळाडूचा चेंडूला स्पर्श होण्यापूर्वी थ्रो-इन् करणाऱ्याने चेंडूला स्पर्श केला किंवा आपल्या संघाच्या खेळाडूने थ्रो-इन् केलेला परंतु इतर खेळाडूचा स्पर्श न झालेला चेंडू गोलरक्षकाने हाताळला, तर प्रतिस्पर्धी संघास इन्डायरेक्ट किक मिळते. पेनल्टी एरियाच्या बाहेर ही चूक घडली, तर प्रतिपक्षास फ्री किक मिळते.

५) थ्रो-इन् केल्यावर अन्य खेळाडूचा स्पर्श होण्यापूर्वी थ्रो-इन करणाऱ्याने हेतुपूर्वक चेंडू हाताळला, तर प्रतिपक्षास डायरेक्ट फ्री किक मिळते. अशी चूक थ्रो-इन करणाऱ्याच्या पेनल्टी एरियात घडली, तर प्रतिपक्षास पेनल्टी किक मिळते.

६) थ्रो-इन् करून डायरेक्ट गोल करता येणार नाही.

## गोल किक (Goal Kick)

आक्रमक खेळाडूने (Attacker) मारलेला चेंडू गोलखांबाच्या बाहेरून किंवा आडव्या खांबाच्या वरून पूर्णपणे गोलरेषेच्या बाहेर गेला, तर संरक्षक संघास गोल किक मिळते. गोलाच्या ज्या बाजूने चेंडू बाहेर गेला असेल, त्या बाजूने गोल क्षेत्रातून गोल किक मारायची असते.

गोल किक मारताना प्रतिपक्षाचे खेळाडू पेनल्टी क्षेत्राच्या बाहेर असतील. गोल किक मारून चेंडू पेनल्टी क्षेत्राच्या बाहेर आला नाही, तर पुन्हा गोल किक मारावयास सांगावे. किक मारणाऱ्याशिवाय अन्य कोणत्याही खेळाडूने पेनल्टी क्षेत्रात त्या चेंडूला स्पर्श केला, तर पुन्हा गोल किक मारावयास सांगावी.

गोल किक मारल्यानंतर इतर खेळाडूंनी चेंडूला स्पर्श केल्याशिवाय किक मारणाऱ्यानेच चेंडूला स्पर्श केला, तर तो नियमभंग मानून नियमभंग घडलेल्या ठिकाणी प्रतिपक्षास इन्डायरेक्ट किक द्यावी. गोल किक मारणाऱ्याने इतर खेळाडूंचा स्पर्श होण्यापूर्वी हेतुपूर्वक चेंडू हाताळला, तर प्रतिपक्षास इन्डायरेक्ट किक मिळते. संरक्षक खेळाडूने पेनल्टी क्षेत्रात चेंडू हाताळला किंवा अन्य नियमभंग केला तर प्रतिपक्षास पेनल्टी किक मिळते.

गोलरक्षक किंवा संरक्षक संघाचा कोणताही खेळाडू गोल किक मारू शकतो. गोल किक मारून प्रतिस्पर्धी संघावर डायरेक्ट गोल करता येतो.

## कॉर्नर किक (Corner Kick)

संरक्षक खेळाडूने मारलेला किंवा संरक्षक संघाच्या खेळाडूस शेवटी स्पर्श होऊन चेंडू गोलखांबाच्या बाहेरून किंवा आडव्या खांबाच्या वरून पूर्णपणे गोलरेषेबाहेर गेला, तर आक्रमक संघास कॉर्नर किक मिळते. इन्डायरेक्ट फ्री किक मिळालेल्या संघाच्या खेळाडूने चेंडू थेट (डायरेक्ट) आपल्याच गोलात मारला तर आक्रमक संघास कॉर्नर किक मारण्याची संधी मिळते.

गोलाच्या ज्या बाजूने चेंडू बाहेर गेला असेल, त्या बाजूच्या कोपऱ्यावर आखलेल्या कॉर्नर क्षेत्रातून आक्रमक संघाच्या खेळाडूने कॉर्नर किक मारावयाची असते. चेंडू पूर्णपणे कॉर्नर क्षेत्रात पाहिजे. चेंडू स्थिर पाहिजे. कॉर्नर किक मारताना कोपऱ्यावरील निशाण काढू नये.

कॉर्नर किक मारण्याच्या वेळी प्रतिपक्षाचे खेळाडू चेंडूपासून किमान १० यार्ड अंतरावर दूर असतील.

कॉर्नर किक मारणाऱ्याने किक मारल्यानंतर अन्य खेळाडूचा चेंडूला स्पर्श झाल्याशिवाय पुन्हा चेंडूस स्पर्श करावयाचा नाही. तसे केल्यास त्या ठिकाणी प्रतिपक्षास इन्डायरेक्ट किक मिळते. चेंडू हाताळला, तर डायरेक्ट फ्री किक मिळते.

कॉर्नर किक मारून डायरेक्ट गोल करता येतो.

गोलरक्षकाला स्पर्श होऊन चेंडू गोलात गेला, तर गोल होतो.

## **पेनल्टी किक** (Penalty Kick)

पेनल्टी किक ही पेनल्टी किक मार्कवरून मारावयाची असते. पेनल्टी किक मारून डायरेक्ट गोल करता येतो.

संरक्षक खेळाडूने त्याच्या पेनल्टी क्षेत्रात जाणूनबुजून पुढीलपैकी कोणताही नियमभंग केला, तर आक्रमक संघास पेनल्टी किक मिळते :

१) प्रतिस्पर्धी खेळाडूस हाताने ढकलणे.

२) प्रतिस्पर्ध्यावर धोकादायकरीत्या हल्ला करणे किंवा त्याला धक्का मारणे. (Charging) (गोलक्षेत्रात गोलरक्षकाच्या ताब्यात चेंडू असेल किंवा तो आक्रमकांना अडथळा आणत असेल, तर गोलरक्षकावर प्रतिहल्ला (Charging) करता येतो.)

३) प्रतिस्पर्धी अडथळा आणीत नसताना त्याला पाठीमागून धक्का मारणे.

४) प्रतिस्पर्ध्यास मारणे किंवा मारण्याचा प्रयत्न करणे.

५) प्रतिस्पर्ध्यास लाथ मारणे.

६) प्रतिस्पर्ध्याच्या पायात पाय अडकवून त्याला पाडणे किंवा पाडण्याचा प्रयत्न करणे.

७) प्रतिस्पर्ध्याला हाताने धरून ठेवणे.

८) हाताने चेंडू मारणे किंवा पुढे ढकलणे. (अपवाद - गोलरक्षक)

९) प्रतिस्पर्ध्यावर उडी मारणे. (Jumping at an opponent)

(वरील नऊ नियमभंग पेनल्टी क्षेत्राच्या बाहेर जाणीवपूर्वक झाले असतील, तर तेथून आक्रमक संघास डायरेक्ट किक मिळते.)

पेनल्टी क्षेत्रात गोलरक्षकाने आक्रमक खेळाडूला चेंडू जाणूनबुजून जोरात फेकून मारला किंवा चेंडू हातात असताना आक्रमक खेळाडूला ढकलले, तर आक्रमक संघास पेनल्टी किक दिली जाते.

पेनल्टी किक मारताना संरक्षक संघाचा फक्त गोलरक्षक गोलात गोलरेषेवर असतो. त्यांचे इतर सर्व खेळाडू पेनल्टी क्षेत्राच्या बाहेर चेंडूपासून किमान १०

यार्ड अंतरावर असतात. पेनल्टी किकच्या वेळी गोलरक्षकाला गोलरेषेवर हालचाल करता येईल.

सरपंचाने पेनल्टी किक मारण्याचा इशारा दिल्यावर गोलरक्षकाचा किंवा संरक्षक संघाच्या अन्य खेळाडूंचा नियमभंग झाला व त्या वेळी गोल झाला असेल, तर गोल नोंदविला जातो आणि गोल झाला नसेल, तर पुन्हा पेनल्टी किक मारावयास सांगितली जाते. पेनल्टी किक मारली जात असताना किक मारणाऱ्या खेळाडूशिवाय अन्य आक्रमक खेळाडूचा नियमभंग झाला असेल व त्या वेळी गोल झाला असेल, तर गोल नाकारला जातो आणि पुन्हा पेनल्टी किक मारावयास सांगितले जाते. गोल झाला नाही, तर पुन्हा पेनल्टी किक दिली जात नाही.

पेनल्टी किक मारल्यावर तो चेंडू गोलला किंवा गोलरक्षकाला तटून परत आला, तर दुसऱ्या खेळाडूचा त्या चेंडूला स्पर्श झाल्याशिवाय पेनल्टी किक मारणाऱ्याला चेंडू खेळता येणार नाही. गोलरक्षकाला किंवा खांबाला किंवा क्रॉसबारला स्पर्श करून चेंडू गोलात गेला, तर गोल होतो.

पेनल्टी किक मारल्यानंतर गोलखांबाला किंवा गोलरक्षकाला तटून आलेल्या चेंडूला अन्य खेळाडूचा स्पर्श होण्यापूर्वी पेनल्टी किक मारणाऱ्याने स्पर्श केला, तर प्रतिस्पर्धी संघास त्या ठिकाणाहून इन्डायरेक्ट फ्री किक मिळते.

सरपंचाने पेनल्टी किक जाहीर केल्यानंतर मध्यंतरासाठी सामना थांबण्याची किंवा सामना संपण्याची वेळ झाली तरी पेनल्टी किक मारल्यानंतरच खेळ थांबवावा. चेंडू गोलाला किंवा गोलरक्षकाला तटून परत आला, तर खेळ तेथेच थांबेल.

## ऑफसाइड (Offside)

प्रतिपक्षाच्या अंगणात आक्रमक संघाचा खेळाडू चेंडू खेळतो (मारतो), त्या वेळी त्याच्या संघाचा अन्य खेळाडू प्रतिपक्षाच्या अंगणात चेंडूच्या पुढे असेल आणि त्याच्या व प्रतिपक्षाच्या गोलरेषेच्या मध्ये दोनपेक्षा कमी प्रतिस्पर्धी खेळाडू असतील, तर तो पुढे असणारा खेळाडू ऑफसाइड होतो. संरक्षक संघाचा दुसरा खेळाडू आणि आक्रमक संघाचा खेळाडू एकाच रेषेत असतील, तर ऑफसाइड देऊ नये.

ऑफसाइड ठरविताना तो खेळाडू चेंडूला कधी स्पर्श करतो याऐवजी त्या खेळाडूकडे त्याच्या संघातील खेळाडूने चेंडू कधी मारला, त्या वेळची स्थिती विचारात घेतली जाते. प्रतिस्पर्धी चेंडू मारतो त्या वेळी खेळाडू ऑफसाइड होत नाही. गोल किक, कॉर्नर किक, थ्रो-इन् किंवा सरपंचाने खेळ सुरू करण्यासाठी चेंडू खाली सोडणे (Common throw) या वेळी खेळाडू ऑफसाइड होत नाही.

ऑफसाइड असणारा खेळाडू खेळात सहभागी नसेल किंवा त्याच्या त्या

स्थितीमुळे प्रतिस्पर्धी संघाच्या खेळात व्यत्यय येत नसेल किंवा त्याच्या स्थितीमुळे त्याच्या संघाला फायदा होण्याची शक्यता नसेल, तर त्या खेळाडूला ऑफसाइड म्हणून शासन करू नये. स्वत:च्या अंगणात खेळाडू ऑफसाइड होत नाही.

**शिक्षा** - ज्या ठिकाणी नियमभंग घडला असेल, तेथून प्रतिपक्षास इन्‌डायरेक्ट किक द्यावी.

## अयोग्य वर्तनाबद्दल शासन

फुटबॉल हा गतिमान खेळ आहे. चेंडू आपल्या ताब्यात ठेवण्यासाठी किंवा प्रतिस्पर्ध्याच्या ताब्यातील चेंडू काढून घेण्यासाठी खेळाडूंची धडपड सुरू असते. अनेकदा दांडगाईचे किंवा धक्काबुक्कीचे प्रसंगही घडतात. काही प्रसंगी खेळाडूकडून असभ्य वर्तनही घडते. अशा नियमबाह्य व असभ्य वर्तनाची दखल सरपंचाकडून घेतली जाते. नियमबाह्य वर्तन सामान्य असेल, तर सरपंच त्या खेळाडूस बोलावून तोंडी ताकीद देतात. संरक्षक संघाच्या खेळाडूने आपल्याच पेनल्टी क्षेत्रात वार्तनिक प्रमाद केला असेल तर आक्रमक संघास पेनल्टी किक मारण्याची संधी दिली जाते. नियमबाह्य वर्तन गंभीर असेल किंवा पूर्वी ताकीद दिलेल्या खेळाडूकडून पुन्हा तसेच वर्तन घडत असेल, तर सरपंच खेळाडूला पिवळे किंवा लाल कार्ड दाखवून शिक्षा देतात.

खेळाडूकडून खालील प्रकारचे नियमबाह्य व शिस्तबाह्य वर्तन घडले, तर त्याला सरपंचाकडून पिवळे कार्ड दाखविले जाते.

१. अखिलाडूपणाची वागणूक.
२. कृतीद्वारे किंवा शब्दाद्वारे सामना अधिकाऱ्याच्या निर्णयास विरोध करणे.
३. खेळाच्या नियमाचा सातत्याने भंग करणे.
४. पुन्हा खेळ सुरू करण्यास जाणीवपूर्वक विलंब करणे.
५. कॉर्नर किक किंवा डायरेक्ट फ्री किक दिली असताना सूचना मिळूनही चेंडूपासून आवश्यक ते अंतर न ठेवता उभे राहणे.
६. सरपंचाच्या परवानगीशिवाय मैदानाबाहेर जाणे किंवा मैदानावर येणे.
७. सरपंचाची परवानगी न घेता जाणीवपूर्वक मैदानाच्या बाहेर जाणे.

ज्या संघातील खेळाडूला सरपंचाने पिवळे कार्ड दाखविले आहे, त्याच्या प्रतिस्पर्धी संघास डायरेक्ट फ्री किक मिळते.

खेळाडूकडून खालील प्रकारचे नियमबाह्य वर्तन घडत असेल, तर सरपंच त्याला लाल कार्ड दाखवतील आणि त्या खेळाडूला मैदानाबाहेर जाण्यास सांगतील. त्या खेळाडूस त्या सामन्यात पुढे खेळता येणार नाही किंवा त्याला बाहेर काढल्यानंतर त्याच्या जागी बदली खेळाडू घेता येणार नाही.

१. चुकीच्या पद्धतीने खेळण्याची गंभीर चूक करणे.

२. उद्दामपणे, उद्धटपणे, आक्रमकपणे वागण्याबाबत दोषी असणे.

३. प्रतिस्पर्धी खेळाडूवर किंवा इतरांवर थुंकणे.

४. असभ्य व अपमानास्पद शब्दांचा वापर करणे.

५. त्याच सामन्यामध्ये दुसऱ्यांदा ताकीद मिळून पिवळे कार्ड दाखविले जाणे.

**गोल होणे** (Scoring)

गोलखांबांच्या मधून व आडव्या खांबाच्या खालून चेंडू पूर्णपणे गोलरेषा ओलांडतो, तेव्हा गोल होतो.

आक्रमक संघाच्या खेळाडूने हाताने ढकललेला किंवा हाताने मारलेला किंवा वाहून नेलेला (Carried) चेंडू गोलात गेला, तर गोल होत नाही. संरक्षक खेळाडूने हाताने चेंडू ढकलला किंवा मारला आणि तो चेंडू गोलात गेला, तर तो गोल होतो.

इन्डायरेक्ट फ्री किक मारल्यानंतर त्या चेंडूला इन्डायरेक्ट किक मारणाऱ्या खेळाडूशिवाय अन्य खेळाडूचा स्पर्श होऊन चेंडू गोलात गेला, तर गोल होतो.

गोलरक्षकाशिवाय अन्य संरक्षक खेळाडूने पेनल्टी क्षेत्रात हाताने चेंडू अडवून गोल वाचविला असेल, तर आक्रमक संघास पेनल्टी किक मिळते. पेनल्टी क्षेत्राच्या बाहेर हाताने चेंडू अडवून गोल वाचविल्यास आक्रमक संघास तेथून डायरेक्ट किक मिळते.

आपल्याच पेनल्टी क्षेत्राच्या बाहेरून इन्डायरेक्ट किक मारणाऱ्या खेळाडूने मारलेला चेंडू कोणाचाही स्पर्श न होता त्याच्याच गोलात गेला, तर आक्रमक संघास कॉर्नर किक मिळते.

डायरेक्ट किक मारून डायरेक्ट गोल करता येतो.

इतर कोणताही नियमभंग नसेल, तर सरपंचास स्पर्श होऊन चेंडू गोलात गेला, तर त्या गोलाची नोंद होईल.

गोल झाल्यावर ज्या संघावर गोल झाला असेल, त्या संघाचा खेळाडू मध्य वर्तुळात चेंडू ठेवून प्लेस किक मारतो आणि खेळ पुढे सुरू राहतो.

**सामन्याचा निकाल**

१) सामन्यात अधिक गोल करणारा संघ विजयी होतो.

२) सामन्यात कोणत्याही संघाचा गोल झाला नाही किंवा दोन्ही संघांचे समान गोल झाले, तर सामना अनिर्णित राहतो. सामन्याचा निकाल लावावयाचा

असेल, तर पुढील पद्धतींचा अवलंब करून सामन्याचा निकाल ठरविला जातो.

(अ) पूर्ण वेळ सामना खेळून बरोबरी झाली, तर 'गोल्डन गोल' पद्धतीने निकाल लावला जातो. बरोबरी झाल्यावर १५+१५ मिनिटे जादा वेळेसाठी सामना खेळला जाईल. या वेळी प्रथम गोल नोंदविणारा संघ विजयी होईल आणि सामना तेथेच संपेल. जादा वेळेतही निकाल लागला नाही, तर पेनल्टी किक्स्वर निकाल लावला जाईल.

(ब) प्रत्येक संघाला पाच पेनल्टी किक्स मिळतील. सरपंच गोलाची निवड करतील आणि नाणेफेक करतील. नाणेफेक जिंकणारा संघ पहिली पेनल्टी किक मारील. दोन्ही संघ आलटून-पालटून पेनल्टी किक्स मारतील. एका खेळाडूला एकच किक मारता येईल.

पेनल्टी किक्स मारण्याच्या वेळी दोन्ही संघांचे गोलरक्षक व पेनल्टी किक मारणारा खेळाडू वगळता दोन्ही संघांचे इतर खेळाडू मध्य वर्तुळात असतील. किक मारणाऱ्या संघाचा गोलरक्षक पेनल्टी क्षेत्राच्या बाहेर आणि पेनल्टी किक मार्कपासून १० यार्ड अंतरावर दूर उभा राहील.

प्रत्येक संघाने पाच पेनल्टी किक्स मारूनही सामन्याचा निकाल लागला नाही, तर पेनल्टी किक्स मारणे पुढे सुरू ठेवावे. दोन्ही संघांना समान किक्स मिळाल्यानंतर ज्या संघाने एक गोल अधिक केला असेल, तो संघ विजयी म्हणून जाहीर करावे. (प्रत्येक संघाने पाच जादा किक्स मारल्या पाहिजेत, असे नाही.)

सामन्याचा दुसरा डाव संपताना किंवा जादा वेळेतील खेळ संपताना जे खेळाडू मैदानावर होते, त्यांनाच पेनल्टी किक्स मारण्यात भाग घेता येईल. पेनल्टी किक्स अडविताना गोलरक्षक जखमी झाला आणि तो खेळण्यास असमर्थ असेल, तर राखीव खेळाडूस त्याची जागा घेता येईल.

## सामना अधिकारी

सामन्यासाठी एक सरपंच (Referee), दोन सहायक सरपंच आणि चौथे अधिकारी असे अधिकारी असतील.

सरपंच - सरपंच सामन्यामध्ये नियमानुसार निर्णय देतील. नियमभंग होत असेल किंवा अयोग्य वर्तन घडत असेल किंवा धोकादायक खेळ होत असेल, तर सरपंच संबंधितांना योग्य शासन करतील. दोषी खेळाडूला ताकीद देण्याचा व मैदानाबाहेर काढण्याचा सरपंचाला अधिकार आहे. एखादा संघ बाद करण्याचा सरपंचाला अधिकार नाही.

एखाद्या खेळाडूस जबर दुखापत झाली असेल किंवा जखमी खेळाडूच्या जखमेतून रक्तस्राव होत असेल, तर सरपंच खेळ थांबवतील व त्या खेळाडूला

मैदानाबाहेर हलविल्यावर ताबडतोब पुढे खेळ सुरू करतील. रक्तस्राव झालेल्या खेळाडूवर योग्य उपचार करून रक्तस्राव थांबला असेल तर सरपंच खात्री करून घेऊन त्याला खेळावयास परवानगी देतील. किरकोळ अपघाताच्या वेळी चेंडू खेळात नसताना खेळ थांबविला जाईल.

सरपंच बदली खेळाडू घेण्यास परवानगी देईल. तसेच सहायक सरपंचांना त्यांच्या कामाची कल्पना देऊन आवश्यक त्या वेळी गोलासंबंधी निर्णय देण्याबाबत सहायक सरपंचाशी चर्चा करू शकतील.

सामन्याच्या वेळेची आणि झालेल्या गोलांची नोंद सरपंच ठेवील.

## **सहायक सरपंच** (Assistant Referees)

सामन्यामध्ये दोन सहायक सरपंच सरपंचाचे सहायक म्हणून काम करतात. चेंडू क्रीडांगणाच्या बाहेर जाताच सहायक सरपंच आपल्या हातातील योग्य रंगाच्या निशाणाने इशारा करतील. गोलरेषेवरून चेंडू बाहेर गेल्यावर गोल किक किंवा कॉर्नर किक देण्याबाबत ते सरपंचाला मदत करतील. कोणत्या संघाने थ्रो-इन् करावयाचा याचाही ते निर्देश करतील. दांडगाईच्या खेळाकडे व खेळाडूच्या असभ्य वर्तनाकडे सरपंचाचे लक्ष वेधतील. सरपंचाने विचारलेल्या बाबीबाबत सहायक सरपंच आपले मत सांगतील. खेळाडू ऑफसाइड असेल, तर तसा इशारा करतील. पेनल्टी किक मारली जाते त्या वेळी किक मारण्यापूर्वीच गोलरक्षक गोलरेषेच्या पुढे आला असेल तर आणि चेंडूने गोलरेषा पूर्णपणे ओलांडली असेल तर त्याकडे सरपंचाचे लक्ष वेधतील.

## **चौथे अधिकारी**

चौथे अधिकारी मैदानाबाहेर राहून सामन्याचे बारकाईने निरीक्षण करतात. त्यांची कर्तव्ये पुढीलप्रमाणे आहेत.

१) सामना संपेपर्यंत सरपंचांना आवश्यक ती मदत करणे.

२) सामना चालू असताना सरपंचांना सामन्यात काम करणे अशक्य झाले तर त्यांच्या जागी सरपंच म्हणून काम करणे.

३) सामना चालू असताना बदली खेळाडू घेण्याच्या प्रक्रियेस मदत करणे.

४) सामना सुरू होण्यापूर्वी चेंडूची तपासणी करून तो योग्य असल्याची खात्री करणे. खेळातील चेंडू खेळण्यास अयोग्य झाला तर त्याच्याऐवजी दुसरा चेंडू वापरण्यास सरपंचांना परवानगी देणे.

५) सामना संपल्यावर सामना समितीकडे सामन्याविषयी अहवाल सादर करणे (या अहवालामध्ये सरपंच आणि सहायक सरपंच यांच्या नजरेतून सुटलेल्या

खेळाडूंच्या गैरवर्तनाबाबतचा उल्लेख जरूर असेल.)

६) सरपंच आणि सहायक सरपंच यांनी सादर करावयाच्या अहवालाबाबत त्यांना मार्गदर्शन करणे व सल्ला देणे.

७) तांत्रिक क्षेत्रात बसलेल्या मार्गदर्शक आणि बदली खेळाडूंच्या बेफिकीर वर्तनाची सरपंचांना माहिती देण्याचा अधिकार आहे.

८) सामन्यातील राखीव सहायक सरपंचाची नेमणूक करणे. (सामना चालू असताना एखादा सहायक सरपंच पुढे काम करण्यास असमर्थ ठरला, तर नेमलेला राखीव सहायक सरपंच त्याची जागा घेईल.)

●

# ६ : हॉकी

हॉकीच्या मैदानाचा आकार आयताकृती असतो. मैदानाची लांबी मैदानाच्या रुंदीपेक्षा अधिक असते.

क्रीडांगण - लांबी - १०० यार्ड (९१.४० मी.)
रुंदी - ६० यार्ड (५५ मी.)

(क्रीडांगणाची रुंदी ५५ यार्डपेक्षा कमी नसावी.)

मध्यरेषा (Central Line) - क्रीडांगणाचे दोन समान भाग करणारी आणि गोलरेषांशी समांतर असणारी रेषा.

गोलरेषा (Goal Line) - मध्यरेषेशी समांतर असणाऱ्या अंतिम रेषा.

बाजूच्या अंतिम रेषा (Side Lines) - क्रीडांगणाच्या बाजूच्या १०० यार्ड (९१.४० मी.) लांबीच्या रेषा.

२५ यार्ड रेषा - गोलरेषेपासून २५ यार्ड अंतरावर गोलरेषांशी समांतर असणाऱ्या रेषा. (गोलरेषांशी समांतर व गोलरेषेपासून २२.९० मीटर अंतरावर असणाऱ्या रेषांना '२३ मी. रेषा' असे संबोधिले जाईल. २५ यार्ड रेषांच्या जागी २३ मी. रेषांचा उपयोग केला जाईल.)

१६ यार्ड रेषा - गोलरेषेपासून १६ यार्ड (१४.४० मी.) अंतरावर गोलरेषांशी समांतर असणाऱ्या रेषा. (या रेषा पूर्ण आखलेल्या नसतात. गोलरेषेपासून १६ यार्ड (१४.४० मी.) अंतरावर बाजूच्या अंतिम रेषेपासून क्रीडांगणात फक्त एक फूट (३० सें. मी.) लांबीच्या खुणा असतात.)

५ यार्ड रेषा - मध्य रेषा आणि २५ यार्ड रेषा यांच्यावर बाजूच्या अंतिम रेषांपासून ५ यार्ड (४.५० मी.) अंतरावर बाजूच्या अंतिम रेषांशी समांतर असणाऱ्या

२ यार्ड (१.८० मी.) लांबीच्या रेषा.

गोल (Goal) - दोन्ही गोलरेषांवर मध्यभागी प्रत्येकी ४ यार्ड (३.६६ मी.) रुंदीचे गोल असतात.

दोन उभ्या खांबांमधील आतील अंतर ४ यार्ड (३.६६ मी.) असते. खांबांची उंची ७ फूट (२.१४ मी.) असते. दोन्ही खांबांवर एक आडवा खांब (Cross-bar) असतो. उभ्या खांबांवर बसविलेल्या आडव्या खांबाची टोके उभ्या खांबाच्या बाहेर जात नाहीत आणि उभ्या खांबांची टोके आडव्या खांबाच्या वर जात नाहीत. जमिनीपासून आडव्या खांबाच्या खालील भागाची उंची ७ फूट (२.१४ मी.) असते. आडव्या व उभ्या खांबांची रुंदी २ इंच (५ सें.मी.) व जाडी ३ इंच (५ ते ७.५ सें. मी.) असते. खांब लाकडी व चौकोनी असावेत. त्यांचा आकार गोल नसावा. खांबांना पांढरा रंग दिलेला असावा. गोल खांबांच्या पाठीमागे गोलरेषेशी काटकोनात ४ फूट (१.२० मी.) लांबीच्या गोल फळ्या बसविलेल्या असतात. त्यांना पाठीमागे जोडणारी ४ यार्ड (३.६६ मी.) लांबीची फळी असते. ती फळी गोलरेषेपासून ४ फूट (१.२० मी.) अंतरावर असते. फळ्यांची उंची १८ इंच (४६ सें. मी.) असते. फळ्यांच्या आतील भागाला गडद रंग दिलेला असतो. फळ्यांच्या बाहेरून जाळे (Goal net) बसविलेले असते. (गोल खांबांच्या क्रीडांगणाकडील बाजूंचा गोलरेषेच्या बाहेरील कडेला स्पर्श झालेला असतो.)

पेनल्टी स्पॉट (Penalty spot) :- गोलाच्या मध्यबिंदूतून गोलरेषेपासून ७ यार्ड (६.४० मी.) लांब अंतरावर केलेली खूण. (खुणेचा व्यास ६ इंच (१५ सें. मी.) असतो.

शूटिंग सर्कल (Shooting or Striking circle) - गोलाच्या पुढे १६ यार्ड (१४.४० मी.) अंतरावर गोलरेषेशी समांतर अशी ४ यार्ड (३.६६ मी.) लांबीची रेषा काढावी. दोन्ही गोलखांबांच्या आतील बाजूच्या पुढील कोपऱ्यातून (inside front corners of the goal-posts) वरीलप्रमाणे काढलेल्या रेषेची टोके आणि गोलरेषा यांना जोडणारी १६ यार्ड (१४.४० मी.) त्रिज्येने पाव वर्तुळे काढावीत. अशा प्रकारे गोलाच्या पुढे जे अर्धवर्तुळ तयार होते, त्याला शूटिंग सर्कल म्हणतात. वर्तुळरेषेचा वर्तुळामध्ये समावेश होतो. वर्तुळरेषेची जाडी तीन इंच असते. शूटिंग सर्कलच्या बाहेर ५ मी. अंतरावर शूटिंग सर्कलच्या धर्तीवर तुटक-तुटक रेषांनी सर्कल आखलेले असते.

कॉर्नर व पेनल्टी कॉर्नर खुणा - कॉर्नरसाठी कोपऱ्यावरील निशाणाच्या दोन्ही बाजूंना प्रत्येकी ५ यार्ड (४.५० मी.) अंतरावर खुणा केलेल्या असतात. पेनल्टी कॉर्नरसाठी गोलाच्या दोन्ही बाजूंना गोलखांबांपासून १० यार्ड (९ मी.) अंतरावर गोलरेषेवर आतील बाजूस खुणा केलेल्या असतात.

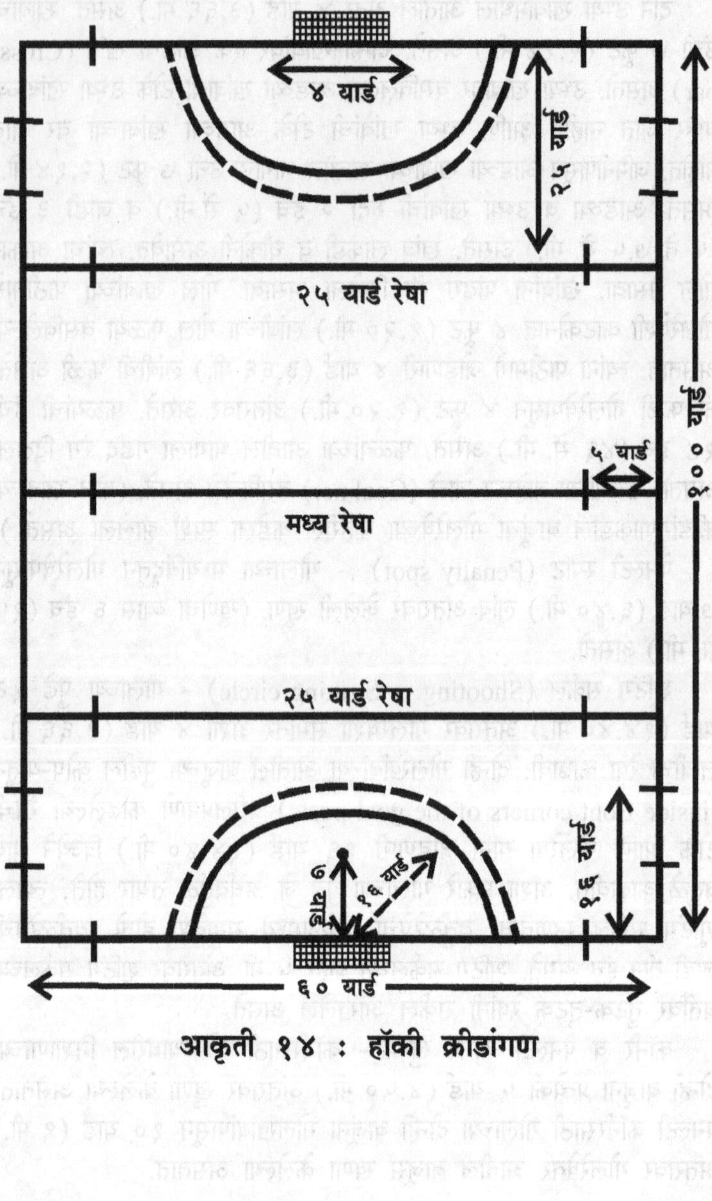


**आकृती १४ : हॉकी क्रीडांगण**

निशाणे - क्रीडांगणाच्या चारही कोपऱ्यांवर निशाणे असतात. निशाणाचा आकार १२ इंच × १२ इंच (३० सें.मी. × ३० सें.मी.) असा असावा. काठीची उंची जमिनीच्या वर ४ फुटांपेक्षा (१.२० मी.) कमी नसावी आणि ५ फुटांपेक्षा (१.५० मी.) अधिक नसावी. काठी लाकडी असावी. काठ्यांची टोके टोकदार नसावीत.

## टीप

१) मैदानावरील रेषा मैदानाच्याच भागात समाविष्ट असतात.

२) मैदानावरील रेषांची जाडी ७.५ सें.मी. असते.

३) मैदानाची लांबी अगर रुंदी थोडी कमी अगर जास्त झाली तरी मैदानांतर्गत आखणीची मोजमापे कमी-जास्त होत नाहीत.

## साहित्य

चेंडू - परीघ - २२.४ सें.मी. ते २३.५ सें.मी.

वजन - १५६ ते १६३ ग्रॅम्स

रंग - पांढरा (मैदानाच्या पृष्ठभागाचा रंग व चेंडूचा रंग यांमध्ये स्पष्ट विरोध असावा. (Contrast Colour)

स्टिक्स - वजन (पुरुष) ७३७ ग्रॅमपेक्षा जास्त नसावे.
(महिला) ६५२ ग्रॅमपेक्षा जास्त नसावे.

स्टिकची डावीकडील बाजू सपाट (Flat) असते. स्टिकचे खालील टोक (Head) गोलाकार असते. टोकाला धातूचा उपयोग केलेला नसावा किंवा ते टोकदार नसावे. ज्या कड्याचा आतील व्यास २ इंच (५.१ सें.मी.) आहे, अशा कड्यामधून स्टिक जाऊ शकेल, असा तिचा आकार असावा. (स्टिकचा आकार हॉकी महासंघाच्या निर्धारित आकाराप्रमाणे असावा.)

## गोलरक्षक

गोलरक्षकाला संरक्षक साधने वापरता येतात. गोलरक्षकाने डोक्याच्या संरक्षणासाठी हेल्मेट वापरणे आवश्यक आहे. चेहऱ्याच्या संरक्षणासाठी मुखवटा (Mask) आणि गळ्याच्या संरक्षणासाठी त्याने गळपट्टी वापरावी, अशी शिफारस आहे. गोलरक्षकाला दोन्ही पायांना पॅड्स बांधता येतील. पायावर बांधल्यावर पॅडची रुंदी ३० सें.मी.पेक्षा अधिक असणार नाही. गोलरक्षकाला हातमोजे (Gauntlet) वापरता येतील. त्यांची रुंदी २२.८ सें.मी. आणि लांबी ३५.५ सें.मी. असावी. हातमोज्यांची बोटे एकमेकांस जोडलेली नसावीत. त्याच्या हातात स्टिक असेलच.

मैदानात खेळाडूंना हॅन्डलवर मजबूत पकड धरता यावी म्हणून पातळ हातमोजे वापरता येतील. तसेच नडगीच्या व घोट्याच्या संरक्षणासाठी पायमोज्याच्या आत पॅडचा वापर करता येईल. प्रत्येक खेळाडूच्या हातात चेंडू खेळण्यासाठी प्रमाणित स्टिक असतेच.

## सामन्याचा कालावधी

प्रत्येकी १५ मिनिटांच्या चार सत्रांमध्ये सामना खेळला जातो. (एकूण ६० मिनिटे) पहिल्या आणि तिसऱ्या सत्रानंतर प्रत्येकी दोन मिनिटांचा विश्रांतीकाळ असतो. दुसऱ्या आणि तिसऱ्या सत्रांमध्ये १० मिनिटांचा विश्रांतीकाळ असतो.

निर्धारित ६० मिनिटांच्या खेळामध्ये दोन्ही संघांची गोलशून्य बरोबरी झाली किंवा दोन्ही संघांचे समान गोल झाले असतील, तर सामना अनिर्णित राहतो.

निर्धारित ६० मिनिटांच्या खेळानंतर बरोबरीत संपलेल्या सामन्याचा निकाल लावण्यासाठी सामना ७.५ + ७.५ असा एकूण १५ मिनिटे जादा वेळेसाठी खेळविला जातो. ६० मिनिटांच्या खेळानंतर ५ मिनिटांची विश्रांती देऊन, सामना जादा वेळेसाठी खेळविला जाईल. या जादा वेळेत पहिला गोल होताच तेथे सामना संपेल. जादा वेळेतील खेळात पहिला गोल होताच सामन्याचा निकाल लागत असल्याने उर्वरित वेळेत खेळ होणार नाही.

## संघ व खेळाडू

प्रत्येक संघात १६ खेळाडू असतात. त्यांपैकी संघाचे ११ खेळाडू मैदानावर खेळतात. मैदानावर एखाद्या संघाचे ११ पेक्षा अधिक खेळाडू खेळत असतील तर जादा खेळाडू बाहेर काढावा आणि कप्तानाच्या नावे वैयक्तिक पेनल्टीची नोंद करून प्रतिपक्षास फ्री हिट बहाल करावी. उर्वरित ५ खेळाडू राखीव खेळाडू असतात. मैदानात उतरलेल्या ११ खेळाडूंमधील एक खेळाडू संघनायक असतो. त्याच्या दंडावर स्पष्ट दिसेल अशी पट्टी बांधलेली असते. संघनायकाला बडतर्फ केले तर संघातील दुसरा खेळाडू संघनायकाची भूमिका पार पाडतो. दुसरा एक खेळाडू गोलरक्षक असतो. तो संरक्षक साधनांचा वापर करतो.

दोन्ही संघांचे खेळाडू आपापला गणवेश परिधान करतात. दोन्ही संघांच्या गणवेशाचा रंग वेगवेगळा असतो. तसेच संबंधित संघाच्या गोलरक्षकाच्या गणवेशाचा रंग त्या-त्या संघाच्या गणवेशापेक्षा वेगळा असतो.

खेळाडू जखमी झाला, खेळाडू अपेक्षेप्रमाणे चांगला खेळ करीत नसेल, तर पंचाच्या परवानगीने राखीव खेळाडूंमधून बदली खेळाडू घेता येतात. कितीही वेळा बदली खेळाडू घेता येतात. चेंडू खेळात नसताना बदली खेळाडू घ्यावयाचे

असतात. मैदानाबाहेर जाणारा खेळाडू मैदानाबाहेर येताच बदली खेळाडू मैदानात प्रवेश करील. राखीव खेळाडूंसाठी असलेल्या बेंचकडील बाजूच्या रेषेला मध्यरेषा जेथे मिळते, त्याच्या दोन्ही बाजूंना असणाऱ्या प्रत्येकी तीन मीटर क्षेत्रातूनच मैदानावरील खेळाडू बाहेर जावा व आत येणारा बदली खेळाडू मैदानात यावा. बाहेर जाणारा जखमी खेळाडू याच क्षेत्रातून बाहेर गेला पाहिजे, असे नाही.

गोलरक्षक जखमी झाल्यामुळे बाहेर जाणार असेल व त्याच्या जागी बदली गोलरक्षक येणार असेल, तर त्यांनी संबंधित गोलाच्या बाजूने बाहेर पडावे व आत यावे. जखमी गोलरक्षकाच्या जागी बदली गोलरक्षक घेण्यासाठी लागलेला वेळ सामन्याच्या निर्धारित वेळेत समाविष्ट होत नाही. बदली गोलरक्षकाने संरक्षक साधने वापरली पाहिजेत.

पंचाने पेनल्टी कॉर्नरचा इशारा केल्यापासून ते पेनल्टी कॉर्नरची प्रक्रिया पूर्ण होईपर्यंतच्या कालावधीत बदली खेळाडू घेता येणार नाही. मात्र, पेनल्टी कॉर्नर जाहीर झाल्यावर जखमी गोलरक्षकाच्या जागी किंवा निलंबित गोलरक्षकाच्या जागी बदली गोलरक्षक घेता येईल.

सातत्याने नियमभंग करणाऱ्या किंवा गैरवर्तन करणाऱ्या खेळाडूस पंचाने पिवळे कार्ड दाखवून तात्पुरते निलंबित केले असेल, तर त्याच्या जागी बदली खेळाडू घेता येणार नाही. मात्र, तात्पुरत्या निलंबनाचा कालावधी संपल्यावर पंच त्याला मैदानावर येण्याचा इशारा करील आणि तो तात्पुरता निलंबित खेळाडू किंवा त्याच्या जागी बदली खेळाडू मैदानात येईल. लाल कार्ड दाखवून सामन्यातून बडतर्फ केलेल्या खेळाडूच्या जागी बदली खेळाडू घेता येणार नाही.

सामन्यामध्ये पूर्णवेळ गोलरक्षण करण्यासाठी गोलरक्षक हवा. गोलरक्षकाला तात्पुरते निलंबित केले असेल, तर त्याच्या जागी बदली गोलरक्षक घेता येईल किंवा संघनायकाच्या निर्देशानुसार मैदानावरील एक खेळाडू गोलरक्षकाच्या जागी खेळेल. गोलरक्षक तात्पुरता निलंबित असेल, तर त्या काळात त्या संघाचे गोलरक्षकासह दहाच खेळाडू मैदानावर राहतील. तात्पुरत्या निलंबनाचा काळ संपताच त्यांचा एक खेळाडू मैदानात येईल. मात्र, गोलरक्षकास सामन्यापुरते बडतर्फ केले असेल, तर उर्वरित वेळेसाठी त्या संघाचे दहाच खेळाडू मैदानावर खेळतील.

## मैदानावरील खेळ

मैदानावर खेळत असताना दोन्ही संघांतील खेळाडूंनी शिस्तबद्ध व कौशल्यपूर्ण खेळ करावा, अशी सर्वांची अपेक्षा असते. आंतरराष्ट्रीय हॉकी महासंघाने १ जानेवारी २००६ पासून अमलात येणारी हॉकीची नियमावली प्रसृत करताना

खेळाडूंच्या सुरक्षिततेला प्राधान्य दिलेले आहे. मैदानावर जोशपूर्ण खेळ करताना खेळाडूंनी खिलाडूवृत्ती जोपासावी. दांडगाईचा खेळ करून, गैरवर्तनाचे प्रदर्शन करून शिक्षेला सामोरे जाऊ नये. याबाबतीत संघनायक व पंच यांची भूमिका महत्त्वाची ठरते. संघनायकाचे आपल्या संघातील खेळाडूंवर नियंत्रण हवे. गैरवर्तनाने संघाचेच नुकसान होऊ शकते याची दखल घेण्याबाबत तो खेळाडूंना समजावू शकतो. पंचाचे पूर्णवेळ सामन्यावर नियंत्रण असते. पंचांच्या मैदानावरील हालचाली, शिट्टी वाजविणे आणि इशारे देणे यामध्ये त्यांचा आत्मविश्वास जाणवला पाहिजे. नियमभंग घडताच त्याची दखल घेऊन त्याचे निराकरण करणे, दोषी खेळाडूंना आवश्यक तर ताकीद देणे, गैरवर्तनाचे गांभीर्य विचारात घेऊन तत्काळ निष्पक्षपातीपणे कारवाई करणे या बाबी सामन्यावर नियंत्रण ठेवण्यासाठी आवश्यक ठरतात. पंचांचे निर्णय पाहून खेळाडूंच्या मनात पंचांबद्दल आदर निर्माण झाला, तर मैदानावरील खेळ शिस्तबद्ध होण्यास त्याची मदतच होते.

सामना सुरू होण्यापूर्वी नाणेफेक केली जाईल. नाणेफेक जिंकणारा संघ मैदानाची बाजू किंवा सेंटर पास यांपैकी एका पर्यायाची निवड करतो. सेंटर पास पर्यायाची निवड करणारा संघ प्रथम चेंडू खेळून सामन्याची सुरुवात करतो.

## खेळाची सुरुवात

खेळाची सुरुवात सेंटर पासने होते. खेळाची सुरुवात करण्यासाठी चेंडू मध्यरेषेच्या मध्यभागी ठेवला जातो. प्रथम सेंटर पासने खेळाची सुरुवात करणाऱ्या खेळाडूशिवाय अन्य खेळाडू आपापल्या मैदानात असतात. सेंटर पास घेतला जातो त्या वेळी दोन्ही संघांचे खेळाडू चेंडूपासून किमान ५ मीटर दूर अंतरावर असतील. दुसरे पंच, सर्व खेळाडू व सेंटर पास खेळणारा खेळाडू तयार आहे, हे पाहिल्यावर पंच शिट्टी वाजवतील आणि शिट्टी ऐकताच सेंटर पास खेळणारा खेळाडू फ्री हिट पद्धतीने कोणत्याही दिशेला चेंडू खेळतो व खेळ सुरू होतो. सेंटर पास करणारा आपल्या साथीदाराकडे चेंडू पास बॅक करील किंवा प्रतिस्पर्धी, संघाच्या अंगणातही चेंडू खेळेल. खेळ सुरू होताच खेळाडू मध्यरेषा ओलांडू शकतात.

मध्यंतरानंतर संघ मैदानाच्या बाजू बदलतील. पहिल्या सत्रातील खेळाची सुरुवात सेंटर पासने करणाऱ्या संघाचा प्रतिस्पर्धी संघ दुसऱ्या सत्रातील खेळाची सुरुवात सेंटरपासून करील. जादा वेळेतील खेळाची सुरुवात याच पद्धतीने होईल.

चेंडू खेळात येताच चेंडूचा ताबा घेण्यासाठी खेळाडू प्रयत्न करतात. आपल्या गोलाचे रक्षण करावयाचे आणि आक्रमण करून प्रतिस्पर्ध्यावर गोल करण्याच्या हेतूने दोन्ही संघ खेळत असतात. चेंडू ताब्यात आल्यावर खेळाडू चेंडू ड्रिबल

करू शकतो, पुश करतो, फ्लिक करतो, स्कूप करतो, फ्री हिट मारून चेंडू आपल्या साथीदाराकडे पाठवितो. चेंडू खेळताना खेळाडूचा नियमभंग झाला, तर शिट्टी वाजवून पंच योग्य इशारा करतात व नियमभंग करणाऱ्या खेळाडूच्या प्रतिस्पर्धी संघाचा खेळाडू चेंडू ताब्यात घेऊन तेथून चेंडू खेळतो. खेळ वेगवान असल्याने आणि खेळाडू चेंडू ताब्यात घेण्याची धडपड करीत असल्याने नियमभंग होतात. पंचाच्या इशाऱ्याप्रमाणे नियमभंगाचे निराकरण करून विनाविलंब खेळ पुढे सुरू राहतो. नियमभंग कोणत्या प्रकारचा आहे, नियमभंग कोठे घडला आहे आणि त्याचे गांभीर्य विचारात घेऊन, त्या नियमभंगाचे निराकरण करण्याचा पंचाचा इशारा खेळाडूंना स्पष्ट दिसला पाहिजे.

चेंडू खेळात असताना चेंडू बाजूच्या रेषेच्या पूर्णपणे बाहेर गेला, तर ज्याच्या स्टिकचा शेवटी स्पर्श होऊन चेंडू बाहेर गेला असेल, त्याच्या प्रतिस्पर्ध्यास 'हिट इन' (Hit In) ची संधी मिळते. हिट इन करण्यासाठी चेंडू जेथून बाहेर गेला असेल, तेथे रेषेवर ठेवला जातो आणि हिट इन केला जातो. हिट इनच्या वेळी अन्य खेळाडू चेंडूपासून किमान ५ मीटर दूर असतात. हिट इन करणाऱ्याचे दोन्ही पाय मैदानात किंवा मैदानाबाहेर पाहिजेत, असे नाही. हिट इन ही फ्री हिट (Free Hit) च्या धर्तीवर घेतली जाते.

आक्रमक संघाने मारलेला चेंडू गोलावरून/ गोलाच्या बाजूने गोलरेषा ओलांडून मैदानाबाहेर गेला, तर प्रतिपक्षास १६ यार्ड रेषेवरून फ्री हिट मिळते.

संरक्षक खेळाडूने २५ यार्ड रेषेच्या आतून निर्हेतुकपणे मारलेला चेंडू गोल-रेषेवरून बाहेर गेला, तर आक्रमक संघास लाँग कॉर्नर मिळतो. संरक्षक संघाच्या खेळाडूने तो चेंडू सहेतुकपणे गोलरेषेच्या बाहेर मारला असेल, तर आक्रमक संघास पेनल्टी कॉर्नर मिळतो.

खेळाडूने मारलेला चेंडू कोपऱ्यावरील निशाणाच्या काठीला लागून मैदानात परत आला किंवा मैदानावर असलेल्या पंचाला चेंडूचा स्पर्श झाला, तर चेंडू खेळातच राहतो. तसेच गोलखांब व गोलखांबावरील आडवा बार यांच्या मैदानाकडील बाजूला लागून चेंडू मैदानात परत आला, तर चेंडू खेळातच राहतो.

खेळाडूने स्टिकच्या सपाट भागानेच चेंडू खेळला पाहिजे. शरीराच्या कोणत्याही भागाने चेंडू खेळता येणार नाही, अडवता येणार नाही किंवा चेंडूला दिशा देता येणार नाही. तसेच खेळाडूला हातातील स्टिक फेकून चेंडू खेळता येणार नाही. चेंडू स्टिकवर उडवत-उडवत पुढे नेता येणार नाही किंवा चेंडू स्टिकने वाहून पुढे नेता येणार नाही. चेंडूचा शरीराच्या कोणत्याही भागाला स्पर्श झाला, परंतु त्या चेंडूचा स्पर्श झालेल्या खेळाडूच्या संघाला फायदा होणार नसेल किंवा अंगावर आलेला चेंडू चुकविण्याचा प्रयत्न करूनही चेंडूचा शरीराला स्पर्श

झाला, तर तो नियमभंग मानू नये.

गोलरक्षक पेनल्टी सर्कलमध्ये हातातील स्टिकने, शरीराच्या कोणत्याही भागाने किंवा धारण केलेल्या संरक्षक साधनाने चेंडू थोपवू शकतो. चेंडूला दिशा देऊ शकतो किंवा लाथाडू शकतो. गोलरक्षकाला चेंडू पकडता येणार नाही किंवा फेकता येणार नाही. चेंडू पेनल्टी सर्कलच्या बाहेर असेल, तर गोलरक्षकाने तो चेंडू स्टिकनेच खेळला पाहिजे. पेनल्टी सर्कलच्या बाहेर चेंडू खेळताना मैदानी खेळाडूप्रमाणेच त्याला खेळावे लागेल. गोलरक्षक मध्यरेषेपर्यंत आपल्या अंगणात चेंडू खेळू शकतो. परंतु २३ मीटर रेषेच्या पुढे खेळायचे असेल तर त्याला हेल्मेट वापरता येणार नाही.

चेंडू खेळत असताना स्टिक स्कंधरेषेच्या वर जाऊ नये. स्कंधरेषेच्या वरून आलेला चेंडू संरक्षक खेळाडू तो चेंडू थांबवू शकतो किंवा त्या चेंडूला दिशा देऊ शकतो. मात्र, अशा वेळी चेंडू गोलरेषेच्या बाहेर गेला, तर आक्रमक संघास पेनल्टी कॉर्नर मिळतो.

खेळाडूंना स्टिक बदलण्याची मुभा आहे. परंतु पेनल्टी कॉर्नर किंवा पेनल्टी स्ट्रोक घेण्याचा इशारा झाल्यापासून ती प्रक्रिया संपेपर्यंत खेळाडूला स्टिक बदलता येणार नाही. परंतु त्या वेळी स्टिक खेळण्यास योग्य राहिली नसेल/ प्रमाणित राहिली नसेल, तर त्या वेळी स्टिक बदलता येईल. परंतु नवीन घेतलेली स्टिक ही प्रमाणितच हवी.

दोन्ही २३ मीटर रेषांच्यामध्ये नियमभंग घडला, तर प्रतिपक्षास सामान्यपणे फ्री हिट दिली जाते. जेथे नियमभंग झाला असेल, तेथे चेंडू ठेवून फ्री हिट घेतली जाते. फ्री हिट मारण्याच्या वेळी चेंडू स्थिर पाहिजे. फ्री हिट घेतली जाते त्या वेळी अन्य खेळाडू चेंडूपासून किमान ५ मीटर दूर असतात. फ्री हिट मारणाऱ्याला चेंडू डायरेक्ट स्ट्रायकिंग सर्कलमध्ये मारता येणार नाही. धोकादायकरीत्या वेगाने उडविता येणार नाही. फ्री हिट मारणाऱ्याचा नियमभंग झाला, तर प्रतिस्पर्धी संघास फ्री हिट मिळते.

मैदानावर खेळ सुरू असताना खेळाडूकडून सामान्य नियमभंग घडतात. सामान्य नियमभंगामुळे नियमभंग करणाऱ्या खेळाडूच्या संघास फायदा मिळू नये म्हणून पंच तत्काळ नियमभंगाचे स्वरूप आणि त्याचे निराकरण याबाबत इशारा करून खेळ पुढे सुरू ठेवतात.

खेळाडूने हेतुपूर्वक धोकादायकरीत्या चेंडू खेळू नये. तसेच बेशिस्तपणे दांडगाईचा खेळ करू नये. प्रतिस्पर्ध्याच्या स्टिकमध्ये स्टिक अडकवून त्याला चेंडू खेळण्यास प्रतिबंध करणे, प्रतिस्पर्ध्याच्या स्टिकवर आपल्या स्टिकने जोरात आघात करणे, प्रतिस्पर्ध्याचे कपडे पकडून त्याला धरून ठेवणे, प्रतिस्पर्ध्यास

हेतुपूर्वक धक्का मारणे, धक्का मारून त्याला खाली पाडणे, त्याच्या पायात पाय अडकवून त्याला पाडण्याचा प्रयत्न करणे किंवा पाडणे, त्याला धक्काबुक्की करणे, स्टिकने मारणे, पंचाशी अकारण हुज्जत घालणे, पंचाबद्दल अपशब्द वापरणे अशा प्रकारचे वर्तनप्रमाद सामन्याला गालबोट लावतात. पंचांनी अशा वर्तनप्रमादाकडे दुर्लक्ष न करता त्याची तत्काळ दखल घेऊन प्रमादी खेळाडूस शासन करावयाचे असते. प्रमादाचे गांभीर्य विचारात घेऊन, संबंधित प्रमादी खेळाडूस ताकीद देणे / तात्पुरते निलंबित करणे / सामन्यापुरते बडतर्फ करणे अशा शिक्षा पंच देऊ शकतो. समज किंवा ताकीद देण्यासाठी हिरवे कार्ड दाखविले जाते. तात्पुरत्या निलंबनाचा कालावधी किमान ५ मिनिटे असतो. तात्पुरते निलंबन केलेल्या खेळाडूने मैदानाबाहेर नियोजित जागी थांबले पाहिजे. निलंबनाचा काळ संपल्यावर संबंधित पंच त्या खेळाडूस मैदानावर येण्याचा इशारा करतील. आत येण्याचा पंचांचा इशारा होताच तो खेळाडू किंवा त्याचा बदली खेळाडू विनाविलंब मैदानावर येईल. एकदा पिवळे कार्ड दाखवून तात्पुरते निलंबित केलेल्या खेळाडूला दुसऱ्यांदा पिवळे कार्ड दाखवून निलंबित केले, तर या दुसऱ्या निलंबनाचा कालावधी पहिल्या निलंबनाच्या कालावधीपेक्षा अधिक असतो. गंभीर वर्तनप्रमादाबद्दल एखाद्या खेळाडूस लाल कार्ड दाखवून त्या सामन्यापुरते बडतर्फ केले जाते. बडतर्फ केलेला खेळाडू मैदान सोडून तत्काळ बाहेर जाईल.

**बुली** (Bully)

खेळाडू जखमी झाल्याने, त्याच्या जखमेतून रक्तस्राव होत असेल, तर खेळ थांबविला जातो. रक्तस्राव होत असलेल्या खेळाडूला मैदानावर खेळता येणार नाही. त्याच्या जागी अन्य खेळाडूला बदली खेळाडू म्हणून यावे लागेल. खेळाडू जखमी झाल्याने किंवा अन्य कारणामुळे खेळ तात्पुरता थांबला असेल व नियमभंगाबद्दल कोणासही शासन करण्याची गरज नसेल, तर ज्या ठिकाणी खेळ थांबला असेल, त्या ठिकाणी बुली करून खेळ पुढे सुरू होतो.

पेनल्टी सर्कलमध्ये किंवा गोलरेषेपासून १५ मीटरच्या आत बुली करता येणार नाही.

चेंडू जमिनीवर ठेवून, दोन्ही संघांचा प्रत्येकी एक खेळाडू समोरासमोर असे उभे राहतात की, त्यांचा गोल/गोलरेषा त्यांच्या उजव्या हातास असेल. ते खेळाडू त्यांच्या हातातील स्टिक चेंडूच्या बाजूस जमिनीवर टेकवतात. बुली करण्याचा पंचांचा इशारा होताच ते आपल्या हातातली स्टिक चेंडूच्या वर परस्परांशी भिडवितात आणि स्टिक्स परस्परांशी भिडताच दोन्ही खेळाडू चेंडू ताब्यात घेण्याचा प्रयत्न करतात.

## कॉर्नर (लाँग कॉर्नर)

संरक्षक संघाच्या खेळाडूने २३ मीटर रेषेच्या आतून निर्हेतुकपणे (Unintentionally) मारलेला चेंडू त्याच्या गोलरेषेच्या बाहेर गेला, तर आक्रमक संघास कॉर्नर मिळतो.

कोपऱ्यावरील निशाणापासून बाजूच्या रेषेवर ५ मीटर अंतरावर असणाऱ्या खुणेवरून कॉर्नर हिट मारावयाची असते. त्या वेळी इतर खेळाडू चेंडूपासून किमान ५ मीटर दूर असतील. कॉर्नर घेतला जातो त्या वेळी गोलामध्ये व गोलाच्या बाजूस संरक्षक खेळाडू उभे असण्याची गरज नाही. कॉर्नरवरून थेट गोल करता येणार नाही.

## पेनल्टी कॉर्नर

खालील प्रसंगी आक्रमक संघास पेनल्टी कॉर्नर मिळतो.

१. पेनल्टी सर्कलमध्ये संरक्षक संघाच्या खेळाडूचा नियमभंग घडणे (होणारा गोल वाचविण्यामध्ये या नियमभंगाचा संबंध नसला, तरी पेनल्टी कॉर्नर दिला जातो.)

२. पेनल्टी सर्कलमध्ये आक्रमक संघाच्या खेळाडूच्या ताब्यात चेंडू नसताना किंवा चेंडू खेळण्याची त्या आक्रमकाला संधी नसताना त्याच्या विरोधात संरक्षक खेळाडूने नियमभंग करणे.

३. संरक्षक खेळाडूने त्याच्या अंगणाच्या २३ मीटर रेषेच्या आत सहेतुक नियमभंग करणे.

४. संरक्षक खेळाडूने चेंडू गोलरेषेच्या बाहेर हेतुपूर्वक मारणे.

५. स्कंधरेषेपेक्षा अधिक उंचीवरून आलेल्या चेंडूला संरक्षक खेळाडूने स्टिकने दिशा देण्याचा प्रयत्न केल्यावर तो चेंडू गोलरेषा ओलांडून बाहेर जाणे. संरक्षक खेळाडूने पेनल्टी सर्कलमध्ये असताना स्टिक स्कंधरेषेच्या वर नेऊन चेंडू खेळणे.

पेनल्टी कॉर्नरसाठी संरक्षक संघाच्या कोणत्याही गोलखांबापासून १० मीटर अंतरावर असणाऱ्या गोलरेषेवरील खुणेवरून चेंडू हिट / पुश करावयाचा असतो. चेंडू मारणाऱ्या (किंवा पुश करणाऱ्या) खेळाडूचा चेंडू मारताना एक पाय तरी गोलरेषेच्या बाहेर पाहिजे. पेनल्टी कॉर्नरवरून चेंडू हिट / पुश केला जातो त्या वेळी संरक्षक संघाचे गोलरक्षकासह पाच खेळाडू गोलरेषेच्या पाठीमागे (गोलात व गोलाच्या बाजूस) असतात. त्यांचे पाय व स्टिक्स गोलरेषेच्या मागे असतात. त्यांचे इतर खेळाडू मध्यरेषेच्या पलीकडे असतात. आक्रमक संघाचे इतर खेळाडू पेनल्टी सर्कलच्या बाहेर असतात. त्यांच्या पायाचा किंवा स्टिक्सचा सर्कलच्या रेषेला किंवा रेषेच्या आतील सर्कलच्या भागाला स्पर्श नसतो. पेनल्टी कॉर्नरवरून

चेंडू पुश / हिट केला जातो त्या वेळी चेंडू खेळणाऱ्या खेळाडूशिवाय अन्य खेळाडू चेंडूपासून किमान ५ मीटर दूर असतात.

आक्रमक खेळाडू व संरक्षक खेळाडू आपल्या योग्य जागी आहेत आणि चेंडू पुश / हिट करणारा खेळाडू तयार आहे, हे पाहून पंच चेंडू पुश / हिट करण्याचा इशारा शिट्टी वाजवून करतील. पंचांचा इशारा झाल्याशिवाय पेनल्टी कॉर्नरवरून चेंडू हिट किंवा पुश करावयाचा नाही. चेंडू पुश / हिट केल्यावर संरक्षक खेळाडू सर्कलमध्ये येऊ शकतात. चेंडू पुश करणाऱ्याने अन्य खेळाडूच्या स्टिकचा चेंडूला स्पर्श होईपर्यंत चेंडू खेळावयाचा नाही किंवा चेंडूच्या जवळ जायचे नाही. पेनल्टी कॉर्नरवरून चेंडू मारावयास हुकला व त्या वेळी खेळाडूचा स्टिक हा नियमभंग झाला नाही, तर पुन्हा चेंडू मारावयास सांगितले जाते.

पेनल्टी कॉर्नरवरून चेंडू मारण्याच्या किंवा पुश करण्याच्या अगोदरच संरक्षक खेळाडू गोलरेषा ओलांडून सर्कलमध्ये आले, तर पुन्हा पेनल्टी कॉर्नर घेण्यास सांगितले जाते. संरक्षक खेळाडूकडून सातत्याने तसा नियमभंग घडला, तर आक्रमक संघास पेनल्टी स्ट्रोक मिळतो.

पेनल्टी कॉर्नरवरून मारलेला/ पुश केलेला चेंडू सर्कलच्या बाहेर आक्रमक संघाच्या खेळाडूने थांबवून नंतर सर्कलमध्ये ढकलावा. (आक्रमक खेळाडूला पेनल्टी कॉर्नरवरून आलेला चेंडू योग्य प्रकारे अडविता आला नाही व तो चेंडू पेनल्टी सर्कलच्या बाहेर ५ मीटर दूर गेला, तर तो पेनल्टी कॉर्नर वाया जातो.) सर्कलच्या बाहेरून चेंडू आत ढकलल्यावर आक्रमक खेळाडूने गोलमुखाकडे फ्री हिटचा फटका मारावयाचा असतो. त्या वेळी तो आत ढकललेला चेंडू स्थिर पाहिजेच, असे नाही. या पहिल्या फटक्याने चेंडू धोकादायकरीत्या वर उडता कामा नये. (undercutting) पहिल्या फटक्याने मारलेला चेंडू थेट गोलात गेला किंवा संरक्षक संघाच्या खेळाडूच्या गुडघ्याखालील भागाला/ स्टिकला लागून गोलात गेला आणि गोलात जाताना चेंडूची उंची ४६ सें.मी.पेक्षा अधिक नसेल, तर गोल होतो. (पहिला फटका मारलेला चेंडू गोलात गोलफळीपेक्षा अधिक उंच असणार नाही) मारलेला पहिला फटका संरक्षकाने स्टिकने तटविल्याने परत आला, तर आक्रमक खेळाडू स्कूप किंवा फ्लिक याचा वापर करून चेंडू गोलात मारील आणि असा गोलात गेलेला चेंडू अधिक उंचीवरून गोलात गेला असेल, तर गोल होतो.

पहिला फटका मारताना संरक्षक खेळाडू चेंडूपासून ५ मीटरच्या आत आला असेल व फटकावलेला चेंडू संरक्षक खेळाडूच्या गुडघ्याखालील भागाला लागला, तर पुन्हा पेनल्टी कॉर्नर घेतला जातो. तो चेंडू त्याच्या शरीराच्या गुडघ्याच्या वरील भागास लागला, तर तो फटका धोकादायक म्हणून संरक्षक संघास फ्री हिट दिली जाते.

पंचाने पेनल्टी कॉर्नरचा इशारा केल्यानंतर मध्यंतरासाठी खेळ थांबण्याचा/ दुसऱ्या सत्रातील खेळ थांबण्याचा इशारा झाला तरी पेनल्टी कॉर्नरची प्रक्रिया पूर्ण झाल्यावरच खेळ थांबविला जाईल.

पेनल्टी कॉर्नरवरून गोल झाला, तर चाळीस सेकंदांच्या आत संरक्षक संघाने सेंटर पास करून खेळ पुढे सुरू करावयाचा असतो.

पेनल्टी कॉर्नरच्या वेळी आक्रमक संघाचे खेळाडू पेनल्टी सर्कलमध्ये परस्परांकडे चेंडू पास करू शकतात. मात्र, त्यांना चेंडू हवेत असताना चेंडूला फटका मारता येणार नाही. (Flying hit)

आक्रमक खेळाडूने पेनल्टी कॉर्नरचा पहिला फटका मारेपर्यंत गोलरक्षकाला चेंडू अडविण्यासाठी जमिनीवर आडवे पडता येणार नाही. पहिला फटका मारेपर्यंत तो स्वतःच्या पायावर उभा असला पाहिजे.

पेनल्टी कॉर्नरच्या खुणेवरून थेट गोल करता येत नाही.

## पेनल्टी स्ट्रोक

खालील प्रसंगी आक्रमक संघास पेनल्टी स्ट्रोकची संधी मिळते.

१. गोल होण्याची शक्यता असताना चेंडू मारणाऱ्या आक्रमक खेळाडूस संरक्षक खेळाडूने प्रतिबंध करणे.

२. सर्कलमध्ये आक्रमक खेळाडूच्या ताब्यात चेंडू असताना किंवा चेंडू ताब्यात घेऊन गोल करण्याची संधी असताना संरक्षक खेळाडूने हेतुपूर्वक नियमभंग करणे.

३. पेनल्टी कॉर्नर घेतला जात असताना गोलामध्ये व गोलाबाहेर/ गोलालगत उभ्या असलेल्या संरक्षक खेळाडूने सातत्याने नियमभंग करणे.

४. गोलापुढील चेंडूवर बसून किंवा पालथे पडून गोलरक्षकाने आक्रमक खेळाडूस चेंडू खेळण्यास प्रतिबंध करणे.

आक्रमक संघाच्या खेळाडूने संरक्षक संघाच्या गोलासमोरील पेनल्टी स्पॉटवरून पेनल्टी स्ट्रोक मारावयाचा असतो. त्या वेळी फक्त गोलरक्षक गोलामध्ये उभा असतो. दोन्ही संघांचे अन्य सर्व खेळाडू २३ मीटर रेषेच्या बाहेर असतात.

पेनल्टी स्पॉटवरून पेनल्टी स्ट्रोक घेणारा आक्रमक खेळाडू पुश / स्कूप / फ्लिक या फटक्याने चेंडू गोलमुखाकडे मारील.

चेंडू पेनल्टी स्पॉटवर ठेवल्यावर पेनल्टी स्ट्रोक मारणारा आक्रमक खेळाडू चेंडूजवळ चेंडूच्या पाठीमागे उभा राहील. गोलरक्षक गोलरेषेवर आपल्या स्टिकसह उभा असेल. दोघेही तयार आहेत, हे पाहिल्यावर पंच पेनल्टी स्ट्रोक मारण्याचा इशारा शिट्टी वाजवून करतील. इशारा होताच स्ट्रोक मारणारा खेळाडू एक पाऊल पुढे टाकू शकतो. आपल्या स्टिकने तो चेंडूला स्कूप / पुश / फ्लिक करण्यासाठी

एकदाच स्पर्श करू शकतो. स्टिक सरपटत आणून स्ट्रोक खेळता येणार नाही. तसेच मागचा पाय उचलून पुढच्या पायाच्या पुढे टाकता येणार नाही किंवा पुढे जाता येणार नाही. आक्रमकाच्या स्टिकचा चेंडूला स्पर्श झाल्याशिवाय गोलरक्षक आपली जागा सोडणार नाही / रेषेच्या पुढे येणार नाही. पेनल्टी स्ट्रोक मारणाऱ्याच्या स्टिकचा चेंडूला स्पर्श होण्यापूर्वी गोलरक्षकाच्या कोणत्याही पायाची हालचाल झाली आणि गोल झाला तर तो मान्य होतो; गोल झाला नाही तर पुन्हा पेनल्टी स्ट्रोक दिला जातो. पेनल्टी स्ट्रोक घेताना आक्रमक खेळाडू फसवे आविर्भाव करणार नाही. पेनल्टी स्पॉटवरून पुश / स्कूप / फ्लिक केलेला चेंडू फळीच्या वर उडाला तरी तो नियमभंग नाही.

गोलाचे संरक्षण करण्यासाठी गोलरक्षक शरीराच्या, संरक्षक साधनाच्या किंवा स्टिकच्या साह्याने चेंडू अडवू शकतो. चेंडू अडविण्यासाठी तो आपल्या हातातील स्टिक स्कंधरेषेच्यावर नेऊ शकतो.

पेनल्टी स्ट्रोकने गोल झाला, तर संरक्षक संघाने सेंटर पास करून खेळ पुढे सुरू करावयाचा असतो. गोल झाला नाही, तर संरक्षक संघास गोलरेषेच्या मध्यापासून १५ मीटर अंतरावरून फ्री हिट मिळते.

पेनल्टी स्ट्रोकसाठी लागलेला वेळ सामन्याच्या निर्धारित वेळेत धरला जाणार नाही.

## गोल होणे

आक्रमक खेळाडूने पेनल्टी सर्कलमध्ये असलेला चेंडू कोणताही नियमभंग न होता मारला व तो चेंडू गोलखांबांच्या मधून आणि आडव्या क्रॉस बारच्या खालून गोलातील गोलरेषा ओलांडून गोलात गेला असेल, तर गोल होतो. आक्रमक खेळाडूने मारलेला चेंडू संरक्षक खेळाडूच्या स्टिकला किंवा शरीराला लागून गोलातील गोलरेषा ओलांडून गोलात गेला असेल, तर गोल होतो. तसेच पेनल्टी स्ट्रोकवर मारलेला चेंडू गोलात गेला, तर गोल होतो.

## सामन्याचा निकाल

१. निर्धारित ६० मिनिटांच्या खेळात जो संघ अधिक गोल करतो, तो संघ विजयी होतो.

२. निर्धारित वेळेत दोन्ही संघांचे ०-० गोल असतील किंवा त्यांनी केलेल्या गोलांची संख्या समान असेल, तर सामना बरोबरीत सुटतो.

सामन्यातील विजयी संघ ठरविणे आवश्यक असेल तर बरोबरीत सुटलेला सामना जादा वेळेसाठी खेळविला जातो.

जादा वेळेसाठी खेळविलेल्या सामन्याचा कालावधी १५ मिनिटांचा असतो. (७.५ मिनिटे + ७.५ मिनिटे). जादा वेळेतील खेळ 'सडन डेथ' (Sudden Death) पद्धतीने खेळविला जातो. जादा वेळेसाठी सामना सुरू झाल्यावर पहिला गोल (Golden Goal)) होताच तेथे सामना थांबतो व तो गोल करणारा संघ विजयी ठरतो. गोल झाल्यावर उर्वरित वेळेत सामना खेळला जात नाही.

जादा वेळेत कोणताच संघ गोल करू शकला नाही, तर 'टायब्रेकर' पद्धतीचा अवलंब केला जातो. टायब्रेकर पद्धतीमध्ये पेनल्टी स्ट्रोक्स घेण्यासाठी पंच एका गोलाची निवड करतात आणि तेथे हे पेनल्टी स्ट्रोक्स दिले जातात. दोन्ही संघांनी पेनल्टी स्ट्रोक्स मारणाऱ्या पहिल्या पाच खेळाडूंची क्रमवार यादी पंचाकडे द्यावयाची असते. नाणेफेक करून पहिला पेनल्टी स्ट्रोक कोणत्या संघाने घ्यावयाचा, हे ठरते. दोन्ही संघांतील खेळाडूंनी आळीपाळीने पेनल्टी स्ट्रोक्स मारावयाचे असतात. पेनल्टी स्ट्रोक घेतला जातो त्या वेळी प्रतिस्पर्धी संघाचा फक्त गोलरक्षकच गोलरक्षणासाठी गोलात उभा असतो. प्रत्येक संघाने पाच पेनल्टी स्ट्रोक्स घेतल्यानंतर अधिक गोल करणारा संघ विजयी ठरतो.

प्रत्येक संघाने पाच पेनल्टी स्ट्रोक मारूनही त्यांचे समान गोल झाले तर ही प्रक्रिया उर्वरित खेळाडू पुढे चालू ठेवतील. या वेळी दोन्ही संघांनी प्रत्येक पाच पेनल्टी स्ट्रोक मारण्याची आवश्यकता नाही. अगदी सहावा पेनल्टी स्ट्रोक मारताना एक संघ गोल करू शकला नाही आणि दुसऱ्या संघाने गोल केला तर तो गोल करणारा संघ विजयी होतो. (पहिल्या पाच पेनल्टी स्ट्रोकमध्ये सहभागी असणारे खेळाडू दुसऱ्यांदा पेनल्टी स्ट्रोक मारणार नाहीत.)

**सामना अधिकारी**

सामन्यासाठी दोन पंच व एक वेळाधिकारी असे सामनाधिकारी असतात. पंच गणवेशात असतात. त्यांच्या गणवेशाचा रंग खेळाडूंच्या गणवेशाच्या रंगापेक्षा वेगळा असतो.

सामना सुरू होण्यापूर्वी पंच मैदानाची आखणी, गोल व साहित्य यांची पाहणी करून ते योग्य आहे याची खात्री करून घेतील.

पंचांचे सामन्यावर पूर्णवेळ नियंत्रण असते. प्रत्येक पंचाकडे मैदानाच्या अर्ध्या भागातील खेळाबाबत निर्णय देण्याची जबाबदारी असते. तरीही आवश्यक तर पंच दुसऱ्या भागातील २३ मीटर रेषेपर्यंत जाऊ शकतो. पंच मैदानावर किंवा मैदानाच्या बाहेर खेळाबरोबर हलते राहतात. आक्रमक संघाच्या उजव्या बाजूस राहून ते खेळावर नियंत्रण ठेवतात. आवश्यकता भासेल त्या वेळी ते पेनल्टी सर्कलमध्ये येतात.

पंचाच्या शिट्टीच्या इशाऱ्याने खेळ सुरू होतो, तात्पुरता थांबतो, मध्यंतरासाठी थांबतो, थांबलेला खेळ पुन्हा सुरू होतो व सामन्याची वेळ संपल्यानंतर खेळ थांबतो. नियमभंग होताच पंच शिट्टी वाजवून कोणत्या प्रकारचा नियमभंग होता याबाबत स्पष्ट इशारा करतील आणि नियमभंगाचे निराकरण करतील. किरकोळ नियमभंगाने संबंधित संघाचा फायदा होणार नसेल, तर पंच खेळ न थांबविता पुढे सुरू ठेवतील. सातत्याने नियमभंग करणाऱ्या खेळाडूस किंवा खेळात बेशिस्तीने, दांडगाईने वागून वर्तनप्रमाद करणाऱ्या खेळाडूस योग्य कार्ड दाखवून शासन करतील.

पंच आपल्या बाजूकडील अंगणातील हिट इन, फ्री हिट, पेनल्टी कॉर्नर, पेनल्टी स्ट्रोक, गोल होणे इत्यादींबाबत निर्णय देतील.

पंचांचे मैदानातील स्पष्ट इशारे बोलके असतात. खेळाडूला तोंडी समज द्यावयाची असेल, तर ते संबंधित खेळाडूशी किंवा कप्तानाशी बोलतात. पंच खेळाडूंना मार्गदर्शन करणार नाहीत.

पंच वेळेची नोंद ठेवतील. (वेळाधिकारी वेळेची आणि त्रुटित काळाची, खेळाडू जखमी होणे, बदली गोलरक्षक घेणे, पेनल्टी स्ट्रोक इ. नोंद ठेवतील) पंच खेळाडूची बेशिस्त व दांडगाईच्या खेळाबद्दल त्यांना केलेल्या शिक्षेची (हिरवे कार्ड/पिवळे कार्ड/लाल कार्ड) नोंद ठेवतील. तसेच झालेल्या गोलांची ते नोंद ठेवतील.

खेळाडूंकडून वेळेचा अपव्यय होणार नाही याची ते दखल घेतील. सत्र/सामना संपण्याचा वेळाधिकाऱ्याकडून इशारा झाला व त्यापूर्वीच पंचाने पेनल्टी कॉर्नरचा इशारा केला असेल, तर पेनल्टी कॉर्नरची प्रक्रिया पूर्ण करूनच ते खेळ थांबवतील.

**पंचाचे इशारे** (Signals)

बुली - बुली केल्यासारखी दोन्ही हातांची हालचाल करणे.

गोल होणे - दोन्ही हात उचलून क्रीडांगणाच्या मध्याकडे करणे.

फ्री हिट - एक हात जमिनीशी समांतर असा उचलून दिशा दाखविणे.

१६ यार्ड हिट - दोन्ही हात बाजूला खांद्याच्या रेषेत उचलणे.

हिट-इन् - एका हाताने दिशा दाखविणे व दुसरा हात जमिनीकडे खाली दाखविणे.

स्टिक - एक हात हवेत सरळ उंच करणे.

किक - एक पाय थोडा वर उचलून त्याला हाताने स्पर्श करणे.

अडथळा - एक हात पुढे करून थोडे गोलाकार फिरणे.

कॉर्नर - एका हाताने कोपऱ्यातील निशाणाची दिशा दाखविणे.

पेनल्टी कॉर्नर - दोन्ही हात उचलून गोलाची दिशा दाखविणे.

पेनल्टी स्ट्रोक - डाव्या हाताने पेनल्टी स्पॉटची दिशा दाखविणे व उजवा हात हवेत सरळ वर करणे.

धोकादायक खेळ - खेळ थांबवून दोन्ही हात पुढे करून हाताची खाली-वर अशी हळूहळू हालचाल करणे. हात पालथे असतील.

खेळ थांबविणे - दोन्ही हात वर करून डोक्यावर क्रॉस करणे.

●

# ७ : कबड्डी

| | | |
|---|---|---|
| कबड्डीसाठी गट | - | पुरुष - ८० कि.ग्रॅ. वजनाखालील |
| | - | महिला - ७० कि.ग्रॅ. वजनाखालील |
| | - | कुमार मुले – वय २० वर्षे व त्याखालील आणि ६५ कि.ग्रॅ. वजनाखालील |
| | - | कुमार मुली – वय २० वर्षे व त्याखालील आणि ६० कि.ग्रॅ. वजनाखालील |
| | - | किशोर मुले – वय १६ वर्षे व त्याखालील आणि ५० कि.ग्रॅ. वजनाखालील |
| | - | किशोर मुली – वय १६ वर्षे व त्याखालील आणि ५० कि.ग्रॅ. वजनाखालील |
| क्रीडांगण | - | १३ मी. × १० मी. (पुरुष व कुमार मुले) |
| | - | १२ मी. × ८ मी. (महिला, कुमार मुली) |
| | | ११ मी. × ८ मी. (किशोर मुले व किशोर मुली) |
| क्रीडाक्षेत्र | - | राखीव क्षेत्र वगळता राहिलेला क्रीडांगणाचा भाग |
| | - | १३ मी. × ८ मी. (पुरुष व कुमार मुले) |
| | - | १२ मी. × ६ मी. (महिला, कुमार मुली, किशोर मुले व किशोर मुली) |
| राखीव क्षेत्र | - | क्रीडांगणाच्या दोन्ही बाजूंना असणारे १ मी. रुंदीचे क्षेत्र. |

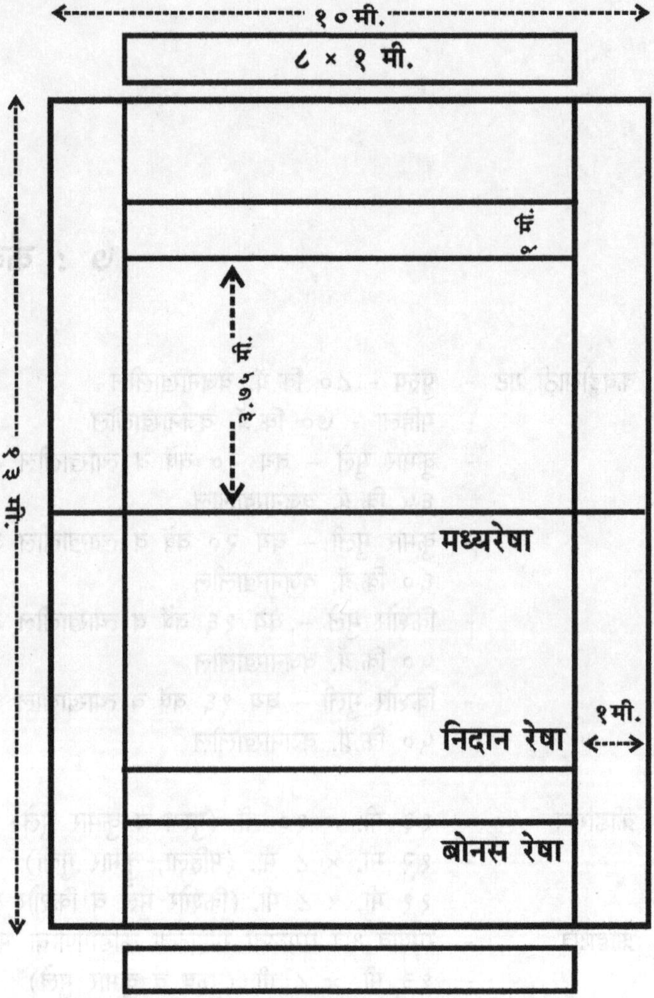


आकृती १५ : कबड्डी क्रीडांगण (पुरुष)

| | | |
|---|---|---|
| मध्य रेषा | - | क्रीडांगणाचे दोन समान भाग करणारी रेषा. |
| निदान रेषा | - | मध्यरेषेशी समांतर व मध्यरेषेपासून ३.७५ मी. / ३ मी. अंतरावर दोन्ही क्रीडाक्षेत्रांत आखलेल्या रेषा. |
| | - | ३.७५ मी. - पुरुष व कुमार मुले |
| | - | ३ मी. - महिला, कुमार मुली, किशोर मुले व किशोर मुली. |
| बोनस रेषा | - | निदान रेषांशी समांतर व निदान रेषांपासून मागील अंतिम रेषांच्या बाजूस १ मी. अंतरावर क्रीडाक्षेत्रात आखलेल्या रेषा. |
| टीप - | १) | क्रीडांगणावरील सर्व रेषांची जाडी ३ ते ५ सें.मी. असते. |
| | २) | अंतिम मर्यादा रेषा क्रीडांगणाचाच भाग असतात. |
| | ३) | अंगणाच्या पाठीमागे २ मी. अंतरावर असलेल्या जागेत बाद झालेले खेळाडू बसतात. (बाकांची व्यवस्था असावी) |
| | ४) | अंतिम रेषांच्या बाहेर चार मीटर मोकळी जागा असावी. |

## खेळाचे नियम

१) नाणेफेक जिंकणारा संघ 'अंगण' किंवा 'चढाई' यांपैकी एका पर्यायाची निवड करील.

२) दुसऱ्या डावात अंगणांची अदलाबदल करावी. पहिल्या डावात ज्या संघाने प्रथम चढाई केली असेल, त्याच्या प्रतिस्पर्धी संघाचा खेळाडू दुसऱ्या डावात प्रथम चढाई करील.

३) वीस मिनिटांचा / पंधरा मिनिटांचा पहिला डाव संपताना प्रत्येक संघाचे जितके खेळाडू प्रत्यक्ष अंगणात खेळत असतील, त्याच खेळाडूंनी दुसरा डाव सुरू करावयाचा असतो.

४) चढाई करणाऱ्या खेळाडूने मध्यरेषा ओलांडण्यापूर्वी दम घालण्यास सुरुवात करावी.

५) चढाई करणाऱ्याने दम घालताना एकाच श्वासात (cant) 'कबड्डी' 'कबड्डी' असा स्पष्ट शब्दोच्चार केला पाहिजे. दम स्पष्ट नसेल, तर पंचाने त्याला ताकीद देऊन परत पाठवावे आणि प्रतिपक्षास चढाई करण्याची संधी द्यावी. ताकीद देऊन परत पाठविलेल्या खेळाडूचा पाठलाग करता येणार नाही.

प्रतिस्पर्धी संघास एक तांत्रिक गुण द्यावा.

६) चढाई करताना मध्यरेषा ओलांडल्यावर दम घालावयास सुरुवात केली, तर पंचाने चढाई करणाऱ्यास परत बोलवावे आणि त्याला ताकीद द्यावी. त्याची चढाईची पाळी संपली, असे सांगून प्रतिपक्षास चढाई करण्याची संधी द्यावी. परत पाठविलेल्या खेळाडूचा पाठलाग करता येणार नाही. प्रतिस्पर्धी संघास एक तांत्रिक गुण द्यावा.

७) एका वेळी एकाच खेळाडूने चढाई करावयाची असते. जर एका वेळी अनेक खेळाडू चढाई करण्यासाठी प्रतिपक्षाच्या अंगणात जात असतील, तर पंचाने त्यांना आपल्या अंगणात परत पाठवावे आणि त्या संघाची चढाईची पाळी संपल्याचे सांगावे. अशा वेळी परत पाठविलेल्या खेळाडूंचा पाठलाग करता येणार नाही. प्रतिस्पर्धी संघास एक तांत्रिक गुण द्यावा.

८) आपली चढाईची पाळी नसताना एखादा खेळाडू प्रतिपक्षाच्या अंगणात चढाई करण्यासाठी जात असेल, तर त्याला परत बोलावून समज द्यावी. त्याला बाद करू नये. पंचाने प्रतिस्पर्धी संघास एक तांत्रिक गुण द्यावा.

९) चढाई करणाऱ्या खेळाडूने आपल्या अंगणात येईपर्यंत दम सुरू ठेवला पाहिजे. प्रतिस्पर्ध्याच्या अंगणात त्याचा दम गेला, तर त्याला बाद करावे.

१०) चढाई करून खेळाडू आपल्या अंगणात परत जाताच किंवा प्रतिपक्षाच्या अंगणात बाद होताच दुसऱ्या संघाच्या खेळाडूने वेळ न दवडता पाच सेकंदांत चढाई केली पाहिजे. चढाई करण्यास अकारण विलंब करणाऱ्या संघाची चढाई करण्याची पाळी संपली, असे जाहीर करून प्रतिपक्षास चढाई करावयास सांगावे. चढाईस विलंब करणाऱ्या संघाच्या प्रतिपक्षास एक तांत्रिक गुण द्यावा.

११) चढाई करणाऱ्यास पकडल्यावर त्याचे तोंड किंवा गळा दाबून त्याच्या दमात अडथळा आणला गेला असेल, कैची वापरून किंवा अपायकारक उपाययोजना करून चढाई करणाऱ्याची पकड केली असेल, तर त्या वेळी चढाई करणारा नाबाद ठरवावा. बचाव पक्षाच्या संबंधित दोषी खेळाडूवर कारवाई करावी. दोषी खेळाडूच्या प्रतिस्पर्धी संघास एक गुण देण्याचा / दोषी खेळाडूस बाद करण्याचा सरपंचास अधिकार आहे.

१२) चढाई करणाऱ्या खेळाडूने किमान एक वेळ तरी प्रतिस्पर्ध्याच्या अंगणातील निदान रेषा ओलांडली पाहिजे व परत आपल्या अंगणात येताना मध्यरेषा ओलांडेपर्यंत त्याचा दम टिकला पाहिजे. (चढाई करणाऱ्या खेळाडूच्या शरीराचा भाग प्रतिपक्षाच्या अंगणातील निदान रेषा व बोनस रेषा यामधील जमिनीस टेकलेला असतो व त्याच वेळी त्याच्या शरीराचा कोणताही भाग निदान रेषा व मध्यरेषा यामधील जमिनीस टेकलेला नसतो; त्या वेळी निदान रेषा ओलांडली, असे होते.)

१३) चढाईमध्ये प्रतिपक्षाचा एक किंवा अधिक खेळाडू बाद केले असतील, तर त्या वेळी निदान रेषा ओलांडण्याची आवश्यकता नाही. त्या वेळी त्याने मध्यरेषा ओलांडेपर्यंत आपला दम टिकवला पाहिजे.

१४) चढाई करणाऱ्याचा बचाव करणाऱ्या खेळाडूच्या शरीराच्या कोणत्याही भागास किंवा कपड्यास पायातील शूजने किंवा हाताने संपर्क झाल्यास त्याला स्पर्श (दूल्म्) म्हणतात. बचाव करणाऱ्यास स्पर्श करून चढाई करणारा आपल्या अंगणात सुरक्षित आला असेल, तर त्याचा पाठलाग करता येतो.

१५) बचाव करणाऱ्याचा जेव्हा चढाई करणाऱ्यास स्पर्श होतो, त्या क्रियेस झटापट (struggle) म्हणतात. झटापट होऊन चढाई करणारा खेळाडू आपल्या अंगणात सुरक्षित आला असेल, तर त्याचा पाठलाग करता येणार नाही. स्पर्श किंवा झटापट होताच राखीव क्षेत्राचा क्रीडाक्षेत्रात समावेश होतो. झटापट संपल्यानंतर त्यात समाविष्ट असलेल्या खेळाडूंना आपल्या अंगणात प्रवेश करताना राखीव क्षेत्राचा वापर करता येईल. (फक्त बचाव करणाऱ्या संघाच्या अंगणातील क्रियेबाबत हे ग्राह्य धरले जाईल.)

१६) चढाई करणाऱ्या खेळाडूस पकडताना त्याचा हात, पाय, कंबर याशिवाय शरीराच्या इतर कोणत्याही भागास हेतुपुरस्सर पकडू नये किंवा ओढू नये. जाणूनबुजून त्याचे केस, कपडे धरून पकड केली; तर त्याला नाबाद ठरवावे आणि नियमभंग करणारा खेळाडू बाद झाल्याचे जाहीर करावे.

१७) बचाव करणाऱ्यांनी चढाई करणाऱ्यास किंवा चढाई करणाऱ्याने बचाव करणाऱ्यास जाणूनबुजून अंतिम रेषेच्या बाहेर ढकलू नये किंवा ओढू नये. बुद्धिपुरस्सर बाहेर ढकललेल्या किंवा ओढल्या गेलेल्या खेळाडूस नाबाद ठरवावे व बाहेर ढकलणाऱ्या किंवा ओढणाऱ्या खेळाडूस बाद केल्याचे जाहीर करावे.

१८) चढाई करणारा प्रतिपक्षाच्या अंगणात दम घालत असताना बचाव पक्षाच्या खेळाडूने शरीराच्या कोणत्याही भागाने चढाई करणाऱ्याच्या अंगणास स्पर्श केला, तर बचाव पक्षाचा तो खेळाडू बाद होतो. अशी चूक करून त्याने चढाई करणाऱ्यास पकडले किंवा पकडण्यास मदत केली, तर चढाई करणारा नाबाद राहील आणि प्रतिपक्षाच्या अंगणास स्पर्श करणारा तो खेळाडूच फक्त बाद होईल.

१९) विरोधी संघाचे खेळाडू बाद झाले, तर दुसऱ्या संघाचे खेळाडू बाद झालेल्या क्रमांकाप्रमाणे जिवंत होतील.

२०) एखाद्या संघाचे सर्व खेळाडू बाद झाले आणि त्यांचा कोणीही खेळाडू जिवंत होत नसेल, तर त्या संघावर 'लोन' होऊन त्या लोनचे प्रतिपक्षाला दोन गुण मिळतात. त्या वेळी जितके खेळाडू बाद झाले असतील तितके गुणही

मिळतील. एक-दोन खेळाडू शिल्लक असताना आपले सर्व खेळाडू आत यावेत म्हणून संघनायक त्यांना बाद झाल्याचे जाहीर करू शकतो. त्या वेळी त्या खेळाडूइतके आणि लोणचे दोन गुण प्रतिस्पर्धी संघास मिळतील. त्या वेळी त्या संघातील खेळाडू निलंबित/बडतर्फ असेल, तर त्याचाही गुण मिळतो.

२१) लोन जाहीर होताच लोन मिळणाऱ्या संघाचे सर्व खेळाडू दहा सेकंदांत आपल्या अंगणात प्रवेश करतील. वेळेत अंगणात प्रवेश केला नाही, तर पंच / मुख्यपंच प्रतिपक्षास एक तांत्रिक गुण बहाल करतील. त्यानंतरही तो संघ अंगणात आला नाही, तर त्या संघाला अंगणात येण्याबाबत मुख्यपंच सूचना करतील. त्यानंतर तो संघ एका मिनिटात अंगणात आला नाही, तर तो संघ बाद केल्याचे व प्रतिस्पर्धी संघ विजयी झाल्याचे मुख्यपंच घोषित करतील.

२२) खेळ सुरू असताना खेळाडूच्या शरीराच्या कोणत्याही भागाचा अंतिम रेषेच्या बाहेर स्पर्श झाल्यास तो खेळाडू बाद होतो. चढाई सुरू असताना बचाव पक्षाच्या खेळाडूचा अंगणाबाहेर स्पर्श झाला, तर त्याला बाद करून तत्काळ बाहेर काढावे. त्याचा क्रमांक सांगून बाद झाल्याचे जाहीर करावे. त्याला बाद करताना शिट्टी वाजवू नये. संबंधित खेळाडू बाद होऊन ती चढाई सुरू राहते. अंगणाबाहेर स्पर्श झालेल्या खेळाडूने चढाई करणाऱ्याची पकड केली असली तरी चढाई करणारा नाबाद राहतो.

२३) झटापटीच्या वेळी राखीव क्षेत्राचा क्रीडाक्षेत्रात समावेश होत असल्याने त्या वेळी खेळाडूचा अंतिम रेषेच्या बाहेर स्पर्श होऊन त्याच्या शरीराचा क्रीडांगणात स्पर्श होत असेल, तर तो खेळाडू नाबाद राहील. संपर्क असलेला शरीराचा भाग क्रीडांगणाच्या मर्यादेच्या आत पाहिजे.

२४) चढाई करणाऱ्या खेळाडूस त्याच्या संघातील खेळाडूंनी संभाव्य संकटाबद्दल सूचना केल्यास पंच / मुख्यपंच प्रतिपक्षास एक तांत्रिक गुण देतील.

२५) चढाई करणाऱ्याने प्रतिपक्षाचे सहा किंवा सात खेळाडू त्यांच्या अंगणात असताना बोनस रेषा ओलांडली, तर चढाई करणाऱ्यास एक गुण मिळतो. (चढाई करणाऱ्याच्या शरीराचा भाग बोनस रेषा व मागील अंतिम रेषा यामधील प्रतिस्पर्ध्याच्या अंगणात टेकलेला असतो आणि त्या वेळी त्याच्या शरीराचा कोणताही भाग बोनस रेषा व निदान रेषा यामधील अंगणात टेकलेला नसतो, त्या वेळी बोनस रेषा ओलांडली, असे मानतात.)

बोनस रेषा ओलांडून बचाव पक्षाच्या खेळाडूस स्पर्श करून किंवा झटापट होऊन चढाई करणारा सुरक्षितपणे आपल्या अंगणात आला, तर त्याच्या संघास बोनस रेषा ओलांडल्याबद्दल एक गुण आणि जितके प्रतिस्पर्धी बाद झाले असतील तितके गुण मिळतील.

बोनस रेषा ओलांडल्यावर चढाई करणाऱ्याची यशस्वी पकड केली गेली तरी चढाई करणाऱ्या संघास एक बोनस गुण मिळतो. तो पकडीत बाद झाल्याने बचाव पक्षासही एक गुण मिळतो. या वेळी चढाई करणाऱ्याने अगोदर गुण मिळवला, अशी नोंद होते.

बोनस गुण मिळाला तरी त्या संघाचा गडी जिवंत होत नाही.

निलंबित / बडतर्फ खेळाडूंची संख्या विचारात घेऊन बोनस रेषेचा नियम लागू होईल.

**सामन्याचे नियम**

१) संघात १२ खेळाडू असतील. त्यांपैकी ७ खेळाडूच अंगणात खेळावयास उतरतील. उरलेले ५ खेळाडू राखीव खेळाडू असतील. सात खेळाडू असताना सामना सुरू होईल.

२) पुरुष व कुमार मुले या गटांसाठी प्रत्येकी २० मिनिटांच्या दोन सत्रांत सामना खेळला जाईल. पहिल्या २० मिनिटांच्या खेळानंतर ५ मिनिटांची विश्रांती राहील. महिला, कुमार मुली, किशोर मुले आणि किशोर मुली या गटांसाठी प्रत्येकी १५ मिनिटांची दोन सत्रे राहतील. दोन सत्रांमध्ये ५ मिनिटांची विश्रांती राहील.

३) मध्यंतराच्या विश्रांतीनंतर अंगणाची अदलाबदल केली जाईल.

४) सत्रातील शेवटची चढाई सुरू असताना वेळ संपली तरी ती चढाई पूर्ण होऊ द्यावी.

५) प्रतिपक्षाच्या बाद होणाऱ्या प्रत्येक खेळाडूमागे दुसऱ्या संघास एक गुण मिळतो.

६) संघाचे अंगणात खेळणारे सर्व खेळाडू बाद झाल्यावर लोन होईल आणि लोन देणाऱ्या संघास लोनचे दोन गुण मिळतील.

७) संघनायक किंवा मार्गदर्शक सामन्याच्या प्रत्येक सत्रात दोनदा त्रुटित काळाची मागणी करू शकतात. प्रत्येक मर्यादा ३० सेकंदांची असेल.

मुख्य पंचाच्या परवानगीने सामन्यामध्ये या कालावधीत पाच खेळाडू बदलता येतील. बदली खेळाडू घेतल्याने बाहेर गेलेला खेळाडू पुन्हा बदली खेळाडू म्हणून खेळू शकतो.

खेळ सुरू असताना खेळाडू जखमी झाल्यास संघनायक मुख्य पंचाकडे मागणी करू शकतो. हा दोन मिनिटांपेक्षा अधिक असणार नाही.

मुख्य पंचाच्या परवानगीशिवाय खेळाडू आपले अंगण सोडून बाहेर जाणार नाहीत. याचे उल्लंघन झाल्यास प्रतिस्पर्धी संघास एक विशेष गुण दिला जातो.

लागलेला वेळ उरलेल्या वेळात समाविष्ट करण्यात येईल.

८) निलंबित किंवा बडतर्फ खेळाडूच्या जागी बदली खेळाडू घेता येणार नाही.

९) पाऊस, प्रेक्षकांचा व्यत्यय, वीजपुरवठा बंद पडणे किंवा मुख्य पंचाला योग्य वाटेल अशा अपरिहार्य कारणामुळे सामना तात्पुरता तहकूब करता येईल. तात्पुरता तहकुबी काळ वीस मिनिटांपेक्षा जास्त नसेल. तात्पुरत्या तहकुबीनंतर सामना वेळेत सुरू झाला, तर तो उरलेल्या वेळेपुरताच खेळवावा. या तात्पुरत्या तहकुबीच्या काळात पंचांच्या परवानगीशिवाय मैदान सोडणाऱ्या संघाविरुद्ध एक विशेष गुण दिला जाईल.

१०) तात्पुरत्या तहकुबीपेक्षा अधिक वेळ होऊनही खेळ पुन्हा सुरू होऊ शकला नाही, तर तो सामना पुन्हा पूर्ण वेळ खेळवावा. सामना पुन्हा पूर्ण वेळ खेळविल्यास त्यात पूर्वीचेच खेळाडू पाहिजेत, असे नाही.

११) पूर्ण वेळेनंतर सामना संपल्यावर ज्या संघाची गुणसंख्या अधिक असेल, तो संघ विजयी म्हणून जाहीर केला जाईल.

१२) बाद पद्धतीने (Knock-out) खेळल्या जाणाऱ्या स्पर्धेत सामना पूर्ण वेळ होऊनही समान गुणावर संपला, तर दोन्ही संघांना आळीपाळीने प्रत्येकी पाच चढाया करावयास मुख्य पंच सांगतील. या वेळी दोन्ही संघांचे प्रत्येकी पाच खेळाडू आपापल्या अंगणात असतील. संघनायकाने किंवा मार्गदर्शकाने आपल्या पाच खेळाडूंचा चढाई करण्याचा क्रम, त्यांची नावे आणि क्रमांक मुख्य पंचाकडे द्यावयाचे आहेत. दिलेल्या क्रमानेच खेळाडू चढाई करतील. ज्या संघाने सामना सुरू होताना प्रथम चढाई केली होती, त्या संघास या वेळीही पहिली चढाई करण्याची संधी दिली जाईल.

चढाई करण्यासाठी निर्धारित केलेल्या खेळाडूंपैकी एखादा खेळाडू त्याची चढाईची पाळी येण्यापूर्वीच जबर जखमी झाला आणि तो चढाई करण्यास असमर्थ असेल, तर उर्वरित दोन खेळाडूंपैकी एकाला जखमी खेळाडूच्या क्रमांकावर चढाई करण्याची संधी दिली जाते.

या वेळी निदान रेषा ही बोनस रेषा गृहीत धरून बोनस रेषेच्या नियमाप्रमाणे खेळ होईल. (Baulk Line Cum Bonus Line) चढाई करणाऱ्याने निदान रेषा ओलांडली, तर एक गुण दिला जाईल. निदान रेषा ओलांडून चढाई करून प्रतिपक्षाच्या एक किंवा अनेक खेळाडूंना स्पर्श करून किंवा झटापट करून तो आपल्या अंगणात सुरक्षित आला, तर एका बोनस गुणाबरोबरच बाद केलेल्या खेळाडूबद्दलही गुण मिळतील.

खेळ 'अमर' पद्धतीने चालेल. बाद झालेल्या खेळाडूबद्दल गुण मिळतील, परंतु बाद झालेले खेळाडू बाहेर बसणार नाहीत.

या वेळी बदली खेळाडू घेता येणार नाही.

१३) वरील नियम क्रमांक बारानुसार पेच सुटला नाही, तर 'गोल्डन रेड' (Golden Raid) पद्धतीचा अवलंब करून पेच सोडविला जाईल. नाणेफेक करून नाणेफेक जिंकणाऱ्या संघास प्रथम चढाई करण्याची संधी मिळेल. त्यामध्ये जो संघ चढाई अगर बचाव करताना गुण मिळवील, तो संघ विजयी म्हणून घोषित केला जाईल. पहिल्या सुवर्णचढाईत दोन्ही संघांना समान गुण मिळाले, तर दुसऱ्या संघाला त्याची सुवर्णचढाई करण्याची संधी मिळेल. दुसरी चढाई संपल्यानंतर दोन्ही चढायांतील दोन्ही संघाचे एकूण गुण विचारात घेतले जातील. ज्या संघाचे अधिक गुण असतील तो संघ विजयी घोषित केला जाईल.

१४) साखळी पद्धतीने सामने खेळले जात असतील, तर विजयी संघास दोन गुण आणि पराभूत संघास शून्य गुण मिळतात. समान गुणांवर सामना संपला, तर प्रत्येकास एक-एक गुण दिला जातो. साखळी पद्धतीच्या सामन्यात एक किंवा अनेक विभागांतील संघांचे समान साखळी गुण झाल्यास त्या विभागातील संघात त्या संघाने मिळविलेले गुण व गमावलेले गुण यांची सरासरी काढून विजयी आणि उपविजयी संघ ठरवावा.

१५) संघनायकाशिवाय अन्य खेळाडूने आपल्या अंगणात आपल्या खेळाडूंना सूचना द्यावयाच्या नाहीत.

१६) अर्धी चड्डी (आत लंगोट किंवा जांगिया असावा), गंजीफ्रॉक असा खेळाडूचा पोशाख असावा. सपाट तळाचे कॅनव्हास शूज आणि पायमोजे वापरावयास हरकत नाही.

१७) अमली पदार्थांचे सेवन करणाऱ्या, शरीरावर निसरडी वस्तू चोपडणाऱ्या किंवा इतरांना दुखापत होईल अशी वस्तू शरीरावर धारण करणाऱ्या खेळाडूस सामन्यात भाग घेता येणार नाही.

## सामना अधिकारी

१) सामन्यासाठी एक मुख्य पंच, दोन पंच, एक गुणलेखक आणि दोन सहायक गुणलेखक असे अधिकारी असतील.

२) सामान्यपणे पंचाचा निर्णय अंतिम मानला जाईल; परंतु दोन पंचांमध्ये मतभेद असेल, तर मुख्य पंच आपला निर्णय देतील. तसेच विशिष्ट परिस्थितीत खेळाच्या हिताच्या दृष्टीने हस्तक्षेप करून मुख्य पंच निर्णय देतील.

३) खालील अखिलाडू वृत्तीच्या कृतीबद्दल खेळाडूस ताकीद देणे, प्रतिपक्षास गुण देणे, खेळाडू तात्पुरता निलंबित करणे, त्या सामन्यापुरता किंवा स्पर्धेपुरता खेळाडू किंवा संघ बाद करणे, हे अधिकार पंच आणि मुख्य पंच यांना आहेत.

अ) असभ्य वर्तन करणे.

ब) अधिकाऱ्याबद्दल असभ्य व अनुदार उद्‌गार काढणे.

क) प्रतिस्पर्धी खेळाडूबद्दल वैयक्तिक असभ्य व अपमानास्पद उद्‌गार काढणे.

ड) निष्पक्षपाती निर्णयास बाधा येईल, असे वर्तन करणे.

इ) बोट दाखवून पंचाकडून निर्णयाची मागणी करणे.

फ) निकालाबाबत सामना अधिकाऱ्यांना वारंवार विचारणे.

वरीलप्रमाणे खेळाडूकडून वर्तन घडले तर पंच / मुख्य पंच कार्ड दाखवतील.

हिरवे कार्ड - ताकीद.

पिवळे कार्ड - दोन मिनिटांपुरते तात्पुरते निलंबन.

लाल कार्ड - सामन्यापुरते / स्पर्धेपुरते निलंबन / बडतर्फी.

४) पुढीलप्रमाणे नियमोल्लंघन घडले तर ताकीद देणे, गुण देणे, खेळाडूस किंवा संघास बाद करण्याचा पंच / मुख्य पंच यांना अधिकार आहे.

अ) चढाई करणाऱ्याचे तोंड किंवा गळा दाबून त्याचा दम तोडणे.

ब) शरीरास अपाय होईल, असे अयोग्य उपाय करणे.

क) चढाई करणाऱ्यास पायकैचीने पकडणे.

ड) चढाई करण्यास पाच सेकंदांपेक्षा अधिक वेळ घेणे.

इ) प्रशिक्षक किंवा खेळाडू यांनी आपल्या खेळाडूंना क्रीडांगणाबाहेरून सूचना देणे.

## मुख्य पंचाची कर्तव्ये

अ) नाणेफेक करणे.

ब) वेळेची नोंद ठेवून, शिट्टी वाजवून सामना सुरू करणे व बंद करणे.

क) बदली खेळाडू जाहीर करणे.

ड) मध्यंतरानंतर व सामना संपल्यावर दोन्ही संघांचे गुण जाहीर करणे.

इ) विजयी संघ जाहीर करणे.

फ) दुसऱ्या डावात शेवटची पाच मिनिटे, प्रत्येक मिनिट संपताच जाहीर करणे.

ह) खेळाडूचा पेहराव व त्याने अमली पदार्थाचे सेवन केलेले नाही याची खात्री करून घेणे.

ज) मुख्य पंचाच्या घड्याळातील वेळ अधिकृत मानली जात असल्याने सामना सुरू होण्यापूर्वी टेबल घड्याळाशी आपले घड्याळ एककालिक करणे.

ल) संपूर्ण सामन्यावर देखरेख ठेवणे.

## पंचांची कर्तव्ये

अ) सामन्यावर देखरेख ठेवून नियमाप्रमाणे निर्णय देणे.

ब) बोनस गुण जाहीर करणे.

## गुणलेखकाची कर्तव्ये

१) गुणपत्रक भरणे, गुणपत्रकात खेळाडूंची नावे, नाणेफेक जिंकणारा संघ, सामना सुरू झाल्याची आणि संपल्याची वेळ इ. बाबींची नोंद करणे.

२) निलंबित / बडतर्फ खेळाडूची नोंद करणे.

३) मुख्य पंचाच्या परवानगीने प्रत्येक सत्राच्या शेवटी गुण व निकाल जाहीर करणे.

४) त्रुटित काळाची नोंद करणे.

५) बदली खेळाडूंची नोंद करणे.

६) गुण नोंदवताना पुढील पद्धतीचा अवलंब करणे -

| | | |
|---|---|---|
| अ) | खेळाडूने मिळविलेले गुण | । |
| ब) | लोणचे गुण | — |
| क) | बोनस गुण | D |
| ड) | जाहीर झालेले विशेष गुण | o |
| इ) | त्रुटित काळ | T |

७) गुणपत्रकावर पंच आणि मुख्य पंच यांच्या स्वाक्षऱ्या घेणे.

## सहायक गुणलेखकाची कर्तव्ये

१) पंचांना मदत करणे

२) खेळाडू ज्या क्रमाने बाद झाले असतील, त्या क्रमाची नोंद ठेवणे.

३) बाद झालेले खेळाडू योग्य ठिकाणी बसतात किंवा नाही ते पाहणे.

४) जिवंत झालेल्या खेळाडूंची नोंद ठेवणे.

५) खेळाडूचा अंतिम रेषेच्या बाहेर स्पर्श झाल्यास ते पंचांच्या / मुख्य पंचाच्या निदर्शनास आणून देणे.

टीप : १) कुमार व किशोर गटांसाठी वयोमर्यादेची अट आलेली आहे, म्हणून या गटांतील खेळाडूंचे जन्मतारखेचे दाखले (मुख्याध्यापक/ प्राचार्य यांची स्वाक्षरी असलेले) सादर करणे आवश्यक आहे.

२) आंतरराष्ट्रीय कबड्डी सामने गादीवर खेळविले जातात. अशा सामन्यात खेळणाऱ्या खेळाडूंनी कॅनव्हास शूज वापरणे आवश्यक आहे.

## गुणपत्रक

विभाग :- पुरुष/महिला/कुमार मुले/कुमार मुली/किशोर मुले/किशोर मुली

स्पर्धेचे नाव :-

दिनांक :- वेळ क्रीडांगण फेरी

नाणेफेक जिंकणारा संघ :- निवड :- अंगण / चढाई

| संघ :- | संघ :- |
|---|---|
| पहिले सात खेळाडू क्रमांक :- | पहिले सात खेळाडू क्रमांक :- |
| बदली खेळाडू :- | बदली खेळाडू :- |
| पाच चढाईचे अनुक्रमांक :- | पाच चढाईचे अनुक्रमांक :- |

| खेळाडू क्रमांक | नाव | कार्ड हिरवे/ पिवळे / लाल | वेळ | खेळाडू क्रमांक | नाव | कार्ड हिरवे/ पिवळे / लाल | वेळ |
|---|---|---|---|---|---|---|---|
| १ | | | | १ | | | |
| २ | | | | २ | | | |
| ३ | | | | ३ | | | |
| ४ | | | | ४ | | | |
| ५ | | | | ५ | | | |
| ६ | | | | ६ | | | |
| ७ | | | | ७ | | | |
| ८ | | | | ८ | | | |
| ९ | | | | ९ | | | |
| १० | | | | १० | | | |
| ११ | | | | ११ | | | |
| १२ | | | | १२ | | | |

| १, २, ३, ४, ५, ६, ७, ८, ९, १०, ११, १२, ..... | १, २, ३, ४, ५, ६, ७, ८, ९, १०, ११, १२, ..... |
|---|---|

| डाव | गुणप्रकार | | | | | डाव | गुणप्रकार | | | | |
|---|---|---|---|---|---|---|---|---|---|---|---|
| | बाद | बोनस | लोन | तांत्रिक | एकूण | | बाद | बोनस | लोन | तांत्रिक | एकूण |
| पहिला | | | | | | पहिला | | | | | |
| दुसरा | | | | | | दुसरा | | | | | |
| पाच चढाया | | | | | | पाच चढाया | | | | | |
| सुवर्ण चढाई | | | | | | सुवर्ण चढाई | | | | | |

निकाल :- संघ :- गुणांनी विजयी झाला.

गुणलेखक पंच (१) पंच (२) मुख्य पंच

(स्वाक्षऱ्या)

**ता. क. : काही नवीन नियम (सन २०१४)**

१) चढाई करणाऱ्या खेळाडूची यशस्वी पकड झाली नाही किंवा अन्य नियमभंगामुळे तो बाद झाला नाही तर चढाई करणाऱ्याने तीस सेकंदांत सुरक्षितपणे परत आले पाहिजे. तीस सेकंदांपेक्षा अधिक वेळ तो प्रतिस्पर्ध्याच्या अंगणात राहिला तर त्याला बाद घोषित केले जाते.

२) संरक्षक संघाच्या अंगणात तीनपेक्षा कमी खेळाडू असतील आणि त्यांनी चढाई करणाऱ्याची यशस्वी पकड केली तर संरक्षक संघास एका गुणाबरोबरच एक अतिरिक्त गुण मिळेल. (एकूण दोन गुण)

३) सामन्यामध्ये (Match) दोन्ही संघांना प्रत्येकी दोन वेळा पंचांच्या निर्णयांविरुद्ध अपील करता येईल.

## ८ : खो-खो

**क्रीडांगण** - (१) २७ मी. × १६ मी. (पुरुष, महिला, कुमार मुले व मुली)
(२) २३ मी. × १४ मी. (किशोर व किशोरी)

मध्य पाटी - दोन खुंटांना जोडणारी २४ मी. / २० मी. लांबीची व ३० सें.मी. रुंदीची पाटी.

आडवी पाटी - दोन्ही खुंटांमध्ये मध्य पाटीला लंबरूपाने छेदणारी १६ मी. / १४ मी. लांबीची ३५/३० सें.मी. रुंदीची पाटी. (एकूण आठ आडव्या पाट्या)

खुंट - खुंट हे लाकडी व गुळगुळीत असतील. खुंटाचा वरचा भाग सपाट असेल. मात्र, त्याच्या कडा धारदार असू नयेत. खुंटाचा परीघ सर्व ठिकाणी सारखा असतो. खुंट हे चौकामध्ये / मुक्त क्षेत्रामध्ये खुंटरेषेच्या मध्यबिंदूस स्पर्श करतील असे रोवलेले असतात.

खुंटरेषा - क्रीडांगणाच्या रुंदीशी समांतर आणि खुंटाला स्पर्श करणारी रेषा.

चौक किंवा मुक्त क्षेत्र - खुंटरेषेपासून अंतिम रेषेपर्यंतचे १६ मी. × १.५० मी. / १४ मी. × १.५० मी. मापाचे चौक.

आयत - मध्य पाटी व आडव्या पाट्या एकमेकांशी छेदतात

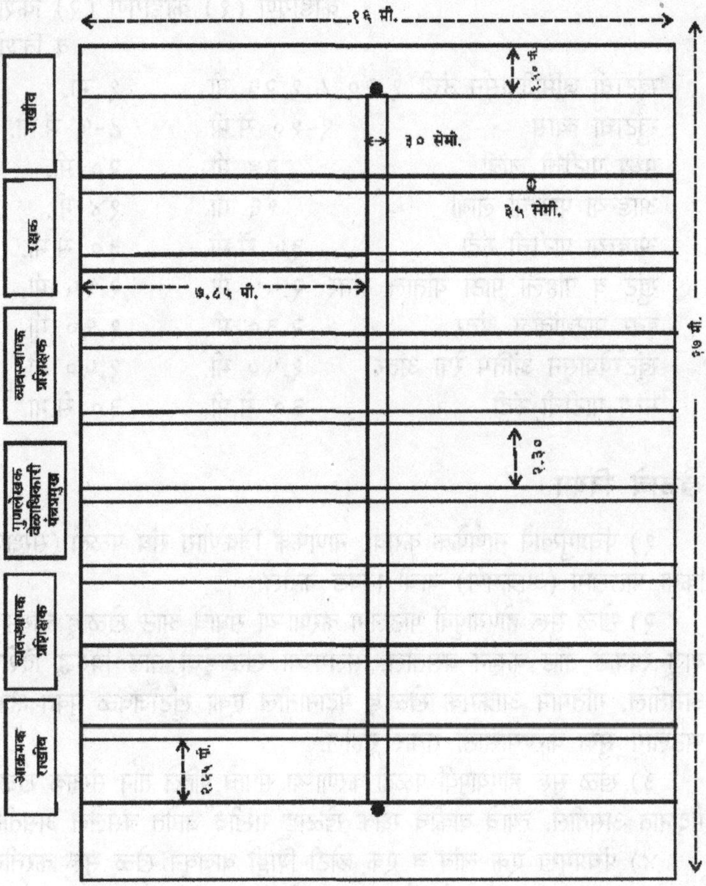


**आकृती १६ : खो-खो क्रीडांगण पुरुष /महिला, कुमार मुले व मुली**

त्या ठिकाणी तयार होणारे ३५ सें.मी × ३० सें.मी. मापाचे आयत/३० सें.मी.× ३० सें.मी. मापाचे चौरस

क्रीडांगण आखण्याच्या रेषा ३ सें.मी. ते ५ से.मी. रुंदीच्या असतात. रेषेची रुंदी क्रीडांगणाच्या मापातच समाविष्ट असते.

क्रीडांगणाच्या चारही बाजूंना किमान १.५ मी. मोकळी जागा असावी.

| | क्रीडांगण (१) | क्रीडांगण (२) किशोर व किशोरी |
|---|---|---|
| खुंटाची जमिनीपासून उंची | १.२० / १.२५ मी. | १ मी. |
| खुंटाचा व्यास | ९-१० सें.मी. | ८-९ सें.मी. |
| मध्य पाटीची लांबी | २४ मी. | २० मी. |
| आडव्या पाटीची लांबी | १६ मी. | १४ मी. |
| आडव्या पाटीची रुंदी | ३५ सें.मी. | ३० सें.मी. |
| खुंट व पहिली पाटी यांतील अंतर | २.५५ मी. | २.१५ मी. |
| इतर पाट्यांतील अंतर | २.३० मी. | १.९० मी. |
| खुंटरेषेपासून अंतिम रेषा अंतर | १.५० मी. | १.५० मी. |
| मध्य पाटीची रुंदी | ३० सें.मी. | ३० सें.मी. |

## खेळाचे नियम

१) पंचप्रमुखाने नाणेफेक करावी. नाणेफेक जिंकणारा संघ पळती (संरक्षण) किंवा पाठलाग (आक्रमण) याची निवड करील.

२) खेळ सुरू होण्यापूर्वी पाठलाग करणाऱ्या संघाचे आठ खेळाडू चौरसांवर बाजू रेषेकडे तोंड करून बसतील. सलगच्या खेळाडूंची तोंडे विरुद्ध दिशेला असतील. गतिमान आक्रमक खेळाडू मैदानातील एका खुंटाजवळ मुक्त क्षेत्रात पाठलाग सुरू करण्यासाठी तयार राहील.

३) खेळ सुरू होण्यापूर्वी पळती करणाऱ्या संघाचे पहिले तीन संरक्षक खेळाडू मैदानात असतील. त्यांचे बाकीचे रक्षक खेळाडू राखीव जागेत बसलेले असतील.

४) पंचप्रमुख एक लांब व एक छोटी शिट्टी वाजवून खेळ सुरू करतील.

५) पाठलाग करणाऱ्याने चौरसावर बसलेल्या आपल्या खेळाडूस पाठीमागून खो द्यावयाचा असतो. खो देताना 'खो' हा शब्द मोठ्याने व स्पष्टपणे उच्चारला पाहिजे. 'खो' असे म्हणण्याऐवजी 'खू', 'खोऽऽरे', 'खुई' असे शब्द उच्चारणे नियमबाह्य आहे. 'खो' उच्चारण्याअगोदर त्याचा बसलेल्या खेळाडूच्या पाठीस हाताने स्पर्श झाला पाहिजे. पाठीसच स्पर्श झाला पाहिजे असा आग्रह धरू नये, कमरेच्या खालील भागास स्पर्श झाला तरी चालते. हाताने पाठीस स्पर्श करण्यापूर्वी 'खो' उच्चारल्यास तो नियमभंग आहे.

खो देताना खो देणाऱ्याच्या पुढच्या पावलाचा स्पर्श आडव्या पाटीशी पाहिजेच असे नाही. तसेच खो देताना त्याचे संपूर्ण शरीर त्या आडव्या पाटीच्या

पुढे झुकलेले असले तरी चालेल. मात्र, त्याच्या किमान एका पायाचा स्पर्श आडव्या पाटीशी असलाच पाहिजे. बसलेल्या खेळाडूच्या लांबवलेल्या हातास, पायास किंवा झुकविलेल्या शरीरास स्पर्श करून 'खो' देणे नियमबाह्य आहे. 'खो' उच्चारणे व पाठीस स्पर्श होणे एकाच वेळी घडणे नियमबाह्य मानू नये. (एककालिक खो)

६) पाटीवर बसलेल्या खेळाडूने खो मिळाल्याशिवाय पाटीवरून उठावयाचे नाही किंवा तोंड फिरवून बसावयाचे नाही. तसे केल्यास तो नियमभंग समजावा. त्याची पुनरावृत्ती होत असेल, तर ती गैरवर्तणूक मानावी.

७) खो देणाऱ्याने खो दिल्यावर ताबडतोब चौरसावर बसले पाहिजे.

८) पाठलाग करणाऱ्याचा एक पाय जोपर्यंत पाटीत आहे तोपर्यंत त्याने पाटी सोडली, असे म्हणता येणार नाही.

९) योग्य खो दिल्यावर खो देणाऱ्याचा बसताना पाटीबाहेर तोल गेला, तर तो फाउल मानू नये.

१०) खो मिळाल्यावर पाटीवरून उठताना खेळाडूच्या पायाचा विरुद्ध बाजूस प्रथम स्पर्श झाला, तर तो नियमभंग नाही.

११) पाठलाग करणाऱ्याचा मध्य पाटीत किंवा मध्य पाटीच्या पलीकडील जमिनीस स्पर्श झाला, तर तो फाउल समजावा.

चौरसावरून उठत असताना गतिमान आक्रमकाला ज्या बाजूस जायचे आहे, त्या बाजूच्या मध्य पाटीच्या रेषेस त्याच्या पहिल्या पावलाचा स्पर्श झाला तर तो नियमभंग मानू नये. मात्र, त्याचा पाय रेषेच्या पलीकडे पाटीत जाऊ नये.

१२) गडी मारताना किंवा मारल्यानंतर त्या क्रियेचा एक भाग म्हणून पाठलाग करणाऱ्याचा मध्य पाटीला स्पर्श झाला, ती छेदली किंवा ओलांडली तर तो नियमभंग मानून पळती करणारा संबंधित खेळाडू नाबाद ठरवावा.

१३) खो मिळाल्यावर उठलेल्या खेळाडूने आपल्यासमोरच्या मैदानात कोणतीही दिशा घ्यावी. एखाद्या खुंटरेषेकडे जाण्याची क्रिया करणे म्हणजे दिशा घेणे होय. एक दिशा घेतल्यानंतर त्याला दिशा बदलता येणार नाही. दिशा बदलणे हा फाउल आहे. (पाठलाग करणाऱ्या खेळाडूने कोणत्याही एका खुंटरेषेकडे दिशा घेतली आणि नंतर ९०० पेक्षा अधिक कोनातून स्कंधरेषा फिरविली, तर त्याला दिशा बदलणे, असे म्हणतात.)

१४) एक दिशा घेऊन पुढे गेल्यावर पाठलाग करणाऱ्याला मध्येच मागे जाता येणार नाही. मागे जाणे (Receding) हा फाउल आहे. परंतु गतिमान आक्रमक खुंटावर गडी टिपण्याच्या प्रयत्नात असताना त्याचा जमिनीवरील पाय मागे घसरला, तरी ते मागे हटणे होत नाही.

१५) एकदा दिशा घेतल्यानंतर पाठलाग करणाऱ्याला त्या बाजूची खुंटरेषा ओलांडेपर्यंत जावे लागेल. (मध्येच त्याने खो दिला, तर खुंटरेषेपर्यंत जाण्याची आवश्यकता नाही.)

१६) मध्य पाटीने विभागलेल्या मैदानाच्या दुसऱ्या भागात जायचे असेल तर पाठलाग करणाऱ्याला खुंटाच्या बाहेरून चौकातून गेले पाहिजे. खुंटाजवळ मध्य पाटीस त्याचा स्पर्श झाला किंवा त्याने मध्य पाटी ओलांडली, तर तो फाउल आहे.

१७) चौकात गेल्यावर पाठलाग करणाऱ्याला खुंटाच्या कोणत्याही एका बाजूने विरुद्ध बाजूच्या चौकाकडे जाता येईल.

१८) पाठलाग करणाऱ्याने चौकात दिशा बदलणे किंवा मागे येणे, हे फाउल्स नाहीत.

१९) पाठलाग करणाऱ्याचा खुंटाजवळील पाटीतील चौरसावर बसलेल्या खेळाडूस हात लागला, तर त्याने त्याला खो दिलाच पाहिजे. पळती करणारा खेळाडू खुंटावर नसेल तर खो देण्याची गरज नाही.

२०) चौरसावर बसलेल्या खेळाडूंनी पळती करणाऱ्या खेळाडूंना कोणत्याही प्रकारे अडथळा येणार नाही, असे बसावे. अडथळा आणल्यामुळे पळती करणारा बाद झाला असेल, तर त्याला नाबाद ठरवावे.

२१) पळती करणाऱ्या संरक्षक खेळाडूंनी चौरसावर बसलेल्या खेळाडूंना स्पर्श करावयाचा नाही. पळती करणाऱ्याने तसा स्पर्श केल्यास त्याला एकदा ताकीद द्यावी. ताकीद देऊनही त्याने पुन्हा स्पर्श केला, तर पळती करणाऱ्यास बाद करावे.

२२) कोणताही नियमभंग न करता पाठलाग करणाऱ्याने पळती करणाऱ्याच्या शरीराच्या कोणत्याही भागास हाताने स्पर्श केल्यास पळती करणारा तो खेळाडू बाद होतो; परंतु पाठलाग करणाऱ्याचा प्रत्यक्ष स्पर्श करताना किंवा स्पर्श करून लगेच फाउल झाला, तर पळती करणारा नाबाद ठरवावा.

२३) पळती करणाऱ्याचे दोन्ही पाय अंतिम रेषेच्या बाहेर असतील, तर त्याला बाद म्हणून जाहीर करावे. पायाचा क्रीडांगणाशी संपर्क हवाच. गतिमान आक्रमकाने नियमभंग करून संरक्षकास मैदानाबाहेर ढकलले आणि संरक्षकाचे दोन्ही पाय बाहेर गेले असले, तरी संरक्षकास बाद देऊ नये.

२४) पाठलाग करणारा खेळाडू अंतिम रेषेच्या बाहेर गेला, तरी तो नियमभंग नाही. मात्र, त्या वेळी त्याने दिशा बदलली किंवा तो मागे आला, तर तो नियमभंग समजावा.

२५) पाठलाग करणाऱ्याचा नियमभंग होताच पंचाने छोटी-छोटी शिट्टी वाजवून त्याला नियमभंगाचे निराकरण करावयास भाग पाडावे. पळती करणारा

खेळाडू पळत असलेल्या दिशेच्या विरुद्ध दिशेस त्याला जायला सांगावे. विरुद्ध दिशेस गेल्यावर त्याने खो दिलाच पाहिजे, असे नाही.

नियमभंगाचे निराकरण करण्याच्या पंचांच्या इशाऱ्याकडे दुर्लक्ष करून त्याने त्या वेळी पळती करणाऱ्या एखाद्या खेळाडूस स्पर्श केला असेल, तर त्याला बाद देऊ नये.

## सामन्याचे नियम

१) प्रत्येक संघात १२ खेळाडू असतील. त्यांपैकी ९ खेळाडू सामन्यात खेळतील आणि बाकीचे ३ खेळाडू राखीव राहतील. (आंतरराष्ट्रीय स्पर्धेसाठी संघात १५ खेळाडू असतील)

२) सामन्यात एकूण दोन डाव असतील. एकदा पळती (संरक्षण) आणि एकदा पाठलाग (आक्रमण) अशा दोन पाळ्यांचा एक डाव होतो.

३) पळती व पाठलाग या पाळ्या प्रत्येकी नऊ मिनिटांच्या असतात. (पुरुष, महिला व कुमार मुले / मुली) किशोर मुले व मुली यांच्यासाठी प्रत्येक पाळी सात मिनिटांची असते.

४) दोन पाळ्यांमध्ये पाच मिनिटे (किशोर गटासाठी तीन मिनिटे) व दोन डावांमध्ये नऊ मिनिटे (किशोर गटासाठी पाच मिनिटे) विश्रांतीकाळ राहील.

५) पळती करणाऱ्या संघाचे खेळाडू तीन-तीनच्या गटाने पळतीसाठी मैदानावर येतील. खेळाडू ज्या क्रमाने पळती करणार असतील, त्याची नोंद त्या संघाच्या संघनायकाने गुणलेखकाकडे करावी.

६) पळती करणाऱ्या गटातील तिसरा खेळाडू बाद होताच पुढील दोन खो देण्यापूर्वी पुढील गटातील तीन खेळाडूंनी मैदानावर प्रवेश करावा. जे खेळाडू वेळेत मैदानात प्रवेश करणार नाहीत, त्यांना बाद म्हणून घोषित करावे. पळती करणाऱ्या संघातील संबंधित गटातील तिसरा खेळाडू बाद झाल्यावर आत येणारे तीन खेळाडू वेळेत मैदानात आले नाहीत म्हणून बाद दिले गेले तर पुढील गटातील तीन खेळाडू मैदानात येण्यासाठी सरपंच १५ सेकंदांचा वेळ देतील.

तिसरा खेळाडू बाद होण्यापूर्वीच पुढील गटातील खेळाडूने मैदानात प्रवेश केला असेल, तर त्याला बाद न करता फक्त मैदानाबाहेर पाठवावे. निर्देशित केलेल्या जागेतूनच पळती करणारे त्या गटातील खेळाडू मैदानात प्रवेश करतील.

ज्या पाठलाग करणाऱ्या खेळाडूने गटातील तिसरा खेळाडू बाद केला असेल, त्याने त्वरित खो दिलाच पाहिजे. त्याला नवीन गटातील खेळाडूचा पाठलाग करता येणार नाही.

७) संघाच्या शिक्षकाने / व्यवस्थापक किंवा संघनायकाने गुणलेखक नं.

२ यांच्यामार्फत मुख्य पंचांकडे खेळाडू बदलास परवानगी मागितली, तर ती दिली जाईल. आक्रमणाची पाळी सुरू असणारा संघ कधीही व कितीही वेळा बदली खेळाडू घेऊ शकतो.

संरक्षक संघास संरक्षणासाठी मैदानावर उतरण्यापूर्वी बदली खेळाडू घेता येईल. मैदानावर प्रत्यक्ष पळती करणाऱ्या खेळाडूच्या जागी बदली खेळाडू घेता येणार नाही. तो बाजूची रेषा ओलांडून बाहेर आल्यावरच बदली खेळाडू मैदानात प्रवेश करेल आणि एक खो दिल्यानंतरच पुढील पाठलाग सुरू होईल.

काही तात्कालिक परिस्थितीत गरज भासल्यास पंचप्रमुख आक्रमकास बदली करण्यास मुभा देईल. त्या वेळी बदलप्रक्रिया पूर्ण करण्याची गरज नाही; परंतु रिकाम्या चौरसात बसेपर्यंत किंवा खो दिल्याशिवाय क्षेत्रात येणारा खेळाडू संरक्षकाचा पाठलाग करू शकणार नाही. मात्र, तात्कालिक परिस्थितीत क्षेत्राबाहेर गेलेला आक्रमक परत क्षेत्रात येऊ इच्छित असेल, तर त्या वेळी बदलप्रक्रिया पूर्णपणे बंधनकारक राहील.

पंचप्रमुखाने आक्रमक खेळाडूस 'तांबडे कार्ड' दाखविल्यास संबंधित आक्रमक खेळाडूस बदलण्यासाठी खेळाडू बदलप्रक्रिया बंधनकारक राहील.

८) पाळीची वेळ संपण्यापूर्वी पळती करणाऱ्या संघाचे सर्व खेळाडू बाद झाले, तर पुन्हा त्या संघाचे खेळाडू तीन-तीनच्या गटाने पळतीसाठी क्रीडांगणावर येतील. एका पाळीत खेळाडूंचा क्रम बदलता येणार नाही. दुसऱ्या डावात खेळाडूंचा क्रम बदलता येईल. बदलाची नोंद गुणलेखकाकडे करणे आवश्यक आहे.

९) पाठलाग करणाऱ्या संघाला पाठलागाच्या पाळीची वेळ संपण्यापूर्वी खेळ थांबविता येईल. संघनायकाने हात वर करून पंचप्रमुखाला तशी विनंती करावी. पंचप्रमुखाने 'पाळी संपली' असे जाहीर करेपर्यंत खेळाडूंना आपल्या जागा सोडता येणार नाहीत.

१०) सामना सुरू होताना प्रथम पाठलाग करणारा जो संघ आहे, त्याचे पहिल्या डावात प्रतिस्पर्धी संघापेक्षा सहा ते आठ गुण अधिक झाले असतील, तर आपला पाठलागाच्या पाळीचा हक्क राखून ठेवून दुसऱ्या संघास 'फॉलोऑन' देता येतो. त्याने फॉलोऑन दिलाच पाहिजे असे नाही. आठपेक्षा अधिक गुणांची आघाडी असल्यास त्याने फॉलोऑन दिलाच पाहिजे.

११) पळती करणाऱ्या संघाच्या प्रत्येक बाद होणाऱ्या खेळाडूगणिक पाठलाग करणाऱ्या संघाला एक गुण मिळतो. सामना संपल्यावर ज्या संघाचे अधिक गुण असतील, तो संघ विजयी म्हणून जाहीर करावा.

१२) बाद पद्धतीने खेळल्या जाणाऱ्या सामन्यामध्ये दोन्ही संघांचे समान गुण झाले, तर प्रत्येक संघाला पळती व पाठलाग यांची एक-एक पाळी

द्यावी. त्यामध्ये अधिक गुण मिळवणारा संघ विजयी म्हणून जाहीर करावा. यामध्येही निकाल लागला नाही, तर पुन्हा प्रत्येक संघास एक-एक पाळी द्यावी. पाळी सुरू असताना पळती करणाऱ्या संघाचा पहिला खेळाडू बाद होताच ती पाळी थांबवावी आणि तो खेळाडू किती वेळात बाद झाला, त्या वेळेची नोंद पंचप्रमुखाने आपल्या घड्याळाप्रमाणे करावी. दुसऱ्या संघाच्या पळतीत त्यांचा पहिला खेळाडू बाद होताच पाळी संपवून तो खेळाडू किती वेळात बाद झाला याची पंचप्रमुखाने नोंद करावी. ज्या संघाला प्रतिस्पर्धी संघाचा खेळाडू बाद करावयास कमी वेळ लागला असेल, तो संघ विजयी म्हणून जाहीर करावा. प्रतिपक्षाच्या नोंदविलेल्या वेळेपेक्षा आक्रमण ३० सेकंदांहून अधिक वाढले, तर पंचप्रमुख खेळ थांबवील आणि निकाल जाहीर करील. काही अपरिहार्य कारणामुळे अंतिम सामना पूर्ण खेळवता येत नसेल, तर दोन्ही संघांना संयुक्त विजेते म्हणून घोषित करावे. नाणेफेक करून नाणेफेक जिंकणाऱ्या संघाकडे पहिले सहा महिने ट्रॉफी राहील. त्यानंतर पुढील सहा महिन्यांसाठी दुसऱ्या संघाकडे ट्रॉफी सुपुर्द केली जाईल.

साखळी पद्धतीने खेळल्या जाणाऱ्या सामन्यात विजयी होणाऱ्या संघास तीन गुण मिळतील आणि पराभूत संघास शून्य गुण मिळेल. सामन्याच्या शेवटी दोन्ही संघांचे समान गुण झाले, तर प्रत्येक संघास एक गुण मिळेल.

१३) पंचप्रमुखाने निकाल जाहीर केल्यावर खेळाडूंनी मैदान सोडावे.

१४) अपरिहार्य कारणामुळे सामना मध्येच थांबवावा लागला व तो त्याच सत्रात पुढे सुरू केला, तर खेळाडू आणि सामना अधिकारी यांच्यात बदल करता येणार नाही. पूर्ण झालेल्या पाळ्या व त्यात मिळविलेले गुण जमेस धरून सामन्याच्या राहिलेल्या पाळ्या खेळल्या जातील. ज्या पाळीत खेळ थांबला असेल, ती पाळी पुन्हा सुरुवातीपासून खेळवावी.

१५) अपुरा राहिलेला सामना दुसऱ्या सत्रात खेळवावा लागला, तर पूर्ण सामना पुन्हा खेळवावा. या वेळी खेळाडू व सामना अधिकारी बदलले तरी चालेल.

## सामना अधिकारी

सामन्यासाठी एक पंचप्रमुख, दोन पंच, दोन गुणलेखक आणि एक वेळाधिकारी नेमावा.

## पंचप्रमुखाची कर्तव्ये

१) सामना सुरू होण्यापूर्वी मैदान व गुणपत्रक तपासणे.

२) नाणेफेक करणे.

३) प्रत्येक पाळीनंतर संघाचे गुणपत्रक तपासणे आणि सामना संपल्यावर निकाल जाहीर करणे.

४) पंचांना आवश्यक ती मदत करणे. दोन पंचांमध्ये निर्णयाबाबत मतभेद असेल, तर अंतिम निर्णय देणे.

५) संपूर्ण सामन्यावर देखरेख ठेवणे.

६) लघु आक्रमणाच्या डावात वेळेची नोंद ठेवणे.

७) खेळात हेतुपुरस्सर व्यत्यय आणणाऱ्या किंवा असभ्य वागणाऱ्या खेळाडूस त्याच्या दोषाच्या प्रमाणात ताकीद देणे, बडतर्फ करणे किंवा संघ बडतर्फ करणे. ताकीद दिलेल्या खेळाडूचा क्रमांक घोषित करून त्याला पिवळे कार्ड दाखविणे; दोषी खेळाडूस मैदानाबाहेर घालविण्यासाठी तांबडे कार्ड दाखविणे.

**पंचांची कर्तव्ये**

१) क्रीडांगणाच्या बाहेरील राखीव जागेतून खेळ पाहून शक्यतो आपल्या बाजूच्या मैदानावरील निर्णय देणे. आवश्यक असेल, तर पंच मैदानातही येईल.

२) सहकारी पंचास आवश्यक ती मदत करणे.

३) नियमभंग होताच त्याचे निराकरण करण्यास खेळाडूस भाग पाडणे.

४) हेतुपुरस्सर गैरवर्तन करणाऱ्या खेळाडूस पिवळे कार्ड दाखविणे.

**गुणलेखकाची कर्तव्ये**

१) गुणलेखक क्रमांक एक हे खेळाडूंच्या नावांची व क्रमांकांची नोंद ठेवतील. पाळीच्या शेवटी आक्रमण करणाऱ्या संघाच्या गुणांची नोंद करतील. सामना संपल्यावर निकाल तयार करतील व गुणपत्रकावर सामना अधिकाऱ्यांच्या स्वाक्षऱ्या घेतील. निकाल जाहीर करण्यासाठी गुणपत्रक पंच प्रमुखाकडे देतील.

२) गुणलेखक क्रमांक दोन हे संरक्षण करणाऱ्या संघाच्या खेळाडूंचा क्रम नोंदवतील. ते बाद झालेल्या खेळाडूंची नोंद ठेवून त्यांना नेमून दिलेल्या जागी बसण्यास भाग पाडतील.

३) बदली खेळाडू घेण्याच्या प्रक्रियेत पंचप्रमुखाला मदत करतील.

**वेळाधिकाऱ्याची कर्तव्ये**

१) वेळेची नोंद ठेवणे.

२) सरपंचाच्या सूचनेनुसार एक दीर्घ आणि एक लघु शिट्टी वाजवून सामना सुरू करणे.

३) पाळी सुरू असताना प्रत्येक मिनिट संपल्याची घोषणा करणे.

४) पाळीची वेळ संपताच दीर्घ शिट्टी वाजवून पाळी संपविणे.

## बेशिस्त / गैरवर्तनाबद्दल शासन

सामना सुरू असताना खेळाडूने गैरवर्तन केले किंवा बेशिस्त वागला, तर त्याच्यावर कारवाई केली जाईल. अपशब्द वापरणे, गैर हावभाव करणे, पंचांच्या निर्णयाविरुद्ध नापसंती किंवा निषेध व्यक्त करणे, जाणीवपूर्वक धक्का मारणे, गणवेश धरून जोराने तडाखा देणे इ. बाबींचा गैरवर्तनात समावेश होतो. गैरवर्तन करणाऱ्या खेळाडूस ताकीद देऊन पिवळे कार्ड दाखविले जाते. बेशिस्त वर्तनाची त्याच्याकडून पुनरावृत्ती घडली, तर लाल कार्ड दाखवून त्याला मैदानाबाहेर काढले जाते. लाल कार्ड दाखवून बाहेर काढलेला खेळाडू त्या सामन्यात पुढे खेळू शकणार नाही. तसेच पुढील एका सामन्यात खेळण्यास त्याच्यावर बंदी घालण्यात येईल. एका स्पर्धेत दोन वेगवेगळ्या सामन्यांत बेशिस्त व गैरवर्तनाबाबत पिवळे कार्ड दाखविले असल्यास त्या खेळाडूस तो दुसरा सामना संपेपर्यंत खेळू दिले जाईल, परंतु त्यापुढील एका सामन्यात त्याच्या खेळण्यावर बंदी घालण्यात येईल.

लाल कार्ड दाखवून खेळाडूस बाहेर काढले जाईल. त्याच्या जागी राखीव खेळाडूंतून बदली खेळाडू घेता येईल.

सामना सुरू असताना मार्गदर्शक, शिक्षक किंवा संघ व्यवस्थापक यांच्याकडून बेशिस्त वर्तन घडले; तर त्यांना, त्यांच्या जागेवरून उठवून प्रेक्षकात बसावे, असे पंचप्रमुख सांगतील.

### गुणपत्रक

स्पर्धा :- दिनांक :-

स्थळ :- सत्र :- सकाळ / दुपार

नाणेफेक जिंकणारा संघ :- निवड :- संरक्षण (पळती)<br>आक्रमण (पाठलाग)

संघ........... संघ...........

| खेळाडू क्रमांक | नाव | खेळाडू क्रमांक | नाव |
|---|---|---|---|
| १ | | १ | |
| २ | | २ | |
| ३ | | ३ | |
| ४ | | ४ | |
| ५ | | ५ | |
| ६ | | ६ | |
| ७ | | ७ | |
| ८ | | ८ | |
| ९ | | ९ | |
| १० | | १० | |
| ११ | | ११ | |
| १२ | | १२ | |

| संरक्षण करणाऱ्या खेळाडूंचे क्रम | | संरक्षण करणाऱ्या खेळाडूंचे क्रम | |
|---|---|---|---|
| पाळी १<br>पाळी २<br>पाळी ३<br>सडन डेथ | | पाळी १<br>पाळी २<br>पाळी ३<br>सडन डेथ | |

## गुण

| पाळी १ पाळी २ पाळी ३ | पाळी १ पाळी २ पाळी ३ |
|---|---|
| 'सडन डेथ'मध्ये पहिला गडी बाद करावयास लागलेला वेळ :- | 'सडन डेथ'मध्ये पहिला गडी बाद करावयास लागलेला वेळ :- |

निकाल :- संघ :- गुणांनी विजयी झाला.

गुणलेखक वेळाधिकारी पंच (१) पंच (२) पंचप्रमुख.

(स्वाक्षऱ्या)

## ९ : रिंग टेनिस (Tenniquoit)

क्रीडांगण - ४० फूट × १८ फूट (दुहेरीसाठी)(१२.२०×५.५० मी.)
४० फूट × ९ फूट (एकेरीसाठी)(१२.२०×२.७५ मी.)

रेषांची जाडी - ३ सें.मी. ते ५ सें.मी.दरम्यान असते.

**न्यूट्रल ग्राउंड** (Neutral Ground)

मध्यरेषेच्या दोन्ही बाजूंना प्रत्येकी ३ फूट (९० सें.मी.) असे एकूण ६ फूट (१.८० मी) रुंदीचे न्यूट्रल ग्राउंड असते.

**जाळे** (Net)

लांबी - १८ फूट ते २० फूट (५.५० मी. ते ६.१० मी.)
रुंदी - १८ इंच (४५ सें.मी.)
मध्यभागी उंची - ६ फूट (१.८० मी.)
(ज्यूनिअर गटासाठी १.६७ मी.)

**अँटेना** - मैदानावरील जाळ्याच्या ५.५० मी. बाहेर लागूनच अँटेना बसवलेले असतात. दोन अँटेनांमध्ये ५.५० मी. अंतर असते. (एकेरीसाठी अँटेनामधील अंतर २.७५ मी. असते.) नेटची वरची पट्टी नेटच्या रंगापेक्षा वेगळ्या रंगाची असते.

**खांब-उंची** - ६ फूट ४ इंच. (१.९० मी.)

बाजूची अंतिम रेषा व खांब यांच्यामध्ये ३० सें.मी. अंतर असते.

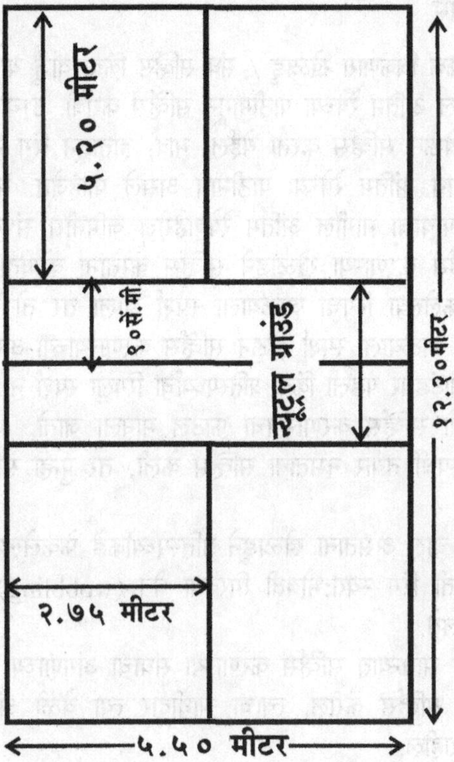


**आकृती १७ : रिंग टेनिस क्रीडांगण**

## रिंग

रबरी व पृष्ठभाग गुळगुळीत.

| | | |
|---|---|---|
| व्यास | - | ७ इंच. (१७.७८ सें.मी. व्यास) |
| जाडी | - | १¹/४ इंच. (३.१२ सें.मी. जाडी) |
| वजन | - | १९० ग्रॅ. ते २२० ग्रॅ. |
| रंग | - | पांढरट / पिवळसर |

टीप - १) एकेरी सामन्यासाठी क्रीडांगणाचा कोणताही अर्धा भाग (१२.२० × २.७५ मी.) वापरावा.

२) सर्व्हिसचा क्रम, क्रीडांगणाची मापे यांखेरीज इतर नियम एकेरी व दुहेरी सामन्यांसाठी सारखेच आहेत.

## खेळाचे नियम

१) नाणेफेक जिंकणारा खेळाडू / संघ सर्व्हिस किंवा बाजू याची निवड करील.

२) मागील अंतिम रेषेच्या पाठीमागून सर्व्हिस करावी. उभ्या स्थितीत चालत किंवा धावत येऊन सर्व्हिस करता येईल. मात्र, हातातून रिंग सुटताना सर्व्हिस करणाऱ्याचे पाय अंतिम रेषेच्या पाठीमागे असले पाहिजेत. या वेळी त्याच्या किमान एका पायाचा मागील अंतिम रेषेबाहेरील जमिनीस संपर्क पाहिजे.

३) सर्व्हिस करणाऱ्या खेळाडूने सर्व्हिस करताना कोणताही नियमभंग न होऊ देता फेकलेल्या रिंगचा जाळ्याला स्पर्श झाला तर तो नियमभंग आहे. सर्व्हिसची रिंग जाळ्याला स्पर्श होऊन सर्व्हिस करणाऱ्याच्या अंगणाबाहेर पडली किंवा न्यूट्रल ग्राउंडवर पडली किंवा प्रतिस्पर्ध्याचा रिंगला स्पर्श न होता मैदानाबाहेर पडली, तर तो सर्व्हिस करणाऱ्याचा फाउल मानला जातो.

४) प्रतिस्पर्धी तयार नसताना सर्व्हिस केली, तर पुन्हा सर्व्हिस करावयास सांगावे.

५) रॅली चालू असताना खेळाडूने प्रतिस्पर्ध्याकडे फेकलेल्या रिंगचा नेटला स्पर्श होऊन ती रिंग स्वत:भोवती गिरक्या घेत (wobbling) प्रतिस्पर्ध्याकडे गेली तरी चालते.

६) दुहेरी सामन्यात सर्व्हिस करणाऱ्या संघाचा अंगणाच्या उजव्या बाजूचा खेळाडू प्रथम सर्व्हिस करील. त्याचा साथीदार त्या वेळी अंगणाच्या डाव्या बाजूला उभा राहील.

अंगणाच्या उजव्या बाजूने सर्व्हिस करणारा खेळाडू प्रतिस्पर्ध्याच्या उजव्या अंगणातील (तिरकस क्षेत्रातील) खेळाडूकडे नियमानुसार रिंग फेकील. त्या वेळी सर्व्हिस स्वीकारणाऱ्याचा साथीदार आपल्या अंगणाच्या डाव्या बाजूला उभा असेल.

सर्व्हिस करताना फेकलेली रिंग उजव्या अंगणातील प्रतिस्पर्धीच पकडील व परत टाकताना प्रतिस्पर्ध्याच्या अंगणाच्या कोणत्याही भागात टाकील. सर्व्हिसची रिंग परतविल्यावर खेळाडूंनी आपल्या अंगणाच्या कोणत्याही भागात उभे राहून खेळावे आणि कोणत्याही क्रमाने खेळावे.

सर्व्हिस करणाऱ्या संघास एक गुण मिळाल्यावर पूर्वीचाच सर्व्हिस करणारा खेळाडू आपल्या अंगणाच्या डाव्या बाजूने सर्व्हिस करील आणि त्याचा साथीदार आपल्या अंगणाच्या उजव्या भागात उभा राहील. यांप्रमाणे गुण मिळताच कोपरे बदलून सर्व्हिस केली जाईल. सर्व्हिस स्वीकारणारे खेळाडू मात्र त्या वेळी आपल्या अंगणातील बाजू बदलणार नाहीत.

सर्व्हिस बदल झाल्यावर प्रथम सर्व्हिस स्वीकारणारा खेळाडू सर्व्हिस करील

व पहिल्या संघाचा प्रथम सर्व्हिस करणाऱ्याचा साथीदार सर्व्हिस स्वीकारील.

७) सर्व्हिस करताना फेकलेली रिंग स्वत:भोवती गिरक्या खात जाणे हा फाउल आहे. रिंग प्रतिस्पर्ध्याच्या अंगणात जाताना अगदी सरळच गेली पाहिजे असे नाही. ती ३ सें.मी.पर्यंत लटपटत किंवा हेलकावत गेली तरी चालते.

८) रिंग कोणत्याही एका हाताने पकडावी आणि विनाविलंब त्याच हाताने परत टाकावी. दोन्ही हातांनी रिंग पकडता येणार नाही.

९) रिंग पकडल्यावर पुढे चालत जाऊन रिंग टाकता येणार नाही.

१०) रिंग हातात धरून ठेवली किंवा हातातून खाली पडली, तर फाउल आहे.

११) रिंग जमिनीस स्पर्श होण्यापूर्वी पकडली पाहिजे. पकडलेल्या रिंगचा जमिनीस स्पर्श झाला, तर तो फाउल आहे.

१२) दुहेरी सामन्यात रिंगला दोघांचा स्पर्श झाला, पण त्यांपैकी एकाने विनाविलंब रिंग परत फेकली, तर तो फाउल नाही. तसेच एकाचा रिंगला स्पर्श झाला आणि दुसऱ्याने ती पकडून परत फेकली, तर तो फाउल नाही. (अपवाद - सर्व्हिस करताना टाकलेली रिंग.)

१३) सर्व्हिसव्यतिरिक्त फेकलेल्या रिंगचा जाळ्याला स्पर्श होऊन रिंग प्रतिस्पर्ध्याच्या अंगणात गेली, तर खेळ सुरू राहील.

१४) फेकलेली रिंग हातातून सुटल्यावर किमान ६ इंच (१५ सें.मी.) वर गेली पाहिजे. (Upward tendency)

१५) मैदानाबाहेर रिंग पकडणे फाउल नाही. मात्र, मैदानाबाहेर खेळाडूचा रिंगला स्पर्श झाला आणि रिंग जमिनीवर पडली, तर तो त्या खेळाडूचा फाउल होय.

१६) ओव्हर हँड (Over hand) पद्धतीने रिंग टाकता येणार नाही. तसेच रिंग उचलून खाली टाकता येणार नाही.

१७) रिंग टाकणाऱ्याचा हात जाळ्याच्या पलीकडे जाऊ नये.

१८) अंगविक्षेप करून, फसवून रिंग टाकू नये.

१९) दोन अँटेनांमधून व जाळ्याच्या वरून रिंग पलीकडे गेली पाहिजे. खांबाच्या, अँटेनाच्या बाहेरून रिंग पलीकडे गेल्यास तो रिंग फेकणाऱ्याचा फाउल आहे.

२०) रिंग जमिनीवर पडताना तिचा पहिला स्पर्श रेषेवर असेल, तर तो रिंग फेकणाऱ्याचा फाउल नाही.

२१) रिंग न्यूट्रल ग्राउंडवर पडली, तर तो फाउल आहे.

२२) खेळाडूच्या शरीराच्या कोणत्याही भागाचा न्यूट्रल ग्राउंडमध्ये स्पर्श

झाला तर तो त्याचा फाउल आहे. (रेषेला केवळ स्पर्श झाला तर तो फाउल मानू नये. न्यूट्रल ग्राउंडवर हवेत शरीराचा कोणताही भाग असला तर तो फाउल नाही.)

२३) दुहेरीमध्ये संघाकडे सर्व्हिस आल्यावर एकाच खेळाडूला त्याचा / त्यांचा नियमभंग होईपर्यंत सर्व्हिस करता येते. सर्व्हिसनंतर ती रॅली जिंकणारा खेळाडू / संघ एक गुण मिळवितो आणि पुढील सर्व्हिस त्याच्याकडे राहते / प्रतिस्पर्ध्याकडे जाते.

२४) प्रतिपक्षापेक्षा किमान २ गुणांच्या आधिक्याने प्रथम किमान २१ गुण मिळविणारा खेळाडू / संघ विजयी होतो. उदा. - २१-१५, २१-१९ दोघांचेही २०-२० गुण झाले, तर प्रथम २२ वा गुण मिळविणारा खेळाडू/ संघ विजयी ठरतो.

२५) पहिला गेम जिंकणारा खेळाडू / संघ पुढील गेममध्ये प्रथम सर्व्हिस करील. पुढील गेमसाठी दुहेरी सामन्यामध्ये सर्व्हिस करणारा व सर्व्हिस स्वीकारणारा यांचा क्रम बदलता येईल. दोन गेममध्ये तीन मिनिटांची विश्रांती राहील.

२६) नवीन गेमसाठी खेळाडू / संघ मैदान बदलतील. अंतिम किंवा तिसऱ्या गेममध्ये ८ गुणांनंतर मैदान बदलले जाईल.

२७) तीनपैकी दोन गेम्स जिंकणारा खेळाडू / संघ सामना जिंकतो.

## एकेरी व दुहेरी सामने

एकेरी व दुहेरी सामन्यांमध्ये गुण देणे, सर्व्हिस बदल, खेळाडूंचा अंगणबदल इत्यादी बाबतींत बदल करून विविध पद्धतीने सामने खेळविले जातात. त्यांपैकी एका पद्धतीचा खाली उल्लेख केला आहे.

एकेरीमध्ये नाणेफेक केल्यावर सर्व्हिस करण्याचा पर्याय निवडणारा खेळाडू प्रथम सलग पाच सर्व्हिसेस करतो. प्रत्येक सर्व्हिस केल्यानंतर ती रॅली जिंकणाऱ्या खेळाडूस एक गुण मिळतो. त्यानंतर प्रतिस्पर्धी खेळाडू सलग पाच सर्व्हिसेस करतो. रॅली जिंकणाऱ्या खेळाडूस एक गुण मिळतो. याप्रमाणे सेट संपेपर्यंत खेळ चालू राहतो. तीनपैकी दोन सेट्स जिंकणारा खेळाडू विजयी होतो.

दुहेरीमध्ये दोन्ही संघांमध्ये प्रत्येकी दोन खेळाडू असतात. प्रथम सर्व्हिस कोणी करावयाची किंवा प्रथम सर्व्हिस कोणी स्वीकारावयाची हे खेळाडू परस्पर ठरवतील.

सेट सुरू होताना सर्व्हिसचा पर्याय निवडणाऱ्या संघाचा उजव्या अंगणातील खेळाडू प्रतिस्पर्ध्याच्या उजव्या अंगणातील खेळाडूकडे सलग पाच सर्व्हिसेस करतो. रॅली जिंकणाऱ्या संघास एक गुण मिळतो. त्यानंतर पुढील सलग पाच

सर्व्हिसेस प्रतिस्पर्धी संघ करतो. यावेळी पहिल्या पाच सर्व्हिसेस स्वीकारणारा उजव्या अंगणातील खेळाडू प्रतिस्पर्ध्याच्या उजव्या अंगणात उभा असलेल्या प्रथम सर्व्हिस करणाऱ्या खेळाडूच्या साथीदाराकडे सलग पाच सर्व्हिसेस करतो. रॅली जिंकणाऱ्या संघास गुण दिला जातो. याप्रमाणे सेट संपेपर्यंत खेळ सुरू राहतो. तीनपैकी दोन सेट्स जिंकणारा संघ विजयी होतो.

**चॅम्पियनशिप**

रिंग टेनिसचे सामने आयोजित करताना चॅम्पियनशिप ठरविण्यासाठी वैयक्तिक व सांघिक अशा दोन पद्धतींचा अवलंब केला जातो. वैयक्तिक चॅम्पियनशिपसाठी पुरुष एकेरी, महिला एकेरी, पुरुष दुहेरी, महिला दुहेरी आणि मिश्र पद्धतींचा अवलंब केला जातो. सांघिक चॅम्पियनशिप ठरविण्यासाठी डेव्हिस कप पद्धतीचा अंगीकार केला जातो. दोन संघांमध्ये दोन एकेरी, एक दुहेरी आणि दोन एकेरी (रिव्हर्स सिंगल्स) अशा स्पर्धा आयोजित केल्या जातात.

**सामनाधिकारी**

एकेरी, दुहेरी व मिश्र दुहेरी सामन्यासाठी सरपंच हे मुख्याधिकारी असतात आणि दोन रेषापंच त्यांना मदत करतात. मुख्याधिकाऱ्याचा निर्णय अंतिम असतो.

रॅली चालू असताना संघाच्या मार्गदर्शकाने आपल्या खेळाडूंना मार्गदर्शन करावयाचे नाही.

सामना चालू असताना मार्गदर्शक किंवा खेळाडू यांच्याकडून अखिलाडू वृत्तीचे वर्तन घडू नये म्हणून सरपंच दक्ष राहतील.

सरपंचाच्या निर्णयाबाबत त्यांच्याशी हुज्जत घालणे, सरपंचाच्या निर्णयावर असभ्य भाषेत टीका, प्रतिस्पर्धी खेळाडू, प्रेक्षक आणि सरपंच यांच्याविषयी अपमानकारक शब्दांचा वापर, असभ्य शारीरिक हावभाव, आक्रमक आणि उद्धट वर्तन अशा प्रकारचे अखिलाडू वृत्तीचे प्रदर्शन घडत असेल तर सरपंच संबंधित मार्गदर्शकाला व खेळाडूंना तसे न करण्याविषयी एकदा ताकीद देतील. अखिलाडू वृत्तीची पुनरावृत्ती होत राहिली तर सरपंच त्यांच्यावर दंडात्मक कारवाई करतील.

## १० : टेबल टेनिस

| टेबल - | लांबी - | ९ फूट | (२७४ सें.मी.) |
|---|---|---|---|
| | रुंदी - | ५ फूट | (१५२.५ सें.मी.) |
| | उंची - | २ फूट ६ इंच | (७६ सें.मी.) |

**टेबलाचा खेळण्याचा पृष्ठभाग** (Playing Surface)

पृष्ठभाग असा असावा की, त्यावर १२ इंच उंचीवरून सोडलेला प्रमाणित चेंडू $८\frac{३}{४}$ इंच ते $९\frac{३}{४}$ इंच उशी घेईल. टेबलाचा रंग गडद हिरवा किंवा आकाशी असावा.

**अंतिम रेषा** (End Lines)

टेबलाच्या ५ फूट रुंदीच्या बाजूला असणाऱ्या २ सें.मी. जाडीच्या पांढऱ्या रंगाच्या रेषा.

**बाजूकडील रेषा** (Side Lines)

टेबलाच्या ९ फूट लांबीच्या बाजूला असणाऱ्या $\frac{३}{४}$ इंच जाडीच्या पांढऱ्या रंगाच्या रेषा.

**मध्यरेषा** (Centre Lines)

बाजूकडील रेषांपासून समान अंतरावर समांतर असणारी आणि खेळण्याच्या पृष्ठभागाचे दोन समान उभे भाग करणारी पांढऱ्या रंगाची रेषा. मध्यरेषेची जाडी $\frac{१}{८}$ (३ मि.मी.) असते.

## जाळे (Net)

अंतिम रेषांशी समांतर व समान अंतरावर जाळे असते. जाळ्याची लांबी ६ फूट असते व उंची ६ इंच असते. जाळे बांधण्यासाठी बाजूकडील अंतिम रेषांच्या बाहेर ६ इंच अंतरावर आधार असतील. जाळे व आधार (Supports) यांच्यामध्ये मोकळी जागा नसावी.

जाळ्यामुळे खेळण्याच्या पृष्ठभागाचे दोन समान भाग होतात. प्रत्येक भागास अंगण (Court) असे म्हणतात.

## चेंडू

वजन - २.७ ग्रॅम
व्यास - ४० मिलिमीटर
आकार - गोल
रंग - पांढरा, पिवळसर

## रॅकेट

रॅकेटच्या दोन्ही बाजूंना वेगवेगळे रंग असतील. रॅकेटच्या एका बाजूला फक्त लाल आणि दुसऱ्या बाजूला फक्त काळा रंग असेल.

रॅकेटचा पृष्ठभाग लाकडी, सपाट व समान जाडीचा असावा. चेंडू खेळण्याच्या पूर्ण पृष्ठभागावर काटेरी रबराचे (Pimpled rubber) वेष्टन असावे आणि त्याची जाडी २ मि.मी.पेक्षा अधिक नसावी. सँडविच (Sandwich) प्रकारची रॅकेट असेल तर वेष्टनाची जाडी ४ मि.मी.पेक्षा अधिक नसावी.

पंचाला रॅकेटची तपासणी करण्याचा अधिकार राहील, तसेच खेळाडू आपल्या प्रतिस्पर्ध्याची रॅकेट प्रमाणित असल्याबद्दल खात्री करून घेऊ शकतो.

रॅकेटचा चेंडू खेळण्याचा पृष्ठभाग व रॅकेटची मूठ (Handle) यांच्यामधील भाग हा मुठीचाच भाग म्हणून गणला जातो. पकड चांगली धरता यावी म्हणून तो कोणत्याही द्रव्याने वेष्टित असला तरी चालेल.

## काही व्याख्या

### मोकळा हात (Free hand)

ज्या हातात रॅकेट धरलेली नसते, तो हात.

### रॅकेट हँड (Racket hand)

ज्या हातात रॅकेट धरलेली असते, तो हात.

**रॅली** (Rally)

सर्व्हिसबरोबर चेंडू खेळात येतो आणि नियमभंग होईपर्यंत खेळात राहतो, त्याला रॅली असे म्हणतात.

**लेट** (Let)

कोणत्याही कारणाने दोघांपैकी कोणालाही गुण देता येत नाही आणि त्या गुणासाठी खेळ पुन्हा सुरू करावा लागतो, त्याला लेट म्हणतात.

**व्हॉली** (Volley)

प्रतिस्पर्ध्याने मारलेला चेंडू नेटवरून येऊन आपल्या अंगणास स्पर्श करण्यापूर्वीच खेळाडूने रॅकेटने अगर रॅकेट धरलेल्या हाताच्या मनगटाखालील भागाने चेंडू मारला, तर त्याला व्हॉली असे म्हणतात.

**खेळाचे नियम**

१) नाणेफेक जिंकणारा खेळाडू / जोडी (Pair) बाजू किंवा सर्व्हिस याची निवड करील.

२) पहिल्या गेममध्ये (Game) प्रथम सर्व्हिस करणारा खेळाडू / जोडी दुसऱ्या गेममध्ये प्रथम सर्व्हिस स्वीकारील.

३) सर्व्हिस करणाऱ्याने आपल्या मोकळ्या हातात उघड्या तळहातावर चेंडू ठेवावा. हाताचा अंगठा मोकळा राहील व बोटे परस्परांस चिकटलेली असतील. चेंडू तळहातावर स्थिर राहील.

सर्व्हिस करताना मोकळा हात टेबलाच्या पृष्ठभागाच्या उंचीपेक्षा वर पाहिजे. तळहातावरील चेंडू किमान ६$\frac{१}{४}$ इंच (१६ सें.मी.) सरळ वर उडवावा व तो खाली येत असताना रॅकेटने मारावा. चेंडू वर उडविताना स्पिन करता येणार नाही.

सर्व्हिस करणाऱ्याचा रॅकेट धरलेला हात टेबलाच्या पृष्ठभागाच्या खाली नेता येणार नाही. सर्व्हिस करताना पाय आपटला व त्यामुळे प्रतिस्पर्धी खेळाडूचे अवधान विचलित होत नसेल, तर त्याचा नियमभंग मानू नये.

सर्व्हिस करताना रॅकेटचा व चेंडूचा स्पर्श टेबलाच्या अंतिम रेषेच्या बाहेर झाला पाहिजे. सर्व्हिस करणाऱ्याने मारलेला चेंडू प्रथम त्याच्या अंगणाला स्पर्श करील व नंतर दोन्ही आधारांच्या मधून जाळ्यावरून पलीकडे जाऊन प्रतिस्पर्ध्याच्या योग्य अंगणाला स्पर्श करील. (एकेरीसाठी)

४) चेंडू तळहातावरून वर उडविल्यापासून तो चेंडू खेळात आहे, असे मानले जाते.

५) सर्व्हिस केल्यावर चेंडू जाळ्याला लागून पलीकडील बाजूच्या योग्य अंगणात पडला, तर पुन्हा सर्व्हिस करावी. चेंडू जाळ्याला लागून सर्व्हिस करणाऱ्याच्या अंगणात पडला किंवा प्रतिस्पर्ध्याच्या अंगणाला स्पर्श होण्याऐवजी टेबलाच्या बाहेर पडला, तर तो सर्व्हिस करणाऱ्याचा फाउल मानला जातो.

६) प्रत्येक २ गुणांनंतर सर्व्हिस बदल होईल. (अपवाद - दोघांचेही १०-१० गुण होणे / त्वरा पद्धतीचा अवलंब)

७) एकेरी सामन्यात (Singles) सर्व्हिस करणारा योग्य सर्व्हिस करतो व सर्व्हिस स्वीकारणारा योग्य प्रकारे चेंडू परत टोलवितो आणि नंतर आलटून-पालटून त्यांनी जाळ्यावरून प्रतिस्पर्ध्याच्या अंगणात चेंडू टोलवीत खेळ सुरू ठेवावयाचा असतो. दुहेरीमध्ये पहिली सर्व्हिस कोण करणार आणि ती कोण स्वीकारणार, हे खेळाडू परस्पर ठरवतील. दुहेरीतील सर्व्हिस करणारा खेळाडू आपल्या अंगणाच्या (टेबलाच्या) उजव्या भागातून प्रतिस्पर्ध्याच्या अंगणाच्या उजव्या भागात योग्य सर्व्हिस करेल. सर्व्हिस स्वीकारणारा तो चेंडू जाळ्यावरून सर्व्हिस करणाऱ्याच्या अंगणात कोणत्याही बाजूस खेळेल आणि तो चेंडू प्रथम सर्व्हिस करणाऱ्याचा साथीदार परतवेल. याप्रमाणे दोन्ही बाजूंकडील खेळाडू रॅली सुरू असेपर्यंत आलटून-पालटून चेंडू खेळतील. एका खेळाडूला सलग दोन वेळा चेंडू परतविता येणार नाही. खेळाडूने जाळ्यावरून पलीकडे टोलविलेला चेंडू प्रतिस्पर्ध्याकडील टेबलाच्या वरच्या कडेला (Edge) लागून खाली पडला तर तो चेंडू टोलविणाऱ्याचा नियमभंग नाही.

दुहेरीमध्ये सर्व्हिस बदल झाल्यावर पूर्वीची सर्व्हिस स्वीकारणारा प्रतिस्पर्धी सर्व्हिस करेल आणि पूर्वीची सर्व्हिस करणाऱ्याचा जोडीदार ती स्वीकारेल.

८) चेंडू परत टोलविताना चेंडू टोलविणाऱ्याच्या अंगणाला चेंडूचा स्पर्श झाला, तर तो फाउल आहे.

९) चेंडू दोन्ही आधारांच्या मधून, आधाराच्या बाजूने प्रतिपक्षाच्या अंगणात गेला तरी चालतो.

१०) हातातून सुटलेल्या रॅकेटने चेंडू मारला गेला, तर तो फाउल आहे. तसेच हातात रॅकेट नसताना हाताने चेंडू मारणे, हाही फाउल आहे.

११) प्रतिपक्षापेक्षा किमान २ गुणांच्या आधिक्याने प्रथम किमान ११ गुण मिळविणारा खेळाडू/जोडी त्या गेममध्ये विजयी होतो/ होते. उदा. - ११-९, ११-८, ११-७.

(गेममध्ये दोघांचे १०-१० गुण झाले असतील, तर गेम संपेपर्यंत खेळाडूला/

जोडीला आलटून-पालटून एकेकदा सर्व्हिस मिळेल. दोन गुणांचे आधिक्य मिळविणारा खेळाडू/ जोडी विजयी होईल. उदा. १२-१०, १३-११, १४-१२.)

१२) गेम संपल्यानंतर खेळाडू बाजू बदलतील.

१३) दुहेरीमध्ये सर्व्हिस करण्यात किंवा स्वीकारण्यात क्रम बदलण्याची चूक लक्षात येताच पंच खेळ थांबवतील आणि योग्य क्रम राखण्याची कार्यवाही करतील. खेळ थांबवेपर्यंत झालेले गुण तसेच राहतील.

१४) अंतिम गेममध्ये कोणत्याही खेळाडूचे प्रथम ५ गुण झाल्यावर बाजू बदलाव्यात. (योग्य वेळी बाजू बदलल्या नाहीत, तर चूक लक्षात येताच बाजू बदलाव्यात. चूक लक्षात येईपर्यंत मिळालेले गुण तसेच राहतील.)

१५) दोन गेममध्ये ३० सेकंदांची विश्रांती राहील. एका गेममध्ये खेळाडूस एकदा त्रुटित काळाची मागणी करता येईल.

१६) सामन्याचा निकाल - सामना सात (किंवा विषम संख्या) गेम्सचा असेल. सातपैकी चार (पाचपैकी तीन) गेम्स जिंकणारा विजयी होतो.

**त्वरा पद्धत** (Expedite System)

गेम सुरू होऊन १० मिनिटे पूर्ण होतात आणि त्या वेळी खेळाडूंचे / जोडींचे ९-९ गुण झाले नसतील, तर त्वरा पद्धत अमलात आणली जाते.

गेम सुरू झाल्यापासून १० मिनिटे होताच पंच खेळ थांबवतील. तेथून पुढे खेळ त्वरा पद्धतीनुसार सुरू राहील. दोन्ही खेळाडूंना / संघांना आलटून-पालटून एकेकदा सर्व्हिस करावयाची संधी मिळेल. संबंधित गेम व सामना संपेपर्यंत खेळ असाच सुरू राहील.

त्वरा पद्धतीनुसार रॅली सुरू होताच सर्व्हिस स्वीकारणाऱ्या खेळाडूने / खेळाडूंनी चेंडू किती वेळा यशस्वीरीत्या परत टोलविला, हे पंचांशिवाय दुसऱ्या अधिकाऱ्याने पाहून मोठ्याने एक ते तेरापर्यंत आकडे मोजावेत. सर्व्हिस स्वीकारणाऱ्या खेळाडूने / खेळाडूंनी तेराव्या वेळी चेंडू यशस्वीरीत्या परत टोलविला, तर रॅली थांबवून तो गुण त्याला दिला जातो.

१० मिनिटांनंतर खेळ थांबविताना रॅली सुरू असेल, तर त्वरा पद्धतीने खेळ सुरू करताना त्या रॅलीची सर्व्हिस केलेल्या खेळाडूला / संघाला प्रथम सर्व्हिस करण्याची संधी द्यावी. रॅली संपल्यावर खेळ थांबविला असेल, तर रॅलीची सर्व्हिस स्वीकारणाऱ्या खेळाडूला / संघाला प्रथम सर्व्हिस करण्याची संधी द्यावी.

**लेट** (Let)

पुढील प्रसंगी खेळ थांबवून त्या गुणासाठी पुन्हा सर्व्हिस करावयास सांगितले जाते.

१) योग्य सर्व्हिस केल्यास चेंडूचा जाळ्याला अगर आधाराला स्पर्श होऊन चेंडू प्रतिस्पर्ध्याच्या अंगणात पडणे. (त्या सर्व्हिस करणाऱ्या खेळाडूकडून पुन्हा सलग असे घडले, तर लेटचाच अवलंब करावा.)

२) प्रतिस्पर्धी तयार नसताना सर्व्हिस करणे.

३) चेंडू फुटल्यामुळे वा अन्य कारणांनी खेळावयास अयोग्य बनणे.

४) खेळाडूच्या खेळात व्यत्यय आणणारी घटना घडणे.

५) बाजू बदल याबाबत घडलेली चूक लक्षात येणे.

६) सर्व्हिस करताना अगर चेंडू परत मारताना अपघाताने खेळाडू पडणे.

७) त्वरा पद्धतीचा अवलंब करणे.

८) खेळाडूला सूचना किंवा ताकीद देणे.

## गुण

ज्या खेळाडूचा नियमभंग होतो, त्या वेळी त्याच्या प्रतिस्पर्ध्याला गुण मिळतो. चेंडू खेळात असताना खेळाडूकडून पुढील नियमभंग झाले, तर त्याच्या प्रतिस्पर्ध्याला गुण दिला जातो.

१) चुकीची सर्व्हिस केली.

२) यशस्वीरीत्या चेंडू परत टोलविला नाही/ टोलविताना नियमभंग केला.

३) खेळ सुरू असताना त्याच्या मोकळ्या हाताचा टेबलाच्या पृष्ठभागाला स्पर्श झाला.

४) खेळ सुरू असताना त्याच्या शरीराचा, कपड्याचा किंवा रॅकेटचा नेटला किंवा आधाराला स्पर्श झाला.

५) चेंडू व्हॉली केला.

६) त्याचे शरीर, कपडे किंवा रॅकेट यांच्यामुळे टेबलाचा पृष्ठभाग हलला.

७) नेटवरून आलेल्या चेंडूने अंगणाला स्पर्श करण्यापूर्वी व चेंडूने मागील किंवा बाजूची रेषा ओलांडण्यापूर्वी चेंडूचा त्याच्या शरीराला किंवा कपड्याला स्पर्श झाला.

८) प्रतिस्पर्ध्याकडून त्याच्याकडे आलेल्या चेंडूला सलग दोनदा स्पर्श करणे.

९) दुहेरीमध्ये चुकीच्या क्रमाने चेंडू खेळणे.

## स्पर्धा पद्धती

पुरुषांचे तसेच महिलांचे सांघिक सामने खेळवले जातात. संघातील पाच खेळाडूंपैकी तीन खेळाडू प्रतिस्पर्ध्याबरोबर एकूण पाच सामने खेळतात. त्यांच्या जोड्या स्वेथलिंग कप पद्धतीने पुढीलप्रमाणे लावल्या जातात :

| पहिला संघ | | दुसरा संघ |
|---|---|---|
| A | ---------- | X |
| B | ---------- | Y |
| C | ---------- | Z |
| A | ---------- | Y |
| B | ---------- | X |

पाचपैकी तीन सामने जिंकणारा संघ विजयी होतो.

### वैयक्तिक विजेतेपद

वैयक्तिक विजेतेपद ठरविण्यासाठी पुरुष एकेरी, महिला एकेरी, पुरुष दुहेरी, महिला दुहेरी आणि मिश्र दुहेरी या पद्धतीनेही सामने खेळविले जातात.

# ११ : व्हॉलीबॉल

### क्रीडांगण

१८ मी. × ९ मी.

मध्यरेषा - क्रीडांगणाचे दोन समान भाग करणारी रेषा.

हल्ला रेषा (Attack Lines) - मध्यरेषेपासून दोन्ही बाजूंना ३ मीटर अंतरावर मध्यरेषेशी समांतर असणाऱ्या रेषा. (रेषेची जाडी ५ सें.मी. असून ती ३ मीटरमध्येच समाविष्ट असते.)

सर्व्हिस एरिया - क्रीडांगणाच्या अंतिम रेषेमागील ९ मी. रुंदीचे क्षेत्र (पाठीमागील अंतिम रेषेपासून २० सें.मी. अंतरावरून १५ सें.मी. लांबीच्या दोन रेषांनी सर्व्हिस एरियाची मर्यादा दाखविलेली असते.)

खांब - क्रीडांगणाच्या दोन्ही बाजूंना (Side Lines) मध्यरेषेच्या बाहेर ५० सें.मी. ते १ मी. अंतरावर जाळे बांधण्यासाठी असणारे गोल खांब.

जाळे (Net) - लांबी - ९.५० मी.
रुंदी - १ मी.

जाळ्याचा रंग काळा असावा. जाळ्याच्या वरच्या बाजूला ७ सें.मी. उंचीची कॅनव्हासची पांढरी पट्टी असते. ही पट्टी जाळ्याचाच भाग असते. त्यातून दोरी ओवून जाळ्याची वरची बाजू खांबाशी ताणून बांधली जाते. जाळ्याच्या खालच्या बाजूला ५ सें.मी. उंचीची कॅनव्हासची पांढरी पट्टी असते. त्या पट्टीतून दोरी ओवून घेऊन जाळे खांबाशी घट्ट बांधले जाते.

क्रीडांगणाच्या मध्यभागी जाळ्याची जमिनीपासून

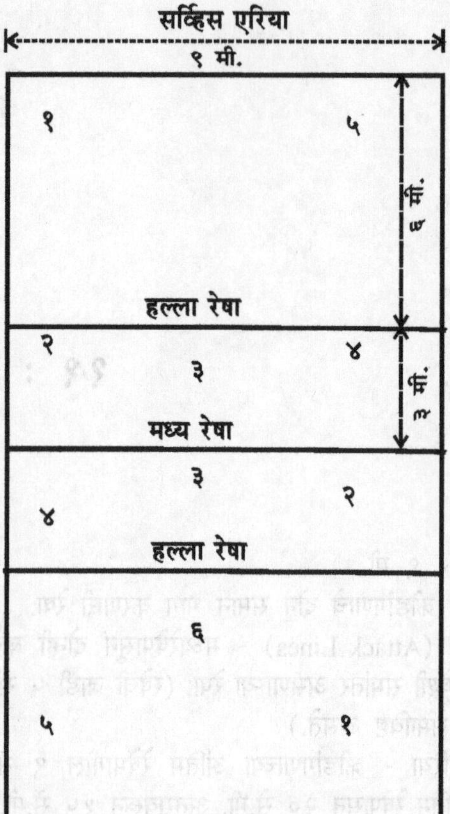


**आकृती १३ : व्हॉलीबॉल क्रीडांगण**

उंची - २.४३ मी. (पुरुष)
२.२४ मी. (महिला)

(दोन्ही बाजूंना अंतिम रेषेवर जाळ्याची उंची समान असेल आणि मध्यभागी असणाऱ्या जाळ्याच्या उंचीपेक्षा म्हणजे २ सें.मी.पेक्षा अधिक नसेल.)

साइड मार्कर्स (Side markers) - बाजूच्या अंतिम रेषेवर जाळ्याला लंब स्वरूपात बांधलेल्या १ मी. लांब व ५ सें.मी. रुंद अशा पांढऱ्या पट्ट्या. या पट्ट्या जाळ्याचाच भाग मानल्या जातात.

अँटेना (Antennae) - साइड मार्करला लागूनच बाहेरील बाजूस अँटेना जाळ्याला बांधलेल्या असतात. दोन अँटेनांमध्ये ९ मीटर अंतर असते. अँटेना

फायबर ग्लास किंवा तत्सम वस्तूची असते. तिची उंची १.८० मी. असते आणि जाडी १ सें.मी. असते. अँटेनाचा वरील ८० सें.मी. भाग जाळ्याच्या वर राहतो. अँटेनाच्या प्रत्येक १० सें.मी. भागास पांढरा व तांबडा रंग दिलेला असतो.

टीप - १) क्रीडांगणाच्या चारही बाजूंना अंतिम रेषेच्या बाहेर ३ मी. मोकळी जागा (फ्री झोन) असावी. क्रीडांगणाच्या वर ७ मी.पर्यंत कोणताही अडथळा नसावा.

२) क्रीडांगणावरील सर्व रेषा ५ सें.मी. जाडीच्या असतात.

३) अंतिम रेषा व बाजूच्या रेषा क्रीडांगणातच समाविष्ट असतात.

चेंडू - वजन २६० ते २८० ग्रॅम.

परीघ ६५ सें.मी. ते ६७ सें.मी.

## खेळाडू व बदली खेळाडू

१) संघामध्ये जास्तीतजास्त १२ खेळाडू असतील. त्यांपैकी एक संघनायक असतो. प्रत्यक्ष सामन्यात ६ खेळाडू खेळतात आणि ६ खेळाडू राखीव खेळाडू म्हणून राहतात. ६ राखीव खेळाडू पंचांच्या पाठीमागे फ्री झोनच्या बाहेर ठेवलेल्या बेंचवर बसतात.

२) संघात सहापेक्षा कमी खेळाडू असतील, तर त्या संघाला सामना खेळता येणार नाही.

३) सामना सुरू होण्यापूर्वी खेळाडूंची (राखीव खेळाडूंसह) नावे गुणलेखककाकडे नोंदवावीत. नाव न नोंदविलेल्या खेळाडूला सामन्यात खेळता येणार नाही.

४) राखीव खेळाडू व मार्गदर्शक (कोच) यांनी सरपंचाच्या विरुद्ध बाजूस फ्री झोनच्या बेंचवर बसावे (राखीव खेळाडूंनी जवळपास उत्तेजक व्यायाम करावयास हरकत नाही.)

५) चेंडू खेळात नसताना (Dead ball) पंच किंवा सरपंच यांच्या परवानगीने कोच किंवा संघनायक यांना त्रुटित काळाची मागणी करून बदली खेळाडू घेता येतील.

६) प्रत्येक सेटमध्ये (Set) प्रत्येक संघाला सहा बदली खेळाडू घेता येतील. बाहेर गेलेला खेळाडू त्याच सेटमध्ये परत खेळावयास येऊ शकतो. मात्र, त्याने त्याच्या जागी खेळावयास आलेल्या बदली खेळाडूच्या जागीच खेळावयास पाहिजे.

बदली खेळाडू खेळत असताना त्याच्या जागी अन्य राखीव खेळाडूला बदली खेळाडू म्हणून खेळता येणार नाही. बदली खेळाडू बाहेर गेल्यावर त्याला पुन्हा त्या सेटमध्ये बदली खेळाडू म्हणून खेळता येणार नाही.

(एखादा खेळाडू जबर जखमी झाल्याने संघात सहा खेळाडू राहत नसतील

व नवीन बदली खेळाडूही घेता येत नसेल, तर बाहेर गेलेल्या बदली खेळाडूस जखमी खेळाडूच्या जागी पुन्हा खेळावयास परवानगी द्यावी.)

७) एखाद्या खेळाडूस शिक्षा देऊन बाहेर काढले असेल व बदली खेळाडू घेण्यास वाव नसल्याने संघात सहा खेळाडू राहत नसतील, तर तो संघ तो सेट हरला, असे जाहीर करावे.

८) एका वेळी एक किंवा अधिक बदली खेळाडू घेता येतील. एका वेळी अधिक बदली खेळाडू घ्यावयाचे असतील, तर एक खेळाडू घेण्यासाठी लागणाऱ्या वेळेतच ते काम झाले पाहिजे. एका संघाला एकाच वेळी बदली खेळाडू घेण्यासाठी दोन सलग त्रुटित काळाचा फायदा घेता येणार नाही. बदली खेळाडू म्हणून येणाऱ्या खेळाडूने / खेळाडूंनी गुणलेखकाजवळ तयार राहावे. संघनायक किंवा कोच याने प्रथम बाहेर जाणाऱ्या व नंतर आत येणाऱ्या खेळाडूंचा क्रमांक सांगावा. बाहेर जाणाऱ्या व आत येणाऱ्या खेळाडूंनी त्या वेळी हात वर करावा.

९) बदली खेळाडू घेण्याच्या वेळेत कोच आपल्या खेळाडूंना मार्गदर्शन करणार नाही.

१०) बदली खेळाडू घेण्यासाठी लागलेला वेळ त्रुटित काळ (Time out) म्हणून त्या संघाच्या नावे लिहिला जाणार नाही; परंतु बदली खेळाडू घेण्यास अकारण विलंब लावला किंवा त्या वेळी बदली खेळाडू घेतला नाही, तर त्या संघाच्या नावे त्रुटित काळाची नोंद केली जाईल.

११) प्रत्येक खेळाडूच्या छातीवर व पाठीवर त्याचा क्रमांक (१ ते १२) असला पाहिजे. खेळाडूंना बिनटाचाचे कॅनव्हासचे अगर कातडी शूज वापरता येतील.

**लिबरो खेळाडू** (Libero)

आपल्या संघात लिबरो खेळाडू खेळवण्याचा पर्याय (Option) संघास खुला असतो. संघाच्या सामना खेळणाऱ्या खेळाडूंच्या अधिकृत यादीत त्याच्या नावाची नोंद पाहिजे. त्याच्या नावापुढे (L) अशी खूण हवी. त्याचा पोशाख आपल्या संघाच्या खेळाडूपेक्षा वेगळा पाहिजे. लिबरो हा बॅक लाइन बचावात्मक खेळणारा खेळाडू म्हणूनच खेळू शकतो. त्याला सर्व्हिस करता येणार नाही. तसेच तो संघाचा कप्तानही असू शकणार नाही. पहिल्या सेटमध्ये खेळणाऱ्या खेळाडूंच्या (Line up) यादीमध्ये त्याचे नाव असणे आवश्यक आहे. बॅक लाइनच्या कोणत्याही खेळाडूच्या जागी लिबरो खेळू शकतो. लिबरो ज्या खेळाडूच्या जागी येतो, तो खेळाडू बाहेर जातो व लिबरो खेळाडू पुन्हा बाहेर जाईल त्या वेळी त्याच्याबद्दल बाहेर गेलेला तो खेळाडू आत येईल.

लिबरो खेळाडूस बॅक झोन, फ्रंट झोन किंवा फ्री झोनमधून जाळ्याच्या

वरच्या पट्टीपेक्षा अधिक उंचीवरील चेंडूस फटका (attack hit) मारता येणार नाही. लिबरोने फ्रंट झोन (Front Zone) मधून त्याच्या डोक्यावरील चेंडूचा पास (Finger Pass) नेटच्या वरील पट्टीपेक्षा अधिक उंच असा काढला असेल, तर त्याच्या संघातील खेळाडूला त्या बॉलला फटका (attack hit) मारता येणार नाही. बॅक झोनमधून त्याने डोक्यावरील चेंडूचा फिंगर पास (Finger Pass) काढला असेल, तर त्याच्यावर फटका (attack hit) मारता येईल.

चेंडू खेळात नसताना तो कितीही वेळा बाहेर जाऊ शकतो आणि त्याच्या जागी बदली खेळाडू मैदानात येतो (एका सेटमध्ये सहा वेळा बदली खेळाडू घेण्याबाबतचा नियम लिबरो खेळाडूस लागू नाही.) लिबरो बाहेर गेल्यानंतर किमान एक खेळी (रॅली) पूर्ण होईपर्यंत त्याला पुन्हा मैदानात येता येणार नाही. लिबरो मैदानाबाहेर जाताच तो ज्याच्या जागी खेळत होता, तो खेळाडू लिबरोची जागा घेईल. लिबरो आणि त्याच्या जागी येणारा बदली खेळाडू यांचे मैदानावरून बाहेर जाणे किंवा मैदानावर येणे त्याच्या बेंचकडील हल्ला रेषा व अंतिम रेषा यांच्यामधील बाजूच्या रेषेवरून होईल.

लिबरो जखमी होऊन खेळावयास असमर्थ ठरला, तर खेळाडूंच्या अधिकृत यादीतील बेंचवरील अन्य खेळाडूस त्याच्या जागी लिबरो म्हणून खेळवता येईल. जखमी लिबरोच्या जागी बेंचवरील दुसरा खेळाडू लिबरो म्हणून खेळण्यास कोच सरपंचाकडे परवानगी मागतील. नवीन लिबरो म्हणून आलेल्या खेळाडूच्या अंगावर लिबरोचाच पोशाख असेल. त्याला तो सामना संपेपर्यंत लिबरो म्हणूनच खेळावे लागेल. जखमी होऊन बाहेर गेलेल्या लिबरोस पुन्हा त्या सामन्यात खेळता येणार नाही.

### **त्रुटित काळ** (Time out)

१) चेंडू खेळात नसताना कोच किंवा संघनायक विश्रांतीसाठी सरपंचाकडे त्रुटित काळाची मागणी करू शकतो.

२) त्रुटित काळ ३० सेकंदांचा राहील.

३) प्रत्येक सेटमध्ये प्रत्येक संघाला दोन वेळा त्रुटित काळाची मागणी करता येते. दोन्ही त्रुटित काळांचा एकाच वेळी फायदा घेता येईल.

४) बदली खेळाडू घेण्यासाठी खेळ थांबला असेल, तर त्याला जोडूनच त्रुटित काळाची मागणी करता येते. तसेच त्रुटित काळ संपताच बदली खेळाडू घेण्याची मागणी करता येईल.

५) त्रुटित काळाची मागणी केलेल्या संघाच्या कोचच्या किंवा संघनायकाच्या विनंतीनुसार त्रुटित काळ संपण्यापूर्वी खेळ सुरू करता येईल.

६) ३० सेकंदांपेक्षा अधिक वेळ त्रुटित काळ घेतला, तर त्या संघाच्या नावे दुसऱ्या त्रुटित काळाची नोंद केली जाईल. त्या संघाने दुसऱ्या त्रुटित काळापेक्षाही अधिक वेळ घेतला, तर प्रतिस्पर्धी संघास एक गुण बहाल केला जाईल.

७) एकाच सेटमध्ये संघाने तिसऱ्या वेळी त्रुटित काळाची मागणी केली, तर सरपंच त्रुटित काळाची मागणी मान्य करणार नाही. त्या संघाला पुन्हा त्रुटित काळाची मागणी न करण्याबाबत सूचना दिली जाईल. त्याच सेटमध्ये पुन्हा त्रुटित काळाची त्यांनी मागणी केली, तर प्रतिस्पर्धी संघास एक गुण बहाल करावा.

८) त्रुटित काळाची मागणी करताना ती मागणी विश्रांतीसाठी आहे की बदली खेळाडू घेण्यासाठी आहे हे सांगितले पाहिजे. तसे सांगितले नाही, तर ती मागणी विश्रांतीसाठी आहे असे मानून संबंधित संघाच्या नावे त्रुटित काळाची नोंद केली जाईल.

९) त्रुटित काळात चेंडू पंचाजवळ राहील.

१०) त्रुटित काळात क्रीडांगणाच्या बाहेर राहून कोच आपल्या खेळाडूंना मार्गदर्शन करू शकतो. खेळाडूंना मैदानाबाहेर त्यांच्या बेंचकडे जाता येईल.

११) खेळाडू जखमी झाला, तर खेळ थांबेल. जखमी खेळाडूच्या जागी बदली खेळाडू खेळणार नसेल, तर खेळ ३ मिनिटे थांबेल. हा वेळ त्रुटित काळ म्हणून कोणत्याही संघाच्या नावे नोंदला जाणार नाही. ज्या गुणांवर सामना थांबला असेल, त्या गुणांवर खेळ पुढे सुरू होईल.

**रोटेशन ऑर्डर** (Rotation order)

१) सामन्याची सुरुवात होताना खेळाडूंनी मैदानावर उभे राहावे. पंच विशिष्ट जागांवर उभे राहणाऱ्या खेळाडूंच्या क्रमांकांची नोंद घेतील.

२) सेटमध्ये ठरलेला क्रम बदलता येणार नाही. नवीन सेटमध्ये खेळाडूंचा उभे राहण्याचा क्रम बदलता येईल. (नवीन सेट सुरू होण्यापूर्वी कोचने गुणलेखकाकडे बदलाची नोंद करावी. बदलाची नोंद केली नाही, तर पूर्वीचाच क्रम आहे, असे मानले जाईल.)

३) सर्व्हिसच्या वेळी दोन्ही संघांतील मागील ओळीतील खेळाडू (Back line players) हे पुढील ओळीतील खेळाडूंच्या (Front line players) थोडे मागे असतील. सर्व्हिस केल्यानंतर आपल्या अंगणात ते कोणत्याही जागी हलू शकतील. (एका संघाने सेटमधील पहिली सर्व्हिस केली आणि ती रॅली प्रतिस्पर्ध्याने जिंकली, तर प्रतिस्पर्धी संघाकडे सर्व्हिस जाते. त्या सेटमध्ये त्या संघाची पहिली सर्व्हिस करण्यासाठी खेळाडू रोटेट होतात.)

४) सर्व्हिस बदल होताच ज्या संघाकडे सर्व्हिस आली असेल, त्या संघातील खेळाडू क्रम बदलतील. (Clockwise rotation)

५) रोटेशन ऑर्डर अवैधरीत्या बदलल्याचे लक्षात येताच खेळ थांबवावा. रोटेशन ऑर्डर बदलल्यापासून त्या संघाने मिळविलेले गुण कमी करावेत. प्रतिस्पर्धी संघाने मिळविलेले गुण तसेच राहतील. (रोटेशन ऑर्डर कधी बदलली, हे सापडत नसेल; तर त्या संघाचे खेळाडू योग्य क्रमाने उभे करावेत. त्या संघाकडे सर्व्हिस असेल, तर प्रतिस्पर्धी संघाकडे सर्व्हिस द्यावी. प्रतिस्पर्धी संघाकडे सर्व्हिस असेल, तर त्या संघाला एक गुण द्यावा.)

**सर्व्हिस** (Service)

प्रत्यक्ष सामना सुरू होण्यापूर्वी प्रत्येक संघाला सरावासाठी पाच मिनिटे मैदानावर खेळता येईल. सामन्यात प्रथम सर्व्हिस करणारा संघ सरावासाठी प्रथम खेळेल.

१) खेळाडूने सर्व्हिस एरियातूनच (Service area) सर्व्हिस केली पाहिजे. सर्व्हिस केली जाते त्या वेळी इतर सर्व खेळाडू आपल्या क्रीडांगणात योग्य जागी पाहिजेत.

२) सर्व्हिस करताना खेळाडूने चेंडू हवेत उडवून त्याला हाताने टोला मारून तो नेटवरून प्रतिपक्षाच्या अंगणात घालवावा. चेंडू हवेत न उडविता टोलविला, तर तो फाउल आहे.

३) सर्व्हिस करताना चेंडूला ज्या वेळी टोला (Hit) मारला जातो, त्या वेळी सर्व्हिस करणारा अंतिम रेषेच्या पाठीमागे पाहिजे. चेंडूला टोला मारल्यानंतर अंतिम रेषेला किंवा अंगणाला स्पर्श झाला, तर तो नियमभंग नाही.

४) सरपंचाने शिट्टी वाजवून सर्व्हिस करण्याचा इशारा करताच ८ सेकंदांच्या आत सर्व्हिस केली पाहिजे.

५) सर्व्हिस करण्यासाठी सरपंचाचा इशारा मिळण्यापूर्वीच सर्व्हिस केली असेल, तर पुन्हा सर्व्हिस करण्यास सांगावे.

६) सर्व्हिस करण्यासाठी उडविलेला चेंडू एका हातानेच मारावा.

७) सर्व्हिस करण्यासाठी उडविलेला चेंडू सर्व्हिस करणाऱ्याचा स्पर्श न होता खाली पडला, तर पुन्हा सर्व्हिस करण्यास सांगावे. चेंडू खाली पडताना चेंडूचा खेळाडूच्या शरीराच्या कोणत्याही भागाला स्पर्श झाला, तर तो सर्व्हिस करणाऱ्याचा नियमभंग समजावा.

८) सर्व्हिसचा चेंडू जाळ्यात अडकला, जाळ्याखालून पलीकडे गेला किंवा चेंडू जाळ्यापलीकडे जाण्यापूर्वी सर्व्हिस करणाऱ्या संघाच्या अन्य खेळाडूचा

चेंडूला स्पर्श होऊन चेंडू जाळ्याच्या पलीकडे गेला, तर तो सर्व्हिस करणाऱ्या संघाचा नियमभंग असतो.

९) सर्व्हिस करणाऱ्याचा कोणताही फाउल नसताना चेंडू जाळ्यास (नेट) स्पर्श होऊन पलीकडे गेला व प्रतिस्पर्धी खेळाडूचा त्यास स्पर्श झाला किंवा तो प्रतिस्पर्ध्याच्या मैदानात पडला, तर ती सर्व्हिस योग्य आहे. परंतु चेंडू जाळ्यास स्पर्श होऊन चेंडू प्रतिस्पर्ध्याच्या खेळाडूस स्पर्श न होता मैदानाबाहेर पडला, तर तो सर्व्हिस करणाऱ्याचा फाउल आहे.

१०) सर्व्हिसच्या चेंडूचा अँटेनाला स्पर्श झाला किंवा अँटेनाच्या बाहेरील बाजूने चेंडू पलीकडे गेला, तर तो नियमभंग आहे.

११) चुकीच्या क्रमांकाच्या खेळाडूने सर्व्हिस करणे नियमभंग आहे.

१२) सर्व्हिस करणाऱ्या संघातील खेळाडूंनी उड्या मारून, हात हलवून, दोन किंवा तीन खेळाडूंचा घोळका करून सर्व्हिस करणाऱ्या खेळाडूची कृती प्रतिस्पर्धी संघास दिसणार नाही, असे वर्तन करू नये.

१३) सर्व्हिस केली जात असताना मागील ओळीतील खेळाडू पुढील ओळीतील खेळाडूंपेक्षा थोडे मागे असतील (The back line players must be atleast a little behind their corresponding front line players.) खेळाडूंच्या पायांच्या स्थितीवरून खेळाडूंची स्थिती ठरवावी. तसेच मागील व पुढील ओळींतील डाव्या आणि उजव्या बाजूच्या अंतिम रेषेलगत (Side lines) खेळणाऱ्या खेळाडूंच्या पायांचा भाग हा त्यांच्या ओळीत मध्यभागी खेळणाऱ्या खेळाडूंच्या पायांपेक्षा थोडा तरी बाजूच्या रेषेकडे पाहिजे. (अपवाद - सर्व्हिस करणारा खेळाडू)

सर्व्हिस करणाऱ्याचा नियमभंग न होता तो चेंडू प्रतिस्पर्ध्याच्या मैदानाच्या बाहेर पडला व सर्व्हिस केली जाते त्या वेळी प्रतिस्पर्धी आपल्या योग्य जागी उभे नसतील, तर तो सर्व्हिस स्वीकारणाऱ्याचा फाउल आहे. मात्र, अशा वेळी सर्व्हिस करणाऱ्याचा सर्व्हिस करताना अंतिम रेषेला किंवा अंगणाला स्पर्श असेल, सर्व्हिस एरियाच्या बाहेरून सर्व्हिस केली असेल किंवा हातातून न उडविता चेंडू टोलविला असेल, तर सर्व्हिस करणाऱ्याचा नियमभंग मानला जातो.

१४) रॅली सुरू असताना जाळ्यात मारला गेलेला चेंडू जाळ्यात अडकून बसला किंवा जाळ्यातून पलीकडे गेला, तर ती खेळी थांबवून ज्या संघाने सर्व्हिस केलेली होती, त्या संघास पुन्हा सर्व्हिस करावयास सांगितले जाते.

१५) पहिल्या सेटमध्ये ज्या संघाने प्रथम सर्व्हिस केली नव्हती, तो संघ दुसऱ्या सेटमध्ये प्रथम सर्व्हिस करील.

१६) अंतिम सेटमध्ये कोणत्या संघाने सर्व्हिस करावयाची, ते नाणेफेक करून ठरवावे.

१७) एका संघाने सर्व्हिस केलेला चेंडू नेटवरून आपल्या अंगणात येत असताना प्रतिस्पर्ध्याला त्या चेंडूला अॅटॅकहिट करता येणार नाही किंवा ब्लॉक करता येणार नाही.

१८) चेंडू खेळात असताना सर्व्हिस करणाऱ्या संघाच्या प्रतिस्पर्धी संघाच्या खेळाडूकडून नियमभंग झाला, तर सर्व्हिस करणाऱ्या संघाला एक गुण मिळतो आणि पुढील सर्व्हिस त्यांच्याकडेच राहते. खेळी सुरू असताना सर्व्हिस करणाऱ्या संघाच्या खेळाडूकडून नियमभंग झाला, तर प्रतिस्पर्धी संघास एक गुण मिळतो आणि सर्व्हिस त्याच्याकडे जाते. या पद्धतीने सर्व सेट्समध्ये खेळ सुरू राहतो.

**ब्लॉक** (Block)

१) प्रतिस्पर्ध्याने मारलेला चेंडू अडविण्यासाठी नेटजवळच्या खेळाडूचा एक वा दोन्ही हात नेटच्या वर गेले असतील, तर त्याने ब्लॉकमध्ये भाग घेतला, असे मानले जाते.

२) पुढील ओळीतील एक, दोन किंवा तीन खेळाडू एका वेळी ब्लॉकमध्ये भाग घेऊ शकतात. मागील ओळीतील खेळाडूंना ब्लॉकमध्ये भाग घेता येणार नाही.

३) ब्लॉकिंग करताना पुढील ओळीतील जवळजवळ उभ्या असणाऱ्या (Composite block) दोन किंवा तीन खेळाडूंचा चेंडूला स्पर्श झाला तरी तो एकच स्पर्श मानला जाईल.

४) ब्लॉकिंगनंतर चेंडू आपल्या अंगणात येत असेल, तर ब्लॉकमध्ये भाग घेणाऱ्या खेळाडूला तो चेंडू खेळता येईल. ब्लॉकिंगनंतर त्याच्या संघाने करावयाच्या तीन स्पर्शांपैकी तो पहिला स्पर्श मानला जाईल.

५) ब्लॉकिंगमुळे चेंडू प्रतिस्पर्ध्याच्या अंगणात गेला, तर त्यांना पुन्हा चेंडूला तीन वेळा स्पर्श करून चेंडू प्रतिस्पर्ध्याच्या अंगणात घालविता येईल.

६) ब्लॉकिंगनंतर चेंडू ज्या अंगणातील जमिनीवर पडेल, त्या अंगणातील संघाचा तो फाउल मानला जाईल.

७) ब्लॉकिंगच्या वेळी दोन्ही संघांचा नियमभंग असेल, तर तो दुहेरी नियमभंग (Double fault) समजून पूर्वी सर्व्हिस केलेल्या संघास पुन्हा सर्व्हिस करावयास सांगावे.

८) स्मॅश (Smash) मारल्यानंतर जाळ्यास स्पर्श न होता हात जाळ्याच्या पलीकडे गेला, तर तो फाऊल नाही.

९) वर उडविलेल्या चेंडूला स्मॅश मारण्याची कृती (Action) पूर्ण

झाल्याशिवाय ब्लॉक करणाऱ्या खेळाडूने चेंडूला जाळ्याच्या पलीकडे स्पर्श केला, तर तो ब्लॉक करणाऱ्या खेळाडूचा नियमभंग आहे. स्मॅशिंगची कृती पूर्ण झाल्यावर चेंडूला स्पर्श झाला, तर तो नियमभंग नाही.

१०) ब्लॉकिंगनंतर चेंडू क्रीडांगणाच्या बाहेर पडला, तर तो ब्लॉकिंग करणाऱ्याचा नियमभंग आहे.

११) जाळ्याच्या वर दोन प्रतिस्पर्धी खेळाडूंचा चेंडूला एकाच वेळी स्पर्श झाला (Simultaneous touch) आणि चेंडू जाळ्याच्या एका बाजूच्या अंगणाबाहेर पडला, तर तो दुसऱ्या बाजूच्या संघाचा नियमभंग मानला जातो.

## जाळ्यातील खेळ

१) दोन्ही अँटेनांच्या आतील जाळ्याला चेंडूचा स्पर्श झाला, तर तो नियमभंग नाही.

२) खेळाडूचा जाळ्याला, अँटेनाला स्पर्श झाला तर तो नियमभंग आहे; परंतु जाळ्यात जोरात मारलेल्या चेंडूमुळे जाळ्याचा प्रतिस्पर्धी खेळाडूस स्पर्श झाला किंवा चेंडू खेळत नसलेल्या खेळाडूचा चुकून जाळ्यास स्पर्श झाला, तर तो नियमभंग नाही.

३) दोन्ही संघांच्या खेळाडूंचा एकाच वेळी जाळ्यास स्पर्श झाला, तर तो दुहेरी नियमभंग समजावा.

४) अँटेनाच्या बाहेरून चेंडू प्रतिस्पर्ध्याच्या अंगणात गेला, तर चेंडू मारणाऱ्या संघाचा तो नियमभंग होतो.

५) जाळ्याच्या पलीकडील चेंडूला स्पर्श करणे, हा नियमभंग आहे. (अपवादात्मक परिस्थितीतील ब्लॉकिंग)

६) खेळाडूच्या पायाचा किंवा हाताचा मध्यरेषेला स्पर्श झाला, तर तो नियमभंग नाही. जोपर्यंत पाय मध्यरेषेवर (On or above) आहे तोपर्यंत तो नियमभंग नाही. पाय किंवा हात मध्यरेषेच्या पूर्ण पलीकडे असेल, तरच तो नियमभंग मानावा.

७) खेळ सुरू असताना शरीराचा भाग जाळ्याखालून प्रतिस्पर्ध्याच्या अंगणात नेऊन प्रतिस्पर्ध्याला विचलित करण्याचा प्रयत्न केला, तर तो नियमभंग मानावा. एका संघाचा खेळाडू प्रतिस्पर्धी संघाच्या खेळात खेळाडूला व्यत्यय आणत नसेल, तर तो नियमभंग नाही.

८) ज्याच्याकडून नियमभंग होण्याचा संभव आहे, अशा खेळाडूला मागे ओढले, तर तो नियमभंग मानू नये.

९) चेंडू खेळल्यानंतर त्या खेळाडूचा खांबाला किंवा जाळ्याच्या ९.५०

मीटरच्या बाहेर स्पर्श झाला आणि त्यामुळे प्रतिस्पर्ध्यांच्या खेळावर अनिष्ट परिणाम होत नसेल, तर त्या खेळाडूचा तो नियमभंग मानू नये.

प्रतिस्पर्ध्यांच्या खेळात व्यत्यय न आणता एखाद्या खेळाडूचा प्रतिस्पर्ध्यांच्या अंगणाच्या बाहेरील मोकळ्या जागेस स्पर्श झाला, तर तो नियमभंग मानू नये.

१०) नेटजवळ खेळणाऱ्या खेळाडूचा खालील प्रसंगी नियमभंग होतो.

अ) प्रतिस्पर्ध्यांच्या अंगणातील चेंडू प्रतिस्पर्धी हिट करणार असतो त्यापूर्वी त्या चेंडूला अगर खेळाडूला स्पर्श करणे.

ब) जाळ्याजवळील खेळाडूने प्रतिस्पर्ध्यांच्या अंगणात जाणे.

क) चेंडू खेळत असताना जाळ्याला अगर अँटेनाला स्पर्श करणे.

## मागील रांगेतील खेळाडू

१) मागील रांगेतील खेळाडूंना (Back line players) ब्लॉकमध्ये भाग घेता येणार नाही.

२) ब्लॉक करताना पुढील रांगेतील खेळाडूंबरोबरच मागील रांगेतील खेळाडूने भाग घेतला आणि त्या वेळी त्याला अगर ब्लॉक करणाऱ्या पुढील रांगेतील खेळाडूला चेंडूचा स्पर्श झाला, तर ब्लॉक करणाऱ्यांचा नियमभंग होतो. चेंडूचा कोणालाच स्पर्श झाला नाही, तर तो नियमभंग मानू नये. लिबरो खेळाडूने ब्लॉक करण्यामध्ये सहभागी होणे नियमबाह्य आहे.

३) मागील रांगेतील खेळाडू हल्ला रेषेच्या पुढे येऊन खेळू शकतात. मात्र, त्या वेळी त्यांना जाळ्याच्या उंचीपेक्षा वर असलेला चेंडू पलीकडे टोलविता येणार नाही.

४) मागील रांगेतील खेळाडू हल्ला रेषेच्या मागून स्मॅशिंग करू शकतो; परंतु त्या वेळी त्याचा टेक-ऑफ (Take-off) हल्ला रेषेच्या पाठीमागे पाहिजे. स्मॅशिंगनंतर त्याचा हल्ला रेषेला किंवा त्यापुढील जमिनीस स्पर्श झाला तरी चालतो. (अपवाद लिबरो)

## चेंडूशी स्पर्श

१) आपल्या अंगणात आलेला चेंडू संघातील खेळाडूंनी जास्तीतजास्त सलग तीन वेळा त्याला स्पर्श करून जाळ्याच्या पलीकडे प्रतिस्पर्ध्यांच्या अंगणात टोलविला पाहिजे.

२) एका खेळाडूला सलग दोन वेळा चेंडूला स्पर्श करता येणार नाही. (अपवाद - ब्लॉकिंग)

३) शरीराच्या कोणत्याही भागाला चेंडूचा स्पर्श झाला आणि चेंडू रिबाउंड झाला तरी चालतो.

४) चेंडू टोलविताना खेळाडूच्या शरीराच्या अनेक भागांचा एकाच वेळी स्पर्श (Simultaneous touch) होऊन चेंडू टोलविला, तर तो नियमभंग नाही.

५) एकाच वेळी दोन खेळाडूंनी चेंडू खेळण्याचा प्रयत्न केला आणि चेंडूला एकाचाच स्पर्श झाला, तर तो एकच स्पर्श मानला जाईल.

परंतु एकाच संघाच्या दोन खेळाडूंचा एकाच वेळी चेंडूला स्पर्श झाला, तर त्या वेळी दोन स्पर्श (Two touches) मानले जातील. (अपवाद - ब्लॉकिंग)

६) खेळाडूच्या बोटांच्या टोकांना चेंडूचा स्पर्श झाला व चेंडू झटकन रिबाउंड (Rebound) होऊन त्याच्या मागे गेला, तर तो नियमभंग मानू नये.

७) आपल्या संघातील दुसऱ्या खेळाडूशी शरीराचा संपर्क असताना चेंडू खेळता येईल. मात्र, चेंडू मारण्यासाठी खेळाडूचा आधार म्हणून उपयोग करता येणार नाही.

८) प्रत्येक सेटमध्ये रॅली (खेळी) जिंकणाऱ्या संघास एक गुण मिळतो व त्या संघाकडे सर्व्हिस जाते / राहते.

**सेट्स व सामना**

१) सामन्यामध्ये पाच सेट्स असतात. पाचपैकी तीन सेट्स जिंकणारा संघ विजयी होतो. पहिले चार सेट्स प्रत्येकी २५ गुणांचे असतात, तर पाचवा निर्णायक सेट १५ गुणांचा असतो.

२) सरपंच नाणेफेक करतील आणि नाणेफेक जिंकणारा संघ सर्व्हिस किंवा क्रीडांगणाची बाजू याची निवड करील.

३) प्रत्येक सेटनंतर दोन्ही संघ क्रीडांगणाच्या बाजू बदलतील.

४) दोन सेटमध्ये तीन मिनिटांची विश्रांती राहील. विश्रांतीच्या काळात पुढील सेटसाठी रोटेशन ऑर्डरमध्ये करावयाच्या बदलाची नोंद करावी.

५) २५ गुणांच्या सेटमध्ये प्रतिस्पर्धी संघाच्या गुणांपेक्षा किमान दोन गुणांच्या आधिक्याने प्रथम २५ गुण मिळविणारा संघ त्या सेटमध्ये विजयी होतो. (सेटमध्ये दोन्ही संघांचे २४-२४ गुण झालेले असतील, तर कोणत्याही एका संघाला दुसऱ्या संघापेक्षा दोन गुणांची आघाडी मिळेपर्यंत सेट सुरू राहील. उदा. २६-२४, २७-२५, २८-२६ .....

६) दोन्ही संघांनी २-२ सेट जिंकले असतील, तर पाचवा निर्णायक सेट खेळविला जातो. हा सेट 'टायब्रेकर' सेट म्हणून ओळखला जातो. पाचव्या सेटसाठी सरपंच नाणेफेक करतील आणि नाणेफेक जिंकणारा संघ सर्व्हिस किंवा बाजू याची निवड करील. कोणत्याही एका संघाचे आठ गुण झाल्यानंतर

बाजू बदलतात. बाजू बदलताना ज्या संघाकडे सर्व्हिस होती, त्याच संघाकडे सर्व्हिस राहील. आठ गुणांनंतर बाजू बदलण्याचे लक्षात आले नाही, तर लक्षात येताच बाजू बदलाव्यात. त्या वेळी असणारे गुणही तसेच राहतील.

जो संघ प्रतिस्पर्धी संघाच्या गुणांपेक्षा किमान दोन गुणांच्या फरकाने प्रथम १५ गुण मिळवील, तो संघ विजयी होईल. दोन्ही संघांचे १४-१४ गुण झाले, तर कोणत्याही एका संघाला दुसऱ्या संघापेक्षा दोन गुणांची आघाडी मिळेपर्यंत सेट सुरू राहील (१६-१४, १७-१५, १८-१६)

७) अपरिहार्य कारणामुळे सामन्यात व्यत्यय (एकदा किंवा अनेकदा) आल्यामुळे सामना अपुरा राहिला आणि तो पुरा करण्यासाठी पुन्हा खेळविला तर -

अ) चार तासांच्या आत त्याच मैदानावर सामना सुरू झाला, तर ज्या गुणांवर सेट थांबविला होता, तेथून पुढे सामना सुरू होईल.

ब) चार तासांच्या आत परंतु दुसऱ्या मैदानावर सामना घेतला, तर पूर्ण खेळलेल्या सेट्सचा निकाल तसाच राहील आणि अपुरा राहिलेला सेट पुन्हा पहिल्यापासून सुरू केला जाईल. (संघातील खेळाडू व लाइन अप यांत बदल होणार नाही.)

क) चार तासांपेक्षा अधिक वेळ गेला असेल, तर पूर्ण सामना कोणत्याही मैदानावर खेळविला जाईल.

## सामना अधिकारी

सामन्यासाठी एक सरपंच (First referee), एक पंच (Second referee), चार रेषापंच (Line judges) आणि एक गुणलेखक असे अधिकारी असतील. त्यांची कर्तव्ये पुढीलप्रमाणे आहेत :

## सरपंच

१) सरपंच हा सामन्याचा सर्वश्रेष्ठ अधिकारी असतो. तो मैदानाबाहेर नेटच्या एका बाजूस असा उभा (किंवा बसलेला) असतो की, त्याची दृष्टी जाळ्याच्या पट्टीच्या वर किमान ५० सें.मी. राहील.

२) खेळाच्या मैदानाची स्थिती, साहित्य या बाबी समाधानकारक आहेत याची तो खात्री करून घेईल.

३) सरपंच संघनायकांच्या उपस्थितीत नाणेफेक करतो.

४) सरपंच आपल्या निर्णयाबाबत चर्चा करण्यास कोणासही परवानगी देणार नाही. खेळाडू, कोच किंवा व्यवस्थापक यांच्या नियमबाह्य वर्तनाबद्दल त्यांना शासन करण्याचा अधिकार सरपंचाला आहे. (संघनायक निर्णयाचे स्पष्टीकरण

मागू शकतो. स्पष्टीकरणाने त्याचे समाधान झाले नाही, तर तो लेखी तक्रार देऊ शकतो. सामना संपल्यानंतर गुणपत्रकावर त्याची नोंद होईल. कोच स्पष्टीकरण मागू शकत नाही किंवा वादविवाद करू शकत नाही.)

५) पंचांचा किंवा रेषापंचांचा निर्णय चुकीचा असेल तर सरपंच तो निर्णय रद्द करून आपला निर्णय देतो.

६) पंच किंवा रेषापंच यांचे काम समाधानकारक होत नसेल, तर सरपंच त्यांना बदलू शकतो.

७) सर्व्हिस करणाऱ्याचा नियमभंग आणि त्या संघाचे खेळाडू यांच्या जागा याबाबतचे निर्णय देतो.

८) चेंडू खेळताना होणारे नियमभंग, नेटच्या खाली आणि वर होणारे नियमभंग याबाबत सरपंच निर्णय देतो.

९) सामना संपल्यानंतर गुणपत्रकावर स्वाक्षरी करतो.

खेळाडूंच्या किरकोळ चुकांबद्दल सरपंच संघनायकाला तोंडी सूचना देतील आणि पुन्हा अशा चुका घडणार नाहीत याबाबत सूचना करतील.

सामना अधिकारी व प्रतिस्पर्धी संघातील खेळाडू यांच्याविषयी अपशब्द वापरणे, गैर हावभाव करणे, अंगावर धावून जाणे इ. बाबी गैरवर्तन म्हणून शिक्षेस पात्र ठरतात व गैरवर्तनाचे गांभीर्य लक्षात घेऊन सरपंच शिक्षा देतात. उदा. - खेळाडूकडून प्रथमच गुन्हा घडला असेल, तर त्या संघाची सर्व्हिस जाईल / प्रतिस्पर्धी संघास एक गुण दिला जाईल.

खेळाडूकडून असभ्य व गंभीर गैरवर्तनाची पुनरावृत्ती होत असेल, तर अशा खेळाडूस मैदानाबाहेर काढण्याचा सरपंचास अधिकार आहे. मैदानाबाहेर काढलेल्या खेळाडूला त्या सामन्यात पुढे खेळता येणार नाही.

### पंच

१) सरपंचाच्या विरुद्ध बाजूला उभे राहून सामन्यामध्ये सरपंचाला मदत करणे.

२) काही अपरिहार्य कारणामुळे सरपंच, सामन्यामध्ये सरपंच म्हणून पुढे काम करण्यास असमर्थ असेल; तर पंच त्याच्या जागी सरपंच म्हणून काम करेल.

३) प्रत्येक सेट सुरू होताना दिलेल्या क्रमानुसार खेळाडू उभे आहेत काय, ते पाहणे.

४) सर्व्हिसच्या वेळी खेळाडू आपापल्या जागी आहेत काय, ते पाहणे.

५) मध्यरेषेवर खेळाडूचा होणारा नियमभंग पाहणे.

६) खेळाडूचा जाळ्यास स्पर्श होऊन होणारा नियमभंग पाहणे.

७) आपल्या बाजूकडील साइड-मार्कर व अँटेनाजवळ होणारा नियमभंग पाहणे.

८) संघनायक किंवा कोच यांच्या विनंतीनुसार बदली खेळाडू घेण्यास परवानगी देणे.

९) राखीव खेळाडू व कोच यांच्यावर लक्ष ठेवणे.

१०) अवैध कृतीकडे सरपंचाचे लक्ष वेधणे.

११) त्रुटित काळात चेंडू आपल्याजवळ ठेवणे.

१२) त्रुटित काळाची नोंद ठेवणे व संबंधित संघाने सेटमध्ये किती वेळा त्रुटित काळ घेतला, हे कोच आणि संघनायक यांना सांगणे.

१३) खेळाडू जखमी झाल्यास त्यासाठी लागणारा ३ मिनिटांचा त्रुटित काळ व जखमी खेळाडूबद्दल बदली खेळाडू घेण्यास परवानगी देण्याचा अधिकार आहे.

१४) लिबरो व बॅककोर्टमधील खेळाडूंच्या अॅटॅक हिटकडे त्याचे लक्ष असते.

१५) गुणलेखकाच्या कामावर पंचाचे नियंत्रण असते.

१६) सामना संपल्यानंतर गुणपत्रकावर स्वाक्षरी करतील.

**रेषापंच**

१) किमान दोन रेषापंच असतील.

२) रेषापंच हे सरपंच आणि पंच यांच्या उजव्या हाताकडील क्रीडांगणाच्या कोपऱ्यापासून तीन मीटर अंतरावर असतील.

३) पाठीमागील व त्याच्या बाजूची रेषा यावर होणारे नियमभंग सरपंचाच्या निदर्शनास आणून देतील.

४) सर्व्हिस करणाऱ्या खेळाडूच्या नियमभंगाकडे सरपंचाचे लक्ष वेधतील.

५) सर्व्हिस केली जाते त्या वेळी सर्व्हिस करणारा सोडून इतर खेळाडू आपल्या अंगणात असतील याकडे लक्ष देतील.

**गुणलेखक** - गुणलेखक खालील जबाबदाऱ्या पार पाडील.

१) पंचांच्या पाठीमागे बसून गुणांची नोंद करणे.

२) खेळाडूंच्या खेळण्याच्या क्रमाची (Rotation order) नोंद करणे. तसेच बदली खेळाडूंच्या नावांची नोंद करणे.

३) लिबरो खेळाडूचा नंबर व नावाची नोंद करणे.

४) बदली खेळाडू घेतल्याची नोंद करणे.

५) सेटमध्ये प्रत्येक संघाने किती वेळा त्रुटित काळ घेतला याची नोंद करणे.

६) सेट संपल्यावर व अंतिम सेटमध्ये आठ गुणांनंतर अंगण बदलण्यास सांगणे.

७) खेळणाऱ्या खेळाडूंच्या उभे राहण्याच्या क्रमावर लक्ष ठेवणे.

८) खेळाडू बाद केला असेल, तर त्याबाबतच्या कारणांची व शेऱ्यांची नोंद करणे.

९) सामना संपल्यावर गुणपत्रकावर पंच व सरपंच यांच्या स्वाक्षऱ्या घेणे.

१०) संघनायकाची तक्रार असेल, तर ती सरपंचाच्या परवानगीने गुणपत्रकावर नोंदवणे.

# १२ : कुस्ती

मल्लविद्येचे माहेरघर म्हणून मान्यता पावलेल्या आपल्या देशात अजूनही 'कुस्ती' म्हणजे 'मातीवरील कुस्ती' असे समीकरण मांडले जाते. आज आंतरराष्ट्रीय स्तरावर मातीवरील कुस्तीला मान्यता नाही. आंतरराष्ट्रीय स्पर्धांमध्ये फ्री-स्टाइल (Free-style) आणि ग्रीको-रोमन (Greco-Roman) पद्धतींचा अवलंब केला जात असल्याने भारतीय मल्लांना नवीन तंत्रांची, नवीन नियमांची माहिती असणे अगत्याचे आहे.

मातीवरील कुस्तीची सवय झाल्याने आपल्या मल्लांना नवीन तंत्रांशी जुळवून घेणे अवघड जाते. मातीऐवजी गादीवर (Mat) कुस्ती करावी लागते. कुस्ती अधिक गतिमान व्हावी म्हणून वेळेची बंधने आल्याने आता रेटारेटीची कुस्ती करून चालत नाही. कुस्ती चीतपट निकाली झाली नाही, तरी गुणाधिक्याने कुस्ती जिंकण्यासाठी कौशल्य पणास लावावे लागते. भारतीय पद्धतीच्या कुस्तीच्या काही डावांना गादीवरील कुस्तीत मज्जाव असल्याने आणि कुस्तीचा खास पोशाख घालून कुस्ती करावी लागत असल्याने आपल्या मल्लांना काही अडचणी जाणवतात. त्यासाठी नवीन तंत्रे, नियम यांची अचूक माहिती असणे व सातत्याने गादीवरील कुस्तीचा सराव करणे याला पर्याय नाही.

या ठिकाणी आपण 'फ्री-स्टाइल' कुस्तीचाच विचार करणार आहोत.

**वयोगट (पुरुष आणि मुले)**

अ) विद्यार्थी — १४-१५ वर्षे
ब) कॅडेट्स — १६-१७ वर्षे

| | | | |
|---|---|---|---|
| क) | ज्यूनिअर्स | | १८-२० वर्षे |
| ड) | सीनिअर्स | | २० वर्षांपेक्षा जास्त |

## कुस्तीसाठी वजनी गट (पुरुष व मुले)

| | विद्यार्थी | | कॅडेट्स |
|---|---|---|---|
| १ | २९-३२ कि.ग्रॅम | १ | ३९-४२ कि.ग्रॅम |
| २ | ३५ | २ | ४६ |
| ३ | ३८ | ३ | ५० |
| ४ | ४२ | ४ | ५४ |
| ५ | ४७ | ५ | ५८ |
| ६ | ५३ | ६ | ६३ |
| ७ | ५९ | ७ | ६९ |
| ८ | ६६ | ८ | ७६ |
| ९ | ७३ | ९ | ८५ |
| १० | ७३-८५ | १० | ८५ ते १०० |

| | ज्यूनिअर्स | | सीनिअर्स |
|---|---|---|---|
| १ | ४६-५० कि.ग्रॅम | १ | ५७ कि.ग्रॅम |
| २ | ५५ | २ | ६१ |
| ३ | ६० | ३ | ६५ |
| ४ | ६६ | ४ | ७० |
| ५ | ७४ | ५ | ७४ |
| ६ | ८४ | ६ | ८६ |
| ७ | ९६ | ७ | ९७ |
| ८ | ९६-१२० | ८ | ९७-१२५ |

सीनिअर गटात खेळणाऱ्या कुस्तीगिराचे वजन ९७ कि.ग्रॅमपेक्षा अधिक असल्याशिवाय त्याला शेवटच्या गटामध्ये (९७ ते १२५ कि.ग्रॅम) खेळता येणार नाही.

## कुस्तीसाठी प्रमाणित गादी

फोमपासून बनवलेल्या गादीचा कुस्तीसाठी वापर करतात. गादी जमिनीवर ठेवलेली असावी. प्रेक्षकांना कुस्ती स्पष्ट दिसावी म्हणून गादी प्लॅटफॉर्मवर ठेवावयास हरकत नाही. गादीसह प्लॅटफॉर्मची उंची १.१० मीटरपेक्षा जास्त

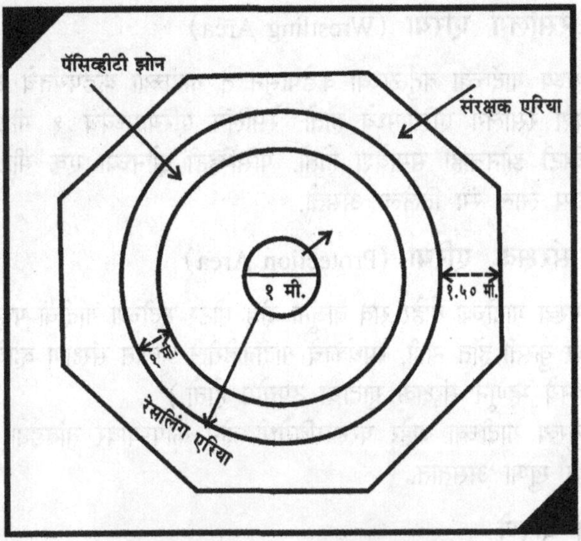


**आकृती १९ : कुस्तीसाठी गादी**

नसावी. प्लॅटफॉर्मच्या भोवती खांब व दोरखंड यांचा वापर केलेला नसावा. गादीच्या बाहेर किमान दोन मीटर मोकळी संरक्षक जागा असावी.

कुस्तीसाठी वापरल्या जाणाऱ्या प्रमाणित गादीचा व्यास ९ मी. असतो. या गादीच्या मर्यादेबाहेर १.५० मी. रुंदीची संरक्षक गादी असते. गादीची जाडी (Thickness) १० सें.मी. असते (गादीची जाडी त्यामध्ये वापरलेल्या पदार्थाची लवचिकता आणि घनता यांवर अवलंबून असते.)

## गादीचे मुख्य भाग

कुस्तीच्या गादीचे खालीलप्रमाणे तीन भाग मानले जातात.

### १) मध्य गादी

गादीच्या मध्यबिंदूतून १ मी. व्यासाचे वर्तुळ काढलेले असते.

कुस्तीची सुरुवात या वर्तुळाने तयार झालेल्या मध्य गादीवर होते. एखाद्या स्पर्धकाचा पाय संरक्षक गादीवर गेला असेल किंवा दोन्ही स्पर्धक गादीच्या बाहेर गेले असतील, तर ती कुस्ती मध्य वर्तुळात आणून उभ्या स्थितीत लावली जाते.

बैठ्या स्थितीत कुस्ती निष्क्रिय असेल, तर ती कुस्ती थांबवून मध्य गादीवर आणून उभ्या स्थितीत लावली जाते.

### २) रेसलिंग एरिया (Wrestling Area)

मध्य गादीच्या वर्तुळाच्या कडेपासून ते गादीच्या कडेपर्यंतचे अंतर याचा समावेश रेसलिंग एरियामध्ये होतो. रेसलिंग एरियामध्येच १ मीटर रुंदीच्या पॅसिव्हिटी झोनचाही समावेश होतो. पॅसिव्हिटी झोनच्या एक मीटर रुंदीच्या वर्तुळास लाल रंग दिलेला असतो.

### ३) संरक्षक एरिया (Protection Area)

मुख्य गादीच्या बाहेर सर्व बाजूंना दीड मीटर रुंदीच्या गादीचा पट्टा. (संरक्षक गादीवर कुस्ती होत नाही. स्पर्धकाचे गादीबाहेरील भागात संरक्षण व्हावे, दुखापत होऊ नये म्हणून संरक्षक गादीचा उपयोग होतो.)

मुख्य गादीच्या बाहेर परस्परविरोधी दोन कोपऱ्यांवर तांबड्या व निळ्या रंगाच्या खुणा असतात.

### वजन करणे

१) वजन करण्याचे काम सुरू होण्यापूर्वी स्पर्धकांची अधिकृत अंतिम यादी ६ तास अगोदर हजर केली पाहिजे.

२) प्रत्यक्ष वजन करण्यापूर्वी ७५ मिनिटे अगोदर स्पर्धकांची वैद्यकीय तपासणी केली जाईल. आरोग्य चांगले नसलेल्या व संसर्गजन्य रोग असलेल्या उमेदवारास स्पर्धेत भाग घेऊ दिला जाणार नाही.

३) वजन करताना स्पर्धकाच्या अंगावर पोशाख (Costume) असणे आवश्यक आहे.

४) स्पर्धा सुरू होण्याच्या आदल्या दिवशी वजने घेतली जातील. वजने घेण्याचे काम अर्ध्या तासात संपेल. या अर्ध्या तासाच्या अधिकृत कालावधीत काट्यावर कितीही वेळा वजन करून घेण्याचा स्पर्धकास हक्क आहे. मात्र, वजनासाठी त्याने क्रमानेच आले पाहिजे.

५) स्पर्धकाचे वजन संबंधित गटात बसताच काट्यावरून उतरण्यापूर्वी तो स्पर्धक आपल्या वजन गटातील भाग्यक्रमांक काढतो. हा भाग्यक्रमांक सर्वांच्या माहितीसाठी नोटीस बोर्डावर प्रदर्शित केला जातो.

६) स्पर्धकाला एकाच वजनी गटात खेळता येईल. फक्त सीनिअर गटातील स्पर्धक ज्या वजनी गटात बसत असेल, त्या वजनी गटात किंवा पुढील (Next higher) वजनी गटात खेळू शकतो. सीनिअर गटातील स्पर्धकाचे वजन किमान ९७ किलोंपेक्षा जास्त असल्याशिवाय त्याला गट क्रमांक ८ मध्ये (हेवी वेट) खेळता येणार नाही.

७) ज्यूनिअर गटातील स्पर्धक सीनिअर गटात खेळू शकतो. स्पर्धकाचे वय १३ वर्षांपेक्षा जास्त असेल, तर तो विद्यार्थी गटात खेळू शकतो. मात्र, तसे डॉक्टरचे सर्टिफिकेट व पालकांचे संमतिपत्र असणे आवश्यक आहे.

८) स्पर्धकाचे वय १५ वर्षे असेल, तर तो कॅडेट गटात खेळू शकतो. स्पर्धकाचे वय किमान १७ वर्षे असेल, तर तो ज्यूनिअर गटात खेळू शकतो. मात्र, त्यासाठी डॉक्टरचे सर्टिफिकेट व पालकांचे संमतिपत्र हवे.

९) वजनासाठी अधिकृत वेळेत गैरहजर असणारा स्पर्धक स्पर्धेत भाग घेऊ शकणार नाही.

१०) वजन केलेल्या व वजनात बसलेल्या स्पर्धकास कुस्ती करावी लागेल. जर तो कुस्तीसाठी गादीवर उतरला नाही, तर त्याला स्पर्धेतून बाद केले जाते.

११) प्रत्येक स्पर्धकाच्या वजनाची अचूक नोंद करणे आवश्यक आहे.

## कुस्तीगिराचा पोशाख

कुस्तीगिराने योग्य रंगाचा (लाल अगर निळा) घट्ट बसणारा खास पोशाख (Costume) वापरला पाहिजे. स्पर्धेच्या वेळी जोडीतील वरच्या क्रमांकाचा कुस्तीगीर लाल पोशाख व खालच्या क्रमांकाचा कुस्तीगीर निळा पोशाख वापरील. टाचा किंवा खिळे नसलेले, सपाट व पातळ तळाचे, घोटे झाकले जातील असे घट्ट बसणारे शूज वापरावेत. स्पर्धकाजवळ एक हातरुमाल असावा. (बुटांच्या बंदाच्या टोकाला धातूचे आवरण नसावे).

धातूचा करगोटा, अंगठी, पेटी किंवा ताईत अशा प्रकारच्या, प्रतिस्पर्ध्याला दुखापत होण्यास कारणीभूत ठरणाऱ्या वस्तू अंगावर धारण करता येणार नाहीत. स्पर्धकांची नखे काढलेली असावीत.

अंगाला तेलकट किंवा निसरडे पदार्थ लावता येणार नाहीत. तसेच घामेजलेल्या अंगाने गादीवर येता येणार नाही.

स्पर्धकाने कुस्तीच्या दिवशी दाढी केलेली असावी. (काही महिने वाढवलेली दाढी असली तर चालेल.)

स्पर्धकाला पातळ गुडघापट्टी वापरता येईल. परंतु मनगट, हात व घोटा येथे पट्टी वापरता येणार नाही. (जखमेचे संरक्षण करण्यासाठी किंवा डॉक्टरचे तसे सर्टिफिकेट असेल, तर मनगटपट्टी वापरता येईल.)

## वैद्यकीय सेवा

कुस्तीगिराचे वजन करताना आणि प्रत्यक्ष कुस्ती सुरू असताना वैद्यकीय अधिकाऱ्याची उपस्थिती आवश्यक आहे.

संसर्गजन्य रोग असणाऱ्या किंवा आरोग्य चांगले नसलेल्या स्पर्धकाला स्पर्धेत भाग घेण्यास मज्जाव केला जातो.

कुस्ती सुरू असताना कुस्तीगीर जखमी झाला, तर मैदानाध्यक्षाच्या मध्यस्थीने कुस्ती तात्पुरती थांबवून वैद्यकीय अधिकारी जखमी कुस्तीगिराला वैद्यकीय मदत देतील. (त्या वेळी संबंधित जखमी खेळाडूचे कोच किंवा व्यवस्थापक उपस्थित राहू शकतील.) त्या वेळी स्पर्धक प्लॅटफॉर्म सोडणार नाही. (अपवाद - स्पर्धकाला ओकारी होत असेल किंवा दुखापत गंभीर असेल.)

जखमी खेळाडूने कुस्ती पुढे सुरू ठेवावी किंवा नाही, हे ठरविण्याचा अधिकार वैद्यकीय अधिकाऱ्यांना आहे. रक्तस्राव होत असलेल्या जखमी खेळाडूने कुस्ती पुढे सुरू ठेवावी किंवा नाही, हे ठरविण्याचा अधिकार वैद्यकीय अधिकाऱ्यांना आहे. अधिकृत वैद्यकीय अधिकारी हजर नसेल, तर सरपंच दोन मिनिटे कुस्ती थांबवू शकतात. तो खरेच जखमी झाला आहे की जखमी झाल्याचा केवळ बहाणा करतो आहे, हे ठरविण्याचा अधिकार सरपंचाला आहे. जखमी झाल्याचा बहाणा करून कुस्ती थांबविण्याचा प्रयत्न करणाऱ्या खेळाडूच्या प्रतिस्पर्ध्यास एक गुण दिला जातो.

डोपिंगला (Doping) पूर्ण मज्जाव राहील.

## कुस्तीसाठी अधिकारी

कुस्तीसाठी मैदानाध्यक्ष (Mat Chairman), सरपंच (Referee), पंच (Judge) आणि ज्युरी ऑफ अपील असे चार अधिकारी असतील. कुस्ती सुरू असताना अधिकारी बदलता येणार नाहीत.

कुस्ती अधिकारी सुरुवातीपासून शेवटपर्यंत कुस्तीचे बारकाईने निरीक्षण करून संयुक्तपणे मूल्यमापन करतील. कुस्ती सुरू असताना, अपवादात्मक परिस्थितीशिवाय, अधिकारी परस्परांशी बोलणार नाहीत. कुस्ती नियमानुसार होण्याबाबत ते सतत दक्ष राहतील. योग्य डावपेचांना गुण देणे, कुस्तीचा निकाल देणे, दोषी स्पर्धकाला शासन करणे इ. बाबतींत ते संयुक्तपणे जबाबदारी पार पाडतील.

## सरपंच

पंचांच्या सहकार्याने व मैदानाध्यक्षाच्या मार्गदर्शनाखाली काम करताना गादीवरील कुस्ती नियमानुसार सुरू ठेवण्याची जबाबदारी सरपंचावर असते. सरपंचाच्या शिट्टीने कुस्ती सुरू होईल, तात्पुरती थांबेल आणि संपेल.

नेहमी गादीवर फिरते राहून सरपंच कुस्तीचे निरीक्षण करतील; उभ्या स्थितीतील कुस्तीचे थोडे दूर उभे राहून, तर बैठ्या कुस्तीचे जवळ जाऊन निरीक्षण करतील.

कुस्तीचा निकाल स्पष्ट दिसावा म्हणून आवश्यकता वाटली, तर पोटावर पालथे पडून निरीक्षण करतील. कुस्तीत अकाली व विनाकारण हस्तक्षेप करणार नाहीत.

सरपंचाच्या डाव्या मनगटावर तांबडी पट्टी व उजव्या मनगटावर निळी पट्टी बांधलेली असते. कुस्तीचे डावपेच सुरू असताना गुण मिळविणाऱ्या स्पर्धकाच्या रंगाचा हात वर उंचावून, अंगठा व शेजारची बोटे वर करून पंच व मैदानाध्यक्ष यांना स्पर्धकाने मिळवलेले गुण दर्शवतील.

कुस्तीगीर निष्क्रिय राहणार नाहीत याची ते दखल घेतील. निष्क्रिय राहणाऱ्या स्पर्धकाला ते सूचना देतील आणि आवश्यक तर पंच / मैदानाध्यक्ष यांच्या संमतीने ताकीद देतील. घाम पुसणे, बुटाचे बंद बांधणे, नाक शिंकरणे इ. निमित्ताने स्पर्धक वेळेचा अपव्यय करणार नाहीत, हे पाहतील. खेळाडू अकारण वेळेचा जाणीवपूर्वक अपव्यय करीत असेल, तर त्याला ताकीद (Caution) दिली जाईल व त्याच्या प्रतिस्पर्ध्याला एक गुण दिला जाईल.

कुस्ती पॅसिव्हिटी झोनवर किंवा संरक्षक गादीवर गेली, तर योग्य इशारा करून / कुस्ती तात्पुरती थांबवून, गादीवर आणून उभ्या स्थितीत सुरू करण्याचा आदेश देतील.

गादीच्या कडेला केलेला डाव योग्य होता किंवा नाही, हे पंच व मैदानाध्यक्ष यांना सांगतील.

नियमभंग किंवा नियमबाह्य डाव होत असेल, तर योग्य वेळी हस्तक्षेप करून प्रसंगी संबंधितास ताकीदही देतील.

कुस्ती चीतपट झाल्यावर मैदानाध्यक्षांच्या व पंचाच्या अनुमतीने निकाल जाहीर करतील. कुस्तीचा निकाल जाहीर होईपर्यंत ते कुस्तीगिरांना गादीवरून बाहेर जाऊ देणार नाहीत. चीतपट निकाल जाहीर झाल्यानंतर त्या विरुद्ध अपील करता येत नाही.

**पंच**

मैदानाध्यक्षाच्या विरुद्ध बाजूस गादीजवळ बसून पंच कुस्तीचे बारकाईने निरीक्षण करतील. कुस्तीची कृती स्पष्ट दिसावी म्हणून ते जागा सोडू शकतील, परंतु त्यांना गादीवर येता येणार नाही.

कुस्तीतील डावपेचांचे मूल्यमापन करून ते संबंधिताला गुणदान करतील. सरपंचाने दिलेल्या गुणाबद्दल आपण सहमत आहोत, हे दर्शवतील किंवा असहमत असल्याचे दर्शवतील. मतभेद असल्यास बहुमताच्या निर्णयाची ते गुणपत्रकात नोंद करतील.

निष्क्रियतेबद्दल ताकीद देण्याबाबत ते सुचवू शकतात. तसेच ताकीद

देण्याबाबतच्या सरपंचाच्या प्रस्तावास अनुमती किंवा विरोध दर्शवितात आणि अवैध डावपेच, डावातून बाहेर पळणे, गादीवरून बाहेर पळ काढणे, क्रूरता याबद्दल ताकीद दिल्यास 'O' अशी नोंद करतात. अखेरचा गुण मिळविणाऱ्या कुस्तीगिराच्या गुणावलीत तो गुण अधोरेखित करतात.

कुस्तीच्या निकालाची नोंद गुणपत्रकावर करतात. हरलेल्या स्पर्धकाच्या नावावर फुली मारतात. कुस्ती चीतपट निकाली झाली किंवा गुणश्रेष्ठत्वावर कुस्तीचा निकाल झाला किंवा एका स्पर्धकाने माघार घेतल्याने (Withdrawal) कुस्ती मध्येच सोडविली गेली, तर त्या वेळेची ते गुणपत्रकात नोंद करतात.

पंचाच्या गुणपत्रकावरून कुस्तीच्या कृतीचे स्पष्ट चित्र उभे राहिले पाहिजे. कुस्तीच्या निकालाची नोंद करून, त्यावर स्वाक्षरी करून ते मैदानाध्यक्षाकडे सुपुर्द करतात.

नियमबाह्य डाव, धोका स्थिती, चीतपट निकाल सरपंचाच्या लक्षात आला नाही किंवा त्याकडे सरपंचाचे दुर्लक्ष झाले, तर ती बाब पंचांकडून सरपंचाच्या लक्षात आणून दिली जाईल. कुस्तीच्या कृतीत किंवा कुस्तीगिराच्या वर्तनात आढळणाऱ्या अयोग्य बाबीकडे ते सरपंचाचे लक्ष वेधतात.

एखाद्या निर्णयाबाबत मैदानाध्यक्षांनी स्पष्टीकरण मागितले, तर ते पंचांना द्यावे लागते. तसेच कुस्तीच्या चीतपट निकालाविषयी पंचांना आपले मत द्यावेच लागते.

## मैदानाध्यक्ष

मैदानाध्यक्ष हे कुस्तीचे महत्त्वाचे अधिकारी असतात. ते पंच आणि सरपंच यांच्याशी संपर्क ठेवून त्यांच्या कामाचा समन्वय साधतात. पंच व सरपंच त्यांच्या मार्गदर्शनाखाली आपले काम करतील; मात्र पंच आणि सरपंच यांच्या निर्णयावर परिणाम होईल, असे मैदानाध्यक्ष वागणार नाहीत.

कुस्तीच्या प्रत्येक कृतीचे बारकाईने निरीक्षण करून डावपेचांचे मूल्यमापन करतील आणि गुणपत्रकावर त्याच्या नोंदी करतील.

कुस्तीमध्ये पहिल्या तीन मिनिटांच्या सत्रामध्ये जर पहिल्या दोन मिनिटांत कोणत्याही कुस्तीगिरास गुण नसेल तर दोन मिनिटे संपताच कुस्ती तात्पुरती थांबवून तुलनात्मकदृष्ट्या अधिक निष्क्रिय खेळाडूस सांगितले जाते की, त्याने पुढील ३० सेकंदांत तांत्रिक गुण मिळवला नाही तर प्रतिस्पर्ध्यास एक गुण दिला जाईल.

सूचनेनंतर कुस्ती सुरू झाल्यावर निष्क्रिय स्पर्धकाने गुण मिळवला नाही तर प्रतिस्पर्ध्यास एक गुण दिला जातो आणि उरलेल्या वेळेसाठी कुस्ती सलगपणे चालू राहते.

कुस्तीच्या कोणत्याही कालावधीत एखादा कुस्तीगीर निष्क्रिय राहत असेल, आक्रमक कुस्तीगिरास केवळ थोपवण्याचे काम करत असेल तर मुख्य अधिकारी (रेफरी) त्याला सक्रिय राहण्याबद्दल तोंडी समज देतील. समज देऊनही तो निष्क्रियच राहत असेल तर मुख्य अधिकारी हे मैदानाध्यक्ष व पंच यांच्या संमतीने निष्क्रिय खेळाडूस ताकीद (Caution) देतील आणि प्रतिस्पर्धी कुस्तीगिरास एक गुण देतील.

कुस्तीगिरांनी मिळविलेल्या गुणांवरून कुस्तीचा निकाल द्यावयाचा असेल, तर मैदानाध्यक्ष पंचांच्या गुणपत्रकाची तपासणी करून, त्याचा आपल्या गुणपत्रकाशी पडताळा पाहतात व निर्णय देतात. गुणश्रेष्ठत्वानुसार निकाल देण्यासाठी कुस्ती थांबविण्यास ते सरपंचांना सांगतात.

पंच व सरपंच यांच्यामध्ये कुस्तीचा निकाल, गुणदान, ताकीद देणे इत्यादींबाबत मतभेद असतील, तर मैदानाध्यक्ष हे चर्चा करून बहुमताने निर्णय देतील.

पंचाचा किंवा सरपंचाचा निर्णय चुकीचा वाटला, तर कुस्तीत हस्तक्षेप करून कुस्ती तात्पुरती थांबवून मैदानाध्यक्ष त्यांना निर्णयाबाबत स्पष्टीकरण विचारतात. त्या दोघांची मते ऐकल्यावरच आपले मत देतील.

गुणपत्रकावर गुणांबरोबरच ताकिदीचीही नोंद करतील. (O)

कुस्तीच्या कृतीच्या मूल्यमापनाबरोबरच ते पंच व सरपंच यांच्या वर्तनाचेही मूल्यमापन करू शकतात.

## ज्यूरी ऑफ अपील

मॅट आखाड्यातील पंच, सरपंच आणि मैदानाध्यक्ष यांच्या कामावर नियंत्रण ठेवण्यासाठी 'ज्यूरी ऑफ अपील' या अधिकाऱ्याची नेमणूक केलेली असते. पंच, सरपंच किंवा मैदानाध्यक्ष यांच्याकडून काही चूक होत असेल तर ज्यूरी ऑफ अपील कुस्ती थांबवून त्यांच्या निर्णयात दुरुस्ती करू शकतात. कुस्ती चालू असताना एखाद्या कुस्तीगिराच्या मार्गदर्शकाने जर अधिकारी वर्गाच्या निर्णयास चॅलेंज दिले तर ज्यूरी ऑफ अपील दूरदर्शन संचावर त्या डावपेचाचे निरीक्षण करतात. त्या वेळी ते अधिकारी वर्गाशी चर्चा न करता स्वत:चा निर्णय जाहीर करतात. त्या निर्णयावर मार्गदर्शकाला पुन्हा अपील करता येणार नाही. (मार्गदर्शकाचे चॅलेंज फेटाळले तर त्याच्या कुस्तीगिराच्या प्रतिस्पर्ध्यास एक गुण दिला जातो.)

## कुस्तीचा कालावधी

कुस्तीसाठी नावे घोषित होताच संबंधित कुस्तीगिरांनी कुस्तीचा पोशाख चढवून तयार राहावे. गादीवर हजर होण्याचा पुकार होण्यापूर्वी कुस्तीगिरांच्या

शारीरिक अवयवांना मसाज करावयास, त्यांना मार्गदर्शन करावयास हरकत नाही.

कुस्ती प्रत्येकी तीन मिनिटांच्या दोन सत्रांत होईल. तीन मिनिटांच्या कुस्तीनंतर ३० सेकंद विश्रांती राहील.

कुस्ती चीतपट होताच तेथे थांबेल. अन्यथा १० गुणांचा फरक झाल्यावर कुस्ती थांबेल आणि १० गुणांचे आधिक्य असणरा कुस्तीगीर विजयी घोषित केला जाईल. दोन्ही सत्रांत खेळूनही कुस्ती चीतपट झाली नाही, तर अधिक गुण असणारा कुस्तीगीर विजयी ठरतो.

सत्र संपताच घंटा वाजेल. घंटानादानंतर घडणाऱ्या कुस्तीच्या कृतीस गुण दिले जाणार नाहीत. घंटा वाजताच सरपंच शिट्टी वाजवतील. घंटानाद व सरपंचांची शिट्टी वाजणे यामध्ये कुस्तीची कोणतीही कृती विचारात घेतली जाणार नाही.

**त्रुटित काळ**

१) विश्रांतीसाठी त्रुटित काळाची मागणी करता येणार नाही.

२) कुस्तीगीर गंभीर जखमी झाला, तर त्याला त्या वेळी एकदा किंवा अनेकदा एकूण दोन मिनिटांचा त्रुटित काळ (मेडिकल टाइम) घेता येईल. त्रुटित काळातील किती कालावधी संपला, हे स्पर्धक व त्याचा कोच यांना दर तीस सेकंदांनी सांगितले जाईल. त्रुटित काळ संपताच तो कुस्तीगीर कुस्तीसाठी हजर झाला नाही, तर तो कुस्ती हरला, असे जाहीर केले जाईल. (जखमी कुस्तीगिराने कुस्ती पुढे सुरू ठेवावी किंवा नाही, हे ठरविण्याचा अधिकार अधिकृत वैद्यकीय अधिकारी यांना आहे.) जर डॉक्टरांनी दुखापतग्रस्त असा शेरा दिला नाही किंवा रक्त येत नसेल तर प्रतिस्पर्ध्यास एक गुण दिला जातो.

३) कुस्ती गादीवरून बाहेर गेली किंवा अन्य कारणासाठी सरपंचाने कुस्ती तात्पुरती थांबविली, तर सरपंच त्रुटित काळाचा इशारा करतील. या त्रुटित काळाचा कुस्तीच्या कालावधीत समावेश होत नाही.

४) सरपंचाकडून गंभीर चूक घडली किंवा सरपंच / पंच यांच्याकडून गुणदान करताना चूक घडली, तर मैदानाध्यक्ष कुस्ती तात्पुरती थांबवून सरपंच व पंच यांच्याशी चर्चा करतील. तो कालावधीही त्रुटित काळ समजला जाईल.

**स्पर्धा पद्धती**

**जोड्या लावणे –**

संबंधित वजनी गटातील स्पर्धकांच्या जोड्या लावण्यासाठी अनुक्रमे खालील पद्धतींचा अवलंब केला जातो.

१. **पात्रता फेरी -** (Qualification Round)
२. **बाद फेरी -** (Elimination Round)
३. **Repechage Round**
४. **अंतिम फेरी -** (Final Round)

एका वजनी गटात पंधरा स्पर्धक आहेत, असे मानू. उचललेल्या चिठ्ठ्यांनुसार स्पर्धकांची नावे क्रमवार लिहिली जातील. त्यांच्या विविध फेऱ्यांमध्ये कशा

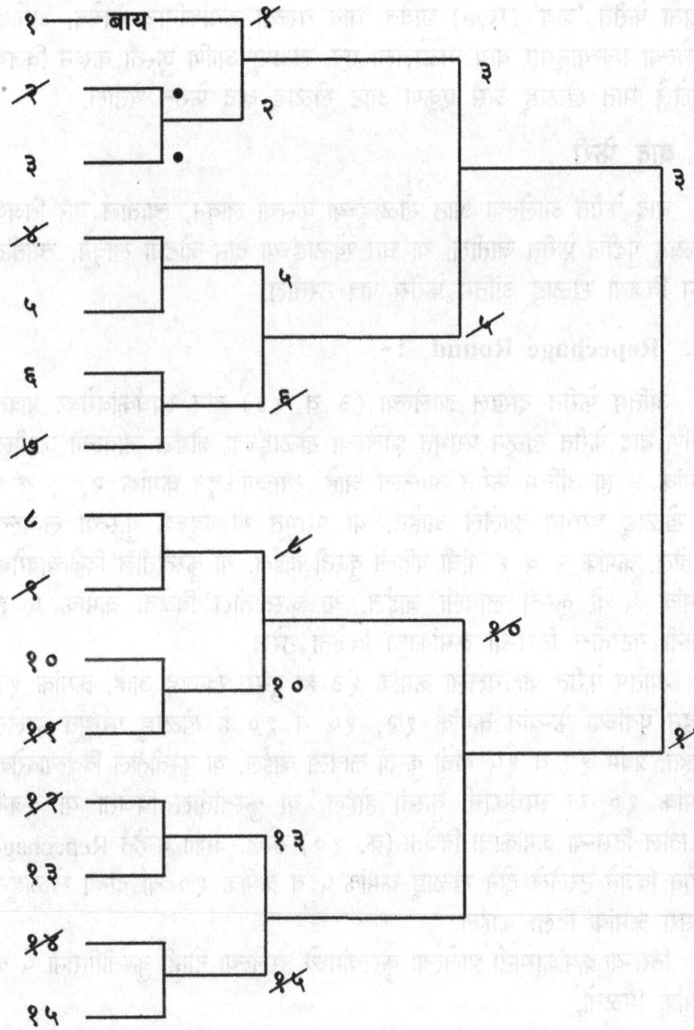

जोड्या लागतील, ते पुढील तक्त्यावरून दिसून येईल.

## १. पात्रता फेरी

एखाद्या वजनी गटात सहा किंवा अधिक स्पर्धक असतील, तर पात्रता फेरीत त्यांच्या जोड्या लावल्या जातात. पात्रता फेरीतील विजयी खेळाडू पुढील बाद फेरीत येत असल्याने, बाद फेरीत येणाऱ्या स्पर्धकांची संख्या, 'आयडियल नंबर' (४, ८, १६, ३२...) मध्ये असणे आवश्यक असल्याने जरूर तर पात्रता फेरीत 'बाय' (Bye) द्यावेत. बाय वरच्या क्रमांकांनाच द्यावेत. अगोदर दिलेल्या तक्त्यानुसार बाय मिळालेला एक खेळाडू आणि कुस्ती करून विजयी झालेले सात खेळाडू असे एकूण आठ खेळाडू बाद फेरीत येतील.

## २. बाद फेरी

बाद फेरीत आलेल्या आठ खेळाडूंच्या कुस्त्या लावून, त्यातील चार विजयी खेळाडू पुढील फेरीत जातील. या चार खेळाडूंच्या दोन जोड्या लावून, त्यातील दोन विजयी खेळाडू अंतिम फेरीस पात्र ठरतील.

## ३. Repechage Round :-

अंतिम फेरीत दाखल झालेल्या (३ व १३) दोन स्पर्धकांबरोबर पात्रता आणि बाद फेरीत खेळून पराभूत झालेल्या खेळाडूंच्या जोड्या लावल्या जातील. क्रमांक ३ हा अंतिम फेरीत आलेला आहे. त्याच्याकडून क्रमांक २, १ व ५ हे खेळाडू पराभूत झालेले आहेत. या पराभूत खेळाडूंच्या कुस्त्या लावल्या जातील. क्रमांक २ व १ यांची पहिली कुस्ती होईल. या कुस्तीतील विजेत्याबरोबर क्रमांक ५ ची कुस्ती लावली जाईल. या कुस्तीतील विजेता क्रमांक ५ हा वजनी गटातील तिसऱ्या क्रमांकाचा विजेता ठरेल.

अंतिम फेरीत पोहोचलेला क्रमांक १३ हा दुसरा खेळाडू आहे. क्रमांक १३ कडून पूर्वीच्या फेऱ्यांत क्रमांक १२, १५ व १० हे खेळाडू पराभूत झालेले आहेत. प्रथम १२ व १५ यांची कुस्ती लावली जाईल. या कुस्तीतील विजेत्याबरोबर क्रमांक १० या स्पर्धकाची कुस्ती होईल. या कुस्तीतील विजेता या वजनी गटातील तिसऱ्या क्रमांकाचा विजेता (क्र. १०) ठरेल. अशा तऱ्हेने Repechage फेरीत विजेते ठरलेले दोन खेळाडू क्रमांक ५ व क्रमांक १० या दोन्ही खेळाडूंना तिसरा क्रमांक दिला जाईल.

तिसऱ्या क्रमांकासाठी झालेल्या कुस्त्यांमध्ये हरलेल्या दोन्ही कुस्तीगिरांना ५ वा क्रमांक मिळतो.

## ४. अंतिम फेरी

अंतिम फेरीत दाखल झालेले दोन स्पर्धक (क्रमांक ३ व १३) परस्परांशी लढतील. या कुस्तीतील विजेता खेळाडू (क्रमांक ३) त्या वजनी गटातील प्रथम क्रमांकाचा मानकरी ठरेल आणि पराभूत झालेला खेळाडू (क्रमांक १३) हा दुसऱ्या क्रमाकांचा मानकरी ठरेल.

## स्पेशल केसेस

१. ज्या वजनी गटात २ किंवा ३ किंवा ४ किंवा ५ खेळाडू असतील, त्या ठिकाणी हे सर्व खेळाडू नॉर्डिक पद्धतीप्रमाणे कुस्ती करतील व अधिक पॉझिटिव्ह पॉइंट मिळविणारा विजेता होईल.

२. नॉर्डिक फेरीमध्ये चीतपट कुस्ती जिंकणाऱ्याला चार पॉझिटिव्ह गुण मिळतात. अधिक पॉझिटिव्ह गुण मिळविणारा खेळाडू विजयी होईल. दोन कुस्तीगिरांचे समान पॉझिटिव्ह गुण असतील, तर त्यांच्यामधील कुस्तीच्या निकालावरून पहिला व दुसरा क्रमांक ठरवावा.

संबंधित वजनी गटातील कुस्ती स्पर्धा एका दिवसात पूर्ण व्हावी. स्पर्धकाला खेळाव्या लागणाऱ्या दोन लढतींमध्ये किमान २० मिनिटे कालावधी पाहिजे. संबंधित वजनी गटातील विजेते क्र. १, २, ३ ठरविण्यासाठी होणाऱ्या कुस्त्या एकाच गादीवर व्हाव्यात.

## पुकार

कुस्तीसाठी नाव पुकारताच कुस्तीगिरांनी कुस्तीसाठी गादीच्या निर्धारित कोपऱ्यावर हजर राहिले पाहिजे. ३० सेकंदांच्या अंतराने तीनदा नाव पुकारले जाईल. स्पर्धक कुस्तीसाठी वेळेत गादीवर आला नाही, तर त्याला स्पर्धेतून बाद केले जाते.

## सलामी

नाव पुकारताच स्पर्धक गादीच्या निर्धारित कोपऱ्यावर हजर राहतील. त्यांना गादीवर मध्ये बोलावून सरपंच त्यांचा पोशाख पाहतील. त्यांनी नखे काढली आहेत, अंगाला तेलकट पदार्थ लावलेला नाही, त्यांनी घाम पुसलेला आहे, त्यांच्याजवळ रुमाल आहे, हे पाहतील.

स्पर्धक परस्परांशी हात मिळवून सलामी घेतील व सरपंचाच्या इशाऱ्यानुसार आपापल्या कोपऱ्यावर परत जातील. सर्व अधिकारी तयार आहेत, हे पाहून कुस्ती सुरू होण्यासाठी सरपंच शिट्टी वाजवतील आणि शिट्टी ऐकताच कुस्तीगीर परस्परांशी भिडून कुस्ती सुरू होईल.

## गादीवरील लढत

कुस्ती सुरू होण्यासाठी सरपंचाची शिट्टी वाजताच कुस्तीगीर परस्परांशी भिडतील. परस्परांवर डावपेच करून कुस्ती चीतपट जिंकण्याचा किंवा गुण मिळवण्याचा ते प्रयत्न करतील.

कुस्ती उभ्या स्थितीत सुरू असताना स्पर्धकाचा एक पाय पॅसिव्हिटी झोनवर गेला, तर 'झोन' म्हणून सरपंचाचा इशारा होईल आणि तसा इशारा होताच, सरपंचाच्या हस्तक्षेपाची अपेक्षा न करता, स्पर्धकांनी गादीच्या मध्याकडे येण्याचा प्रयत्न केला पाहिजे.

डाव सुरू असताना कुस्ती पॅसिव्हिटी झोनवर गेली, तर सरपंचाचा हस्तक्षेप न होता कुस्ती सुरू राहील. परंतु कुस्तीची किंवा डावाची कृती पॅसिव्हिटी झोनवर थांबली असेल आणि त्या वेळी स्पर्धकांचे तीन किंवा चार पाय पॅसिव्हिटी झोनवर असतील, तर सरपंच हस्तक्षेप करून कुस्ती गादीवर मध्ये आणतील आणि कुस्ती उभ्या स्थितीत सुरू होईल.

उभ्या स्थितीत कुस्ती सुरू असताना स्पर्धकाचा एक पाय जर संरक्षक गादीवर गेला, तर सरपंच कुस्ती थांबवून दोषी स्पर्धकाच्या प्रतिस्पर्ध्याला एक गुण देऊन कुस्ती मध्यभागी आणून उभ्या स्थितीत सुरू करतील.

गादीच्या मध्यातून केलेल्या डावाचा किंवा प्रतिडावाचा शेवट संरक्षक गादीवर झाला असेल, तर कुस्ती गादीवर मध्ये आणून उभ्या स्थितीत सुरू होईल. संबंधित स्पर्धकाला डावाचे योग्य गुण मिळतील.

दोन्ही स्पर्धक गादीच्या मर्यादेच्या बाहेर गेले, तर कुस्ती गादीवर आणून उभ्या स्थितीत सुरू होईल. अगोदर बाहेर जाणाऱ्या स्पर्धकाच्या प्रतिस्पर्ध्यास एक गुण दिला जाईल.

## बैठ्या स्थितीतील कुस्ती

गादीवर बैठ्या स्थितीत कुस्ती सुरू असताना केलेल्या डावाचा शेवट संरक्षक गादीवर झाला, तर कुस्ती गादीवर आणून उभ्या स्थितीत लावावी. पॅसिव्हिटी झोनवर बैठ्या स्थितीत कुस्ती असताना डावपेच होत नसतील, तर कुस्ती गादीवर आणून उभ्या स्थितीत लावावी.

(धोका स्थितीत असणारा संरक्षक खेळाडू गादीवरून बाहेर गेला, तर कुस्ती गादीवर आणून उभ्या स्थितीत लावली जाते.

बैठ्या स्थितीतील कुस्ती गादीच्या बाहेर जाताना प्रतिस्पर्ध्यावर नियंत्रण असेल किंवा गादीवरून बाहेर पडणाऱ्या स्पर्धकाच्या गुडघ्यांचा पॅसिव्हिटी झोनवर

स्पर्श असेल आणि त्याचे दोन्ही हात संरक्षक गादीवर असतील, तर कुस्ती गादीवर आणून उभ्या स्थितीत लावली जाते.)

खाली असलेल्या, पोटावर पालथ्या पडलेल्या स्पर्धकाच्या डोक्याचा संरक्षक गादीला स्पर्श झाला असेल, तर कुस्ती गादीवर आणून उभ्या स्थितीत लावावी.

धोका स्थितीत असलेला स्पर्धक चीतपट न होता संरक्षक गादीवर घसरतो किंवा त्याच्या कोपराचा किंवा खांद्याचा संरक्षक गादीला स्पर्श होतो त्या वेळी कुस्ती थांबवून गादीवर आणावी आणि उभ्या स्थितीत सुरू करावी.

बैठ्या स्थितीतील कुस्तीमध्ये वर असणारा स्पर्धक क्रियाशील नसेल, तर कुस्ती उभ्या स्थितीत सुरू करावी; परंतु खाली असलेल्या स्पर्धकाला कुस्ती उभ्या स्थितीत सुरू करण्याबाबत मागणी करता येणार नाही.

**नियमबाह्य कृती व डावपेच**

प्रतिस्पर्ध्यास यातना देऊन त्याला पकड सोडणे भाग पाडण्याच्या हेतूने पुढील कृती करण्यास प्रतिबंध आहे :

१) प्रतिस्पर्ध्याचे केस, कान, मांसल भाग इ. धरून ओढणे.

२) प्रतिस्पर्ध्यास चिमटे काढणे किंवा चावणे.

३) प्रतिस्पर्ध्याची बोटे, अंगठा मुरगळणे.

४) प्रतिस्पर्ध्याला लाथ मारणे, धडक मारणे, बाहेर ढकलणे, त्याच्या पायावर पाय देणे, गळा दाबणे, तोंड व भुवया यांच्यामधील भागास स्पर्श करणे.

५) नाकपट्टी देणे, गळापट्टी देणे किंवा श्वास बंद होईल अशी पकड करणे.

६) सांधा निखळेल, हाड मोडेल किंवा प्रतिस्पर्ध्याच्या जिवास धोका निर्माण होईल, असे डावपेच करणे.

७) प्रतिस्पर्ध्याच्या पोटात गुद्दा मारणे, पोटावर कोपर किंवा गुडघा याने आघात करणे.

८) प्रतिस्पर्ध्यास ठोसे मारणे किंवा मारामारी करणे.

९) प्रतिस्पर्ध्याचे कपडे धरणे, त्याच्या बुटाचा तळ पकडणे, गादी पकडून धरणे.

१०) कुस्ती करताना परस्परांशी बोलणे.

११) डोक्याला, मानेला पायाची कैची घालणे.

१२) खोडा घालणे (एकलंघी चालेल)

१३) कमान (Bridge) केलेल्या प्रतिस्पर्ध्याला त्या स्थितीत उचलून आपटणे

किंवा कमान मोडण्यासाठी डोक्याच्या दिशेने दाब देणे.

१४) खाली घेतलेल्या स्पर्धकाला पाठीमागून उचलून, प्रतिस्पर्ध्याचे डोके खाली व पाय वर अशा स्थितीत (Header) टाकणे. अशा वेळी बाजूवर टाकत असताना प्रतिस्पर्ध्याचा गादीला स्पर्श होण्यापूर्वी आपला गुडघा गादीवर न टेकणे.

१५) प्रतिस्पर्ध्याच्या पाठीवर राहून दुहेरी कस (Double nelson) चढवणे; दुहेरी कस चढवताना पायाचा वापर करणे.

१६) प्रतिस्पर्ध्याचा हात ९० अंशांपेक्षा जास्त मुरगळणे (Twisting).

१७) कोपरात ९० अंशांपेक्षा कमी कोन होईल इतका प्रतिस्पर्ध्याचा हात त्याच्या पाठीवर वर ओढणे आणि त्याच वेळी त्या ठिकाणी दाब देणे.

शक्यतो कुस्ती न थांबवता सरपंच नियमभंगाचे निराकरण करण्याचा प्रयत्न करतील. नियमभंगामुळे होणारा फायदा नियमभंग करणाऱ्याला दिला जाणार नाही. नियमभंग करणाऱ्याला ती कृती गैरफायद्याची असेल व त्यापासून प्रतिस्पर्ध्यास धोका नसेल, तर सरपंचाचा हस्तक्षेप अपेक्षित नाही.

नियमबाह्य डावपेच करणाऱ्या कुस्तीगिरास त्या डावपेचाचा फायदा दिला जाणार नाही. त्या दोषी स्पर्धकास ताकीद दिली जाईल आणि प्रतिस्पर्ध्यास गुण दिला जाईल.

नियमबाह्य डाव करणारा स्वतःच अडचणीत येत असेल, तर सरपंच हस्तक्षेप करणार नाहीत. त्या नियमबाह्य डावाची कृती संपताच दोषी स्पर्धकाला ताकीद (Caution-O) मिळेल आणि प्रतिस्पर्ध्याच्या कृतीस आवश्यक ते गुण मिळतील.

धोकादायक डाव करण्याचा प्रयत्न होत असेल, तर सरपंच ती कृती ताबडतोब थांबवतील आणि दोषी स्पर्धकास ताकीद दिली जाईल. (O)

योग्य डाव करणाऱ्या आक्रमक कुस्तीगिराच्या त्या डावाला नियमबाह्य पद्धतीने प्रतिबंध करणाऱ्या दोषी संरक्षक स्पर्धकाला ताकीद (O) दिली जाईल व डावपेच करणाऱ्यास दोन गुण दिले जातील.

प्रतिस्पर्ध्याला हेतुपूर्वक डोक्याने जोरदार धडक देणाऱ्या किंवा अखिलाडू वृत्तीने पाशवी कृती (Brutality) करणाऱ्या दोषी स्पर्धकाला कडक शासन केले जाईल. सामना अधिकारी एकमताने त्या दोषी स्पर्धकाला तत्काळ बाद करून प्रतिस्पर्ध्याला विजयी घोषित करतील. अशा दोषी स्पर्धकाला स्पर्धेतून बाद (disqualify) करण्यात येऊ शकते. अशा बाद केलेल्या स्पर्धकास स्पर्धेत गुणानुक्रम मिळणार नाही.

**ताकीद** (O) (Caution)

नियोजित वेळेत कुस्ती चीतपट निकाली व्हावी किंवा किमान तांत्रिक गुणाशिवाय कुस्ती संपू नये, या मूलभूत तत्त्वाला जाणून कुस्तीगिरांनी क्रियाशील राहून डावपेच केले पाहिजेत. कुस्तीगीर सातत्याने क्रियाशील राहतील याची सरपंचाने दखल घेतली पाहिजे.

निष्क्रियतेमध्ये पुढील बाबींचा समावेश होतो :

१) प्रतिस्पर्ध्यावर योग्य डावपेच न करणे किंवा डावपेच करीत असल्याचा केवळ आभास निर्माण करणे.

२) डावपेच करण्यासाठी पुढाकार न घेणे.

३) डावपेच करीत असलेल्या प्रतिस्पर्ध्यास सातत्याने केवळ रोखत राहणे.

४) प्रतिस्पर्ध्याच्या डावाला निष्प्रभ करण्यात समाधान मानणे.

५) प्रतिस्पर्ध्याचा एक हात किंवा दोन्ही हात पकडून ठेवून डावपेचांना प्रतिबंध करणे.

६) गादीवर पालथे पडून राहून प्रतिस्पर्ध्याचा पाय आपल्या दोन्ही पायांच्या पकडीत जखडून ठेवून त्याच्या क्रियाशीलतेस प्रतिबंध करणे.

७) खाली असताना प्रतिचढाई न करता पालथे पडून राहणे.

८) प्रतिस्पर्ध्यास गादीवरून हेतुपुरस्सर बाहेर ढकलणे.

९) प्रतिस्पर्ध्यास गादीवर हेतुपुरस्सर ढकलत राहणे.

१०) बैठ्या स्थितीतील कुस्तीत पाठीवरील खेळाडूने डावपेच न करणे.

११) गादीबाहेर पळणे

१२) डावातून गादीबाहेर पळणे.

१३) नियमबाह्य डावपेच करणे.

(कुस्तीच्या डावपेचांची जोरदार चकमक झाल्यास स्पर्धकांना दम घेण्यास थोडी उसंत मिळावी, लगेच त्यांच्यावर दंडात्मक कारवाई करू नये.)

कुस्तीतील निष्क्रियता कमी करण्यासाठी सरपंच खालीलप्रमाणे संबंधित खेळाडूंना चेतावणी देतील.

१) 'लाल ॲक्शन किंवा निळा ॲक्शन' (संबंधित खेळाडूच्या पोशाखाच्या रंगाचा उल्लेख असल्याने त्याला ती चेतावणी असते.)

२) 'कॉन्टॅक्ट' (एकमेकांस भिडणे) - परस्परांशी भिडून ते कुस्ती करत नसतील, तर ही चेतावणी देतील.

३) 'ओपन' (एकमेकांना पकडून ठेवतात, त्या वेळी हा इशारा दिला जातो.)

वरील चेतावणीनंतर कुस्तीत सुधारणा होत नसेल, तर सरपंच कुस्ती थांबवतील व दोषी असणाऱ्या खेळाडूच्या पोशाखाच्या रंगाचा (निळा किंवा लाल) हात उंचावून सरपंच ताकीद देतील (O) आणि प्रतिस्पर्ध्यास एक गुण दिला जाईल. कुस्ती पुढे सुरू राहील.

निष्क्रियतेबद्दल ताकीद दिली गेल्यास त्याची नोंद पंच व मैदानाध्यक्ष आपापल्या गुणपत्रकात करतात. (O)

## डावांचे / कुस्तीच्या कृतीचे मूल्यमापन

कुस्तीच्या अधिकृत वेळेत कुस्तीगिरांच्या डावांचे / कुस्तीच्या कृतीचे सामनाधिकारी यांच्याकडून मूल्यमापन केले जाते आणि त्यानुसार तांत्रिक गुण दिले जातात. गुणदान करताना कुस्तीगिरांनी केलेले बहारदार डाव व धोका स्थिती याकडे अधिक जागरूकतेने पाहावे लागते.

### (अ) बहारदार डाव (Grand Amplitude Hold)

आक्रमक कुस्तीगिराने उभ्या स्थितीत केलेल्या ज्या डावामुळे प्रतिस्पर्ध्याचा गादीशी असलेला संपर्क तुटतो, हवेतून फिरवून खाली आणताना प्रतिस्पर्ध्याच्या शरीराची कमान झालेली असते आणि सरळ त्याला धोका स्थितीत नेले जाते; त्या डावाला बहारदार डाव म्हणतात. (Any action or hold by a wrestler in the standing position is deemed to be a Grand Amplitude Hold when it causes his opponent to lose all contact with the mat, makes him execute a broadly sweeping curve in air and brings him to the ground in a direct and immediate position of danger.)

उभ्या किंवा बैठ्या स्थितीतूनही बहारदार डाव केला जाऊ शकतो. बहारदार डावाने संरक्षक खेळाडू सरळ धोका स्थितीत गेला, तर आक्रमकाला चार गुण मिळतील व धोका स्थितीत गेला नाही, तर दोन गुण मिळतील. बहारदार डाव करताना आक्रमक कुस्तीगीर क्षणभर तात्कालिक चीत झाला (Instaneous fall) आणि डाव करण्यात यशस्वी झाला तर प्रतिस्पर्ध्यास गुण दिला जाणार नाही. बहारदार डाव अयशस्वी झाला आणि प्रतिस्पर्ध्यास आक्रमण करण्याची संधी मिळाली, तर प्रतिस्पर्ध्याला गुण मिळतील किंवा बहारदार डाव करणाऱ्याचा प्रतिस्पर्धी ती कुस्ती चीतपट जिंकू शकेल.

### (ब) धोका स्थिती

चीतपट होण्यापासून बचाव करीत असताना संरक्षक खेळाडूची स्कंधरेषा किंवा पाठ ९० अंशांपेक्षा कमी कोन होण्याइतपत गादीकडे वळलेली असते, त्या वेळी तो संरक्षक खेळाडू धोका स्थितीत आहे, असे समजले जाते. चीतपट होण्यापासून बचाव करण्यासाठी तो डोके, खांदा किंवा कोपर याद्वारे प्रतिकार करीत असतो.

**पुढील परिस्थितीत धोका स्थिती निर्माण झालेली असते :**

१) संरक्षक खेळाडू कमान (bridge) करतो.

२) गादीकडे पाठ वळली असताना आपले खांदे गादीस टेकू नयेत म्हणून संरक्षक खेळाडू एक किंवा दोन्ही कोपरांचा आधार घेतो.

३) एक खांदा गादीस टेकला आहे आणि दुसरा खांदा ९० अंशांपेक्षा कमी कोन करून गादीकडे वळला आहे.

४) संरक्षक खेळाडू एका खांद्यापासून झटकन दुसऱ्या खांद्यावर वळतो. (Rolling fall)

धोका पत्करून डाव करणारा खेळाडू धोका स्थितीत गेला तरी संरक्षक खेळाडूस त्याबद्दल गुण मिळत नाही.

(उदा. सालतो - फ्रंट/ बॅक, भारंदाज, बांगडी)

कुस्तीतील कृती व डावपेचांना पुढीलप्रमाणे तांत्रिक गुण दिले जातात :

### एक गुण

१. ज्याचा पाय संरक्षक गादीस पहिल्यांदा स्पर्श करेल, त्याच्या प्रतिस्पर्ध्यास एक गुण दिला जातो.
२. खालून निघून प्रतिस्पर्ध्याच्या पाठीवर बैठ्या स्थितीत जाणे आणि त्याला नियंत्रित करणे.
३. आक्रमक कुस्तीगिरास डाव पुरा करण्यास प्रतिस्पर्ध्याकडून अयोग्य रीतीने प्रतिबंध होणे, घाम पुसणे, बुटाच्या नाड्या बांधणे, जखमी असल्याचा बहाणा करणे अशा तऱ्हेने वेळकाढूपणा करणाऱ्याच्या प्रतिस्पर्ध्यास एक गुण दिला जातो.
४. आव्हान (challenge) करणाऱ्याच्या विरोधात निर्णय जाणे.
५. पहिल्या सत्राच्या पहिल्या दोन मिनिटांत तांत्रिक गुणाशिवाय कुस्ती राहिल्यास पुढील निर्धारित ३० सेकंदांत पॅसिव्हिटी मिळालेल्या कुस्तीगिराने गुण मिळविला नाही तर प्रतिस्पर्ध्यास १ गुण दिला

जातो आणि कुस्ती पुढे चालू राहते.

६. रक्त न येता दुखापत झाल्याचा बहाणा करून कुस्ती थांबविल्यास विरोधकास १ गुण दिला जातो.

**दोन गुण**

— आक्रमक कुस्तीगिराने डाव करून प्रतिस्पर्धी कुस्तीगिराचे दोन हात, दोन गुडघे व डोके यांपैकी तीन अवयव मॅटवर टेकवले आणि त्यावर त्याचा ताबा असेल तर त्यास दोन गुण दिले जातात.

— बैठ्या स्थितीतून योग्य डाव करून प्रतिस्पर्ध्यास धोका स्थितीत ठेवणे किंवा प्रतिस्पर्ध्याला क्षणिक चीतपट करणे.

— संरक्षक कुस्तीगीर एका खांद्यावरून झटकन दुसऱ्या खांद्यावर वळणे (rolling)

— धोका स्थितीत असताना संरक्षक गादीवरून बाहेर फेकला जाणे.

— आक्रमक कुस्तीगिरास त्याचा योग्य डाव पुरा करण्यास संरक्षक कुस्तीगिराने नियमबाह्यरीत्या प्रतिबंध करून स्वत:चा बचाव करणे.

— बहारदार डाव करताना आक्रमक खेळाडू स्वत: धोका स्थितीत जाऊन डाव पूर्ण न होणे व स्वत: क्षणिक चीतपट होणे. संरक्षकास दोन गुण.

— भारंदाज, मोळी, बांगडी अशा पकडीत आक्रमक स्पर्धक संरक्षक स्पर्धकास दोन्ही बाजूंना कितीही वेळा धोका स्थितीत नेऊ शकतो. संरक्षक जितक्या वेळा धोका स्थितीत जाईल तितक्या वेळा आक्रमकास प्रत्येक वेळी दोन गुण मिळतील.

— आक्रमण करीत असताना बचावात्मक खेळाडूने आक्रमण करणाऱ्या कुस्तीगिरावर बैठ्या स्थितीत ताबा मिळविणे.

— भारंदाज, मोळी डावामध्ये कोपर, खांदे किंवा डोके न टेकता बचाव करणारा खेळाडू तळहात टेकून फिरतो त्या वेळी आक्रमक खेळाडूस दोन गुण दिले जातात.

— आक्रमक कुस्तीगिराने डाव करू नये म्हणून डावापासून पळ काढणे. पळ काढणाऱ्याला सरपंचाकडून प्रथम सूचना मिळते. खेळाडूकडून पळ काढण्याची पुनरावृत्ती झाल्यास आक्रमकास दोन गुण मिळतील.

— उभ्या अगर बैठ्या स्थितीत गादीवरून बाहेर पळ काढणे. सरपंचाकडून प्रथम सूचना दिली जाते. गादीवरून बाहेर पळण्याची पुनरावृत्ती

घडल्यास आक्रमक खेळाडूस २ गुण दिले जातात आणि पळ काढणाऱ्यास ताकीद (०) दिली जाते.

— आक्रमक कुस्तीगिराने बहारदार डाव केला परंतु संरक्षक खेळाडू सरळ धोका स्थितीत गेला नाही.

**चार गुण**

१. आक्रमक कुस्तीगिराने उभ्या स्थितीतून केलेल्या डावाने प्रतिस्पर्धी सरळ धोका स्थितीत गेला.

२. आक्रमकाचा एक किंवा दोन्ही गुडघे गादीच्या संपर्कात असताना त्याने प्रतिस्पर्ध्यास गादीवरून उचलून तत्काळ सरळ धोका स्थितीत नेले.

३. उभ्या स्थितीत कुस्ती सुरू असताना आक्रमकाने बहारदार डाव (Grand Amplitude Hold) करून संरक्षकास तत्काळ सरळ धोका स्थितीत नेले.

४. बैठ्या स्थितीत कुस्ती सुरू असताना आक्रमकाने बहारदार डाव करून संरक्षकास तत्काळ सरळ धोका स्थितीत नेला.

**लढतीचा निकाल**

**अ) चीतपट निकाल** (Fall)

आक्रमक स्पर्धकाने योग्य डाव केल्यावर संरक्षक स्पर्धकाच्या दोन्ही खांद्यांच्या भुजा गादीच्या अधिकृत मर्यादेच्या आत एकाच वेळी टेकल्या असतील. त्या वेळी सरपंच मैदानाध्यक्षाची व पंचांची अनुमती घेऊन गादीवर हात मारतात आणि शिट्टी वाजवून कुस्ती संपल्याचे जाहीर करतात. मैदानाध्यक्षाची संमती आवश्यक आहे. (निकालाबाबत पंच व मैदानाध्यक्ष यांनी आपले होकारात्मक किंवा नकारात्मक मत दिलेच पाहिजे.)

कुस्ती चीतपट झाली; परंतु सरपंचाला ती स्पष्ट दिसली नाही, म्हणून त्याने निकाल दिला नाही, तर मैदानाध्यक्ष व पंच यांच्या सहमतीने (consent) ती कुस्ती चीतपट झाल्याचे जाहीर करतील.

गादीच्या कडेला कुस्तीचा निकाल होत असताना संरक्षक स्पर्धकाच्या दोन्ही भुजांचा एकाच वेळी गादीच्या मर्यादेच्या (९ मी.) आत स्पर्श झाला पाहिजे आणि त्याच्या डोक्याचा गादीच्या मर्यादेच्या बाहेर संरक्षक गादीला स्पर्श झालेला नसावा.

संरक्षक स्पर्धकाने केलेला नियमभंग त्याच्या चीतपट होण्यास कारणीभूत ठरला, तर चीतपट निकाल ग्राह्य धरला जाईल.

संरक्षक गादीवर कुस्ती चीतपट निकाली होणार नाही.

कुस्ती चीतपट निकाली होताच संपेल.

**ब) तांत्रिक गुणश्रेष्ठत्वानुसार सत्रातील निकाल** (Technical superiority)

१) दोन कुस्तीगिरांच्या गुणांमध्ये १० गुणांचा फरक झाल्यानंतर तांत्रिक विजय मानला जाईल.

**क) गुणानुसार निकाल**

कोणत्याही सत्रामध्ये कुस्ती चीतपट निकाली किंवा तांत्रिक गुणश्रेष्ठत्वानुसार निकाली झाली नाही, तर दोन्ही सत्रांच्या समाप्तीनंतर दोघांमध्ये जास्त गुण असणारा खेळाडू विजयी होतो.

दोन्ही सत्रांच्या शेवटी दोन्ही कुस्तीगिरांचे समान गुण झाले तर प्रथम उच्च कलात्मक डावांचे मूल्यमापन करावे. तेही गुण समान असतील तर जास्त वेळा ताकीद मिळालेल्या खेळाडूचा प्रतिस्पर्धी विजयी होतो. ताकीदही (O) समान असतील तर अखेरचा गुण घेणारा विजयी होतो.

धोका पत्करून मारलेल्या डावामध्ये (उदा. भारंदाज) दोघांनाही २-२ गुण मिळतील. त्याच वेळी कुस्तीची वेळ संपली आणि दोघांचेही समान गुण होत असतील तर आक्रमक डाव करणारा कुस्तीगीर विजयी ठरतो.

**ड) दुखापतीमुळे मिळणारा विजय**

जबर दुखापतीमुळे कुस्तीगीर कुस्ती पुढे खेळू शकत नसेल, तर तो पराभूत झाला, असे मानून प्रतिस्पर्धी विजयी म्हणून घोषित होतो.

**इ) बाद झाल्याने मिळणारा विजय**

तीनदा ताकीद (O) मिळाल्यामुळे किंवा अखिलाडूवृत्ती, पाशवी कृतीबद्दल कुस्तीगीर बाद (disqualify) झाला असेल, तर प्रतिस्पर्धी खेळाडूस विजयी घोषित केले जाते.

**फ) गैरहजेरीमुळे मिळणारा विजय**

३०/३० सेकंदांच्या तीन पुकारांनंतरही कुस्तीगीर गादीवर आला नाही, तर तो गैरहजर आहे, असे समजून त्याच्या प्रतिस्पर्ध्याला विजयी म्हणून घोषित केले जाते.

## कुस्तीचा निकाल व गुणपद्धती (Classification Points)

| | कुस्तीचा निकाल | | वर्गीकरण गुण |
|---|---|---|---|
| १) | चीतपट निकाली कुस्ती जिंकणारा | — | ५ |
| | हरणारा प्रतिस्पर्धी | — | ० |
| २) | जखमी झाल्याने कुस्ती पुरी न करणारा | — | ० |
| | जिंकणारा प्रतिस्पर्धी | — | ५ |
| ३) | कुस्तीसाठी हजर न राहणारा | — | ० |
| | जिंकणारा प्रतिस्पर्धी | — | ५ |
| ४) | माघार घेणारा कुस्तीगीर | — | ० |
| | जिंकणारा प्रतिस्पर्धी | — | ५ |
| ५) | बाद केला गेलेला (Disqualified) | — | ० |
| | जिंकणारा प्रतिस्पर्धी | — | ५ |
| ६) | * गुणश्रेष्ठत्वानुसार विजयी | — | ४ |
| | * एकही तांत्रिक गुण न मिळवता हरणारा | — | ० |
| | * तांत्रिक गुण मिळवून हरणारा | — | १ |
| ७) | १ ते ९ गुणाधिक्याने विजय मिळविणारा | — | ३ |
| | * तांत्रिक गुण न मिळविणारा | — | ० |
| | * तांत्रिक गुण मिळवून हरणारा | — | १ |

## सांघिक विजेतेपद

प्रत्येक वजनी गटात पहिल्या दहा कुस्तीगिरांना त्यांच्या विजेत्या क्रमांकानुसार गुण देऊन त्यानुसार सांघिक विजेतेपद ठरविले जाते. विजेतेपद ठरविण्यासाठी पुढीलप्रमाणे गुण दिले जातात आणि सर्वाधिक गुण मिळविणाऱ्या संघास विजेतेपद मिळते.

| विजेता क्रमांक | गुण |
|---|---|
| १ | १० |
| २ | ९ |
| ३-३ | ८-८ |
| ५-५ | ६-६ |
| ७ | ४ |
| ८ | ३ |
| ९ | २ |
| १० | १ |

सांघिक विजेतेपद ठरविण्यासाठी पेच निर्माण झाला, तर ज्या संघाने सर्वाधिक प्रथम क्रमांक मिळविले असतील, तो संघ विजेता ठरेल. प्रथम क्रमांकाची संख्याही सारखी असेल, तर दुसरे क्रमांक अधिक मिळविणारा संघ विजेता ठरेल. यातूनही पेच सुटला नाही, तर तिसरे क्रमांक अधिक मिळविणारा संघ विजेता ठरेल. याप्रमाणे सांघिक विजेतेपदाचा निर्णय करावा.

## कुस्ती गुणपत्रक

| स्थळ : | |
|---|---|
| दिनांक : | |

| सरपंच |
|---|
| पंच |
| आखाडा प्रमुख |

| दिनांक | कुस्ती क्रमांक | वजन गट | स्टाइल | फेरी | अंतिम फेरी | मॅट नं. |
|---|---|---|---|---|---|---|
| | | | | | | |

लाल

| कुस्तीगिराचे नाव | प्रतिनिधीत्व | ड्रॉ. नं. |
|---|---|---|
| | | |

| फेरी | **३ मिनिटे** | | एकूण गुण |
|---|---|---|---|
| पहिली फेरी | | | |

विश्रांती ३० सेकंद

| दुसरी फेरी | | | |
|---|---|---|---|

लाल एकूण गुण

निळा

| कुस्तीगिराचे नाव | प्रतिनिधीत्व | ड्रॉ. नं. |
|---|---|---|
| | | |

| फेरी | **३ मिनिटे** | | एकूण गुण |
|---|---|---|---|
| पहिली फेरी | | | |

विश्रांती ३० सेकंद

| दुसरी फेरी | | | |
|---|---|---|---|

निळा एकूण गुण

पराभूतास क्रॉस करा

वर्गीकरण गुण

वर्गीकरण गुण

| विजेता | | कुस्ती संपल्याची स्थानिक वेळ : |
|---|---|---|

| | |
|---|---|
| ५:० | चीतपट, दुखापत, गैरहजर, पुढे चाल, माघार |
| ५:० | नियमबाह्य वर्तणूक स्पर्धेतून बाद, ३ ताकीद गुणांनी बाद |
| ४:० | तांत्रिक चीतपट गुणांचा फरक, पराभूतास गुण नाही |
| ४:१ | तांत्रिक चीतपट गुणांचा फरक, पराभूतास तांत्रिक गुण आहे. |
| ३:१ | गुणावर विजय, पराभूतास तांत्रिक गुण आहे. |
| ३:० | गुणावर विजय, पराभूतास तांत्रिक गुण नाही. |
| ०:० | दोन्ही कुस्तीगीर स्पर्धेतून बाद झाल्यास. |

स्वाक्षरी

पंच/आ.प्रमुख

# १३ : हँडबॉल

## क्रीडांगण

- लांबी ४० मी.
- रुंदी २० मी.

(क्रीडांगणाच्या बाहेर १ मी. ते २ मी. मोकळी जागा असावी.)

## मध्यरेषा

क्रीडांगणाचे दोन समान भाग करणारी आणि गोलरेषांशी समांतर असणारी रेषा. (जाडी ५ सें.मी.)

## गोलरेषा

क्रीडांगणाच्या रुंदीच्या बाजूच्या अंतिम रेषा. गोलरेषेची जाडी ८ सें.मी. असते.

## स्पर्शरेषा

क्रीडांगणाच्या लांबीच्या बाजूच्या अंतिम रेषा. (जाडी ५ सें.मी.)

## गोलक्षेत्र व गोलक्षेत्र रेषा

क्रीडांगणाच्या दोन्ही बाजूंना गोलरेषेच्या मध्यबिंदूतून ६ मी. आत क्रीडांगणावर गोलरेषेशी समांतर अशी ३ मी. लांबीची सरळ रेषा काढली जाते. गोलखांबाच्या आतील बाजूच्या मागील कोपऱ्यापासून (Back inside corner of the goal

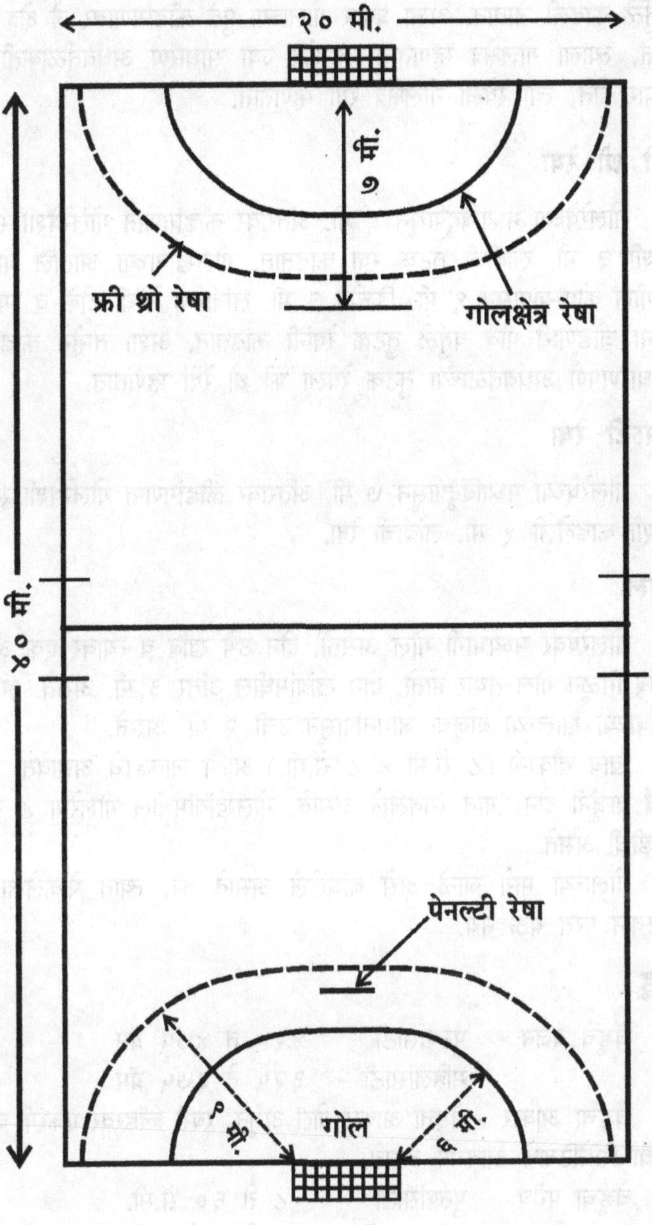
२० मी.
७ मी.
फ्री थ्रो रेषा
गोलक्षेत्र रेषा
४० मी.
पेनल्टी रेषा
९ मी.
गोल
६ मी.

post) ६ मी. त्रिज्येने गोलरेषा आणि ३ मी.ची सरळ रेषा यांना जोडणारी पाव वर्तुळे काढली जातात. अशा प्रकारे गोलाच्या पुढे क्रीडांगणावर जे क्षेत्र तयार होते, त्याला गोलक्षेत्र म्हणतात. हे क्षेत्र ज्या साधारण अर्धवर्तुळाकृती रेषेने तयार होते, त्या रेषेला गोलक्षेत्र रेषा म्हणतात.

### फ्री थ्रो रेषा

गोलरेषेच्या मध्यबिंदूपासून ९ मी. अंतरावर क्रीडांगणात गोलरेषेशी समांतर अशी ३ मी. लांबीची तुटक रेषा काढतात. गोलखांबाच्या आतील बाजूच्या मागील कोपऱ्यापासून ९ मी. त्रिज्येने ३ मी. लांबीच्या रेषेची टोके व स्पर्शरेषा यांना जोडणारी पाव वर्तुळे तुटक रेषांनी काढतात. अशा तऱ्हेने काढलेल्या साधारणपणे अर्धवर्तुळाच्या तुटक रेषेला फ्री थ्रो रेषा म्हणतात.

### पेनल्टी रेषा

गोलरेषेच्या मध्यबिंदूपासून ७ मी. अंतरावर क्रीडांगणात गोलरेषेशी समांतर अशी काढलेली १ मी. लांबीची रेषा.

### गोल

गोलरेषेवर मध्यभागी गोल असतो. दोन उभे खांब व त्यावर एक आडवा खांब मिळून गोल तयार होतो. दोन खांबांमधील अंतर ३ मी. असते. आडव्या खांबाच्या खालच्या बाजूची जमिनीपासून उंची २ मी. असते.

खांब चौकोनी (८ सें.मी × ८ सें.मी.) आणि लाकडाचे असावेत. त्यांना सर्व बाजूंनी दोन रंगांत रंगवलेले असावे. गोलखांबांमधील गोलरेषा ८ सें.मी. जाडीची असते.

गोलाच्या मागे जाळे असे बांधलेले असावे की, त्यात फेकलेला चेंडू झटकन परत येऊ नये.

### चेंडू

चेंडूचे वजन - पुरुषांसाठी - ४२५ ते ४७५ ग्रॅम
महिलांसाठी - ३२५ ते ३७५ ग्रॅम

चेंडूचा आकार - चेंडूचा आकार गोल असून, रबरी ब्लॅडरवर एकरंगी कातडी किंवा सिंथेटिकचे आवरण असते.

चेंडूचा परीघ - पुरुषांसाठी - ५८ ते ६० सें.मी.
महिलांसाठी - ५४ ते ५६ सें.मी.

## संघ व खेळाडू

संघात दोन गोलरक्षकांसह चौदा खेळाडू असतात. त्यांपैकी सात खेळाडू प्रत्यक्ष खेळण्यासाठी मैदानात उतरतात. त्यांमध्ये एक गोलरक्षक व सहा मैदान खेळाडू (Court players) असतात.

राखीव खेळाडूंना बदली खेळाडू म्हणून कितीही वेळा घेता येईल. क्रीडांगणावरील खेळाडू निर्धारित क्षेत्रातून बाहेर आल्यावर बदली खेळाडू त्याच क्षेत्रातून ताबडतोब आत जाईल.

गरज भासली, तर मैदान खेळाडू गोलरक्षक म्हणून खेळू शकेल; परंतु गोलरक्षकाला मैदान खेळाडू म्हणून खेळवता येणार नाही. गोलरक्षकाच्या जागेवर खेळणाऱ्या मैदान खेळाडूस पुन्हा आपल्या जागी मैदान खेळाडू म्हणून खेळता येईल.

संघात किमान पाच खेळाडू असल्याशिवाय सामना सुरू होणार नाही. सामना सुरू झाल्यावर संघात पाचपेक्षा कमी खेळाडू खेळत असले, तरी खेळ सुरू राहील.

## खेळाडूंचा गणवेश

गोलरक्षकांचा अपवाद वगळता, संघातील मैदान खेळाडूंचा गणवेश सारखा असतो. गोलरक्षकाचा पोशाख वेगळा असावा. दोन्ही संघांतील खेळाडूंचे गणवेश वेगवेगळ्या रंगांचे असावेत.

प्रत्येक खेळाडूच्या शर्टच्या छातीवर आणि पाठीवर (शक्यतो पॅन्टवरसुद्धा) २० सें.मी. उंचीचे १ ते १४ असे क्रमांक असावेत. गोलरक्षकांसाठी १ आणि १४ हे क्रमांक असतात.

खेळाडूंच्या पायांत स्पोर्ट्स शूज असावेत. टोकदार बूट वापरता येणार नाहीत.

## खेळाचा कालावधी

ज्यूनिअर, पुरुष व महिलांसाठी प्रत्यक्ष खेळासाठी ६० मिनिटांचा कालावधी असतो. ३०-३० मिनिटांचे दोन डाव खेळले जातात. दोन डावांमध्ये १० मिनिटांची विश्रांती असते. (सरपंच व संघनायक सहमत असतील, तर विश्रांतीचा कालावधी कमी करता येईल.)

कुमार गटांसाठी २५-२५ मिनिटांचे दोन डाव आणि दोन डावांमध्ये १० मिनिटांची विश्रांती असते. ८ ते १२ वर्षे वयोगटासाठी २०-२० मिनिटांचे दोन डाव आणि दोन डावांमध्ये १० मिनिटांची विश्रांती असते.

मध्यंतरानंतर संघ आपले गोलक्षेत्र बदलतात.

## खेळाची सुरुवात

नाणेफेक जिंकणारा संघ मैदान किंवा थ्रो-ऑफ (Throw-off) याची निवड करतो.

खेळाची सुरुवात थ्रो-ऑफ करून केली जाते. थ्रो-ऑफ करणारा खेळाडू क्रीडांगणावर मध्यभागी उभा राहतो. पंचांचा इशारा होताच तो आपल्या संघाच्या खेळाडूकडे चेंडू फेकतो. पंचांचा इशारा होताच तीन सेकंदांच्या आत त्याने चेंडू फेकला पाहिजे.

थ्रो-ऑफ केला जातो, त्या वेळी इतर खेळाडू आपापल्या मैदानावर उभे असतात. थ्रो-ऑफचा चेंडू हातातून सुटेपर्यंत प्रतिस्पर्धी खेळाडू थ्रो-ऑफ करणाऱ्यापासून किमान ३ मी. दूर असतील. थ्रो-ऑफ होईपर्यंत ते आपली जागा सोडणार नाहीत.

खेळ सुरू होताना ज्या संघाने थ्रो-ऑफ केला होता, त्याच्या प्रतिस्पर्धी संघाने मध्यंतरानंतर खेळ सुरू होताना थ्रो-ऑफ करावा.

गोल झाल्यानंतर ज्या संघावर गोल झाला असेल, त्या संघाचा खेळाडू थ्रो-ऑफ करतो.

थ्रो-ऑफ करून सरळ गोल करता येणार नाही.

## चेंडू कसा खेळला जातो?

खेळ सुरू असताना मैदान खेळाडू पुढीलप्रमाणे चेंडू खेळू शकतो :

१) चेंडू हाताने कोणत्याही दिशेस फेकता येतो, टप्पी-टप्पी (Bouncing) खेळता येतो.

२) चेंडू हात, डोके, गुडघा, मांड्या, धड यांनी थोपवता येतो.

३) चेंडू हात, पंजा, मूठ, डोके, गुडघा यांनी मारता येतो.

४) चेंडू एका किंवा दोन्ही हातांनी थोपवून पकडू शकतो, परंतु त्या वेळी त्याला हालचाल करता येणार नाही.

५) चेंडू एका हातातून दुसऱ्या हातात घेता येतो.

६) चेंडू तीन सेकंदांपेक्षा अधिक वेळ हातात ठेवता येणार नाही.

७) बसलेल्या, गुडघ्यावर बसलेल्या किंवा जमिनीवर आडवे झालेल्या स्थितीत खेळाडू चेंडू पास करू शकतो.

८) चेंडू एका हाताने जमिनीबरोबर सरपटत (Rolling) सोडता येतो.

**चेंडू खेळताना पुढील बाबींना मनाई आहे :**

१) गुडघ्याच्या खालील पायाच्या भागाने चेंडूला स्पर्श करता येणार नाही किंवा चेंडू खेळता येणार नाही. (अपवाद - गोलरक्षक)

२) चेंडूकडे सूर मारून चेंडू ताब्यात घेता येणार नाही. (अपवाद - गोलरक्षक)

३) मैदान खेळाडूला गोलक्षेत्रात प्रवेश करता येणार नाही.

४) चेंडू गोलरेषा किंवा स्पर्शरेषा यांच्या बाहेर हेतुपुरस्सर घालवता येणार नाही.

५) एकदा चेंडूला स्पर्श केलेला खेळाडू त्या चेंडूला जमीन, गोलखांब किंवा दुसरा खेळाडू यांचा स्पर्श झाल्याशिवाय पुन्हा स्पर्श करणार नाही.

चेंडूसह हालचाल (Moving with the ball) करीत असताना तो खेळाडू फक्त तीन पावले पुढे जाऊ शकतो. त्यानंतर एका हाताने चेंडूचा टप्पा (Bouncing) टाकून तो पुन्हा तीन पावले पुढे जाऊ शकतो.

चेंडू एका हाताने बाउन्स करीत तो कितीही पुढे जाऊ शकतो किंवा एका हाताने उभ्या स्थितीत बाउन्स करू शकतो.

धावत असताना किंवा उडी मारून चेंडू पकडला, तर त्याच्या दोन्ही पायांचा जमिनीस स्पर्श झाल्यावर तो तीन पावले पुढे जाऊ शकतो.

चेंडू एका हाताने जमिनीलगत घरंगळत सोडता येतो.

प्रतिस्पर्धी खेळाडूबरोबर खेळत असताना (Tackling) चेंडूचा ताबा घेण्यासाठी आपल्या हाताचा वापर करू शकतो. तसेच प्रतिस्पर्ध्याकडून चेंडू घेण्यासाठी हाताच्या पंजाचा वापर करू शकतो. प्रतिस्पर्ध्याकडे चेंडू असो अगर नसो, तो प्रतिस्पर्ध्यासमोर आपल्या शरीराचा - धडाचा अडथळा उभा करू शकतो.

परंतु प्रतिस्पर्ध्याबरोबर खेळत असताना पुढील बाबींना मनाई आहे :

१) प्रतिस्पर्धी खेळाडूस धक्का मारणे.

२) प्रतिस्पर्ध्याच्या ताब्यातील चेंडू एका किंवा दोन्ही हातांनी हिसकावून घेणे.

३) हातांनी, पायांनी प्रतिस्पर्ध्यास प्रतिबंध करणे.

४) जोरात फटका मारून त्याच्या हातातील चेंडू पाडणे.

५) एका किंवा दोन्ही हातांनी प्रतिस्पर्ध्यास पकडून ठेवणे.

६) प्रतिस्पर्ध्याशी दांडगाईचा खेळ करणे, त्याच्यावर उडी मारणे.

७) पायात पाय अडकवून प्रतिस्पर्ध्यास पाडणे.

८) प्रतिस्पर्ध्यापुढे शरीर झोकून देऊन अडथळा निर्माण करणे.

९) प्रतिस्पर्ध्यास ढकलणे, गोलक्षेत्रात ढकलणे.

१०) चेंडू हेतुपुरस्सर प्रतिस्पर्ध्याला फेकून मारणे.

११) प्रतिस्पर्ध्याच्या अंगावर धावून जाणे.

## त्रुटित काळ (Time Out)

प्रत्येक संघाला प्रत्येक सत्रात एकदा त्रुटित काळाची मागणी करता येईल. प्रत्येक त्रुटित काळ एक मिनिटाचा असेल. चेंडू आपल्या ताब्यात असलेल्या संघालाच त्रुटित काळाची मागणी करता येईल. (संघाचे मार्गदर्शक त्रुटित काळाची वेळाधिकाऱ्याकडे मागणी करतात.)

## गोलक्षेत्र व गोलरक्षक

गोलक्षेत्रात फक्त गोलरक्षकच खेळू शकतो. अन्य मैदान खेळाडूंना गोलक्षेत्रात प्रवेश करता येणार नाही. गोलरेषेला स्पर्श केलेला किंवा गोलक्षेत्र रेषा पार करून आत आलेला चेंडू गोलरक्षक खेळू शकतो.

गोलक्षेत्र रेषा पार करून गोलक्षेत्रात आलेल्या चेंडूला गोलरक्षकाचा स्पर्श न होता चेंडू गोलक्षेत्राच्या बाहेर गेला, तर तो चेंडू खेळात राहील.

संरक्षक खेळाडूने सहेतुकपणे चेंडू आपल्याच गोलक्षेत्रात फेकला किंवा खेळला आणि त्या चेंडूला कोणाचाही स्पर्श न होता तो चेंडू गोलात गेला, तर त्या गोलाची नोंद होईल; गोलरक्षकाने गोल होण्यास अवैधरीत्या प्रतिबंध केला तर प्रतिपक्षास पेनल्टी थ्रो दिला जाईल; अन्य बाबतीत प्रतिपक्षास फ्री थ्रो दिला जाईल. (चेंडू सहेतुकपणे खेळला नसेल, तर चेंडू खेळात राहील.)

गोलरक्षक आपल्या गोलक्षेत्रामध्ये कोणत्याही पद्धतीने आपल्या गोलाचे संरक्षण करू शकतो. (चेंडू गोलमुखाकडे किंवा गोलरेषेकडे जात असेल, तर तो आपल्या गुडघ्याखालील पायाचा वापर करून बचाव करू शकतो.) (The goal-keeper may defend the goal in any way, except that he may only use his legs below knees or his feet if the ball is moving towards the goal or goal line.)

आपल्या हातात चेंडू असताना गोलक्षेत्रात तो कितीही पावले टाकू शकतो व मैदान खेळाडूपेक्षा थोडा अधिक वेळ चेंडू हातात ठेवू शकतो. (त्याने वेळेचा अपव्यय करू नये.) गोलरक्षक गोलक्षेत्राच्या बाहेर आला, तर इतर मैदान खेळाडूसाठी असलेल्या नियमांचे त्याला पालन करावे लागते.

गोलक्षेत्रात पडून किंवा लोळण घेऊन त्याला गोलक्षेत्राबाहेरच्या चेंडूला स्पर्श करता येणार नाही, बाहेरचा चेंडू आत घेता येणार नाही किंवा चेंडू

खेळता येणार नाही.

गोलक्षेत्र रेषा ही गोलक्षेत्रातच समाविष्ट आहे, असे मानले जाते.

गोलरक्षकाने चेंडू फेकल्यावर इतर खेळाडूंचा चेंडूस स्पर्श झाल्याशिवाय गोलरक्षकाला तो चेंडू पुन्हा खेळता येणार नाही.

**फ्री थ्रो** (Free throw)

पुढील प्रसंगी प्रतिस्पर्धी संघास फ्री थ्रो दिला जातो :

१) खेळाडू अवैधरीत्या क्रीडांगणावर आला किंवा क्रीडांगणातून बाहेर गेला.

२) अवैधरीत्या थ्रो-इन् केला.

३) प्रतिस्पर्धी खेळाडूस प्रतिबंध केला, धक्का मारला; अडथळा आणला.

४) चेंडू आपल्याच गोलक्षेत्रामध्ये ढकलला.

५) चेंडू हेतुपुरस्सर क्रीडांगणाबाहेर काढला.

६) गोलरक्षकाकडून नियमभंग झाला. (अपवाद - पेनल्टी थ्रो)

७) चेंडू खेळताना मैदान खेळाडूचा नियमभंग झाला.

८) मैदान खेळाडूचा गोलक्षेत्रात नियमभंग झाला.

९) पेनल्टी थ्रो करणाऱ्याचा नियमभंग झाला.

१०) अशोभनीय वर्तन घडले.

ज्या ठिकाणी प्रमाद घडला असेल, त्या ठिकाणाहून ताबडतोब फ्री थ्रो केला जातो. पंचांचा इशारा होऊनही ३ सेकंदांत फ्री थ्रो केला नाही, तर प्रतिपक्षास फ्री थ्रो दिला जातो.

गोलक्षेत्र रेषा आणि फ्री थ्रो रेषा यांच्यामध्ये संरक्षक संघाच्या खेळाडूचा प्रमाद घडला असेल, तर फ्री थ्रो रेषेच्या थोडा बाहेरून फ्री थ्रो घेतला जातो. त्या वेळी संरक्षक संघाचे खेळाडू थ्रो करणाऱ्यापासून किमान ३ मी. दूर, गोलक्षेत्र रेषेवर उभे असतील. थ्रो करणाऱ्याच्या हातातून चेंडू सुटेपर्यंत आक्रमक खेळाडू फ्री थ्रो रेषेला स्पर्श करणार नाहीत किंवा ती ओलांडणार नाहीत.

फ्री थ्रो करताना थ्रो करणाऱ्याच्या किमान एका पायाचा जमिनीशी संपर्क पाहिजे. त्याने फेकलेल्या चेंडूचा गोलखांबाला किंवा अन्य खेळाडूला स्पर्श झाल्याशिवाय त्याला चेंडूस पुन्हा स्पर्श करता येणार नाही.

फ्री थ्रो करून सरळ गोल करता येतो.

**थ्रो-इन्**

खेळात असलेला चेंडू स्पर्शरेषा पूर्णपणे ओलांडून बाहेर जातो, त्या वेळी थ्रो-इन् केला जातो. स्पर्शरेषा ओलांडण्यापूर्वी ज्या खेळाडूचा शेवटी चेंडूला

स्पर्श झाला होता, त्याच्या प्रतिस्पर्धी संघास थ्रो-इन् मिळतो.

जेथून स्पर्शरेषा पार करून चेंडू बाहेर गेला, तेथून थ्रो-इन केला जातो. थ्रो-इन् करताना थ्रो-इन् करणाऱ्याने चेंडू फेकला पाहिजे, तो घरंगळत सोडता येणार नाही किंवा चेंडूचा टप्पा पाडून आपल्या साथीदाराकडे देता येणार नाही.

थ्रो-इन् करणाऱ्याचे तोंड क्रीडांगणाकडे पाहिजे. चेंडू हातातून सुटताना त्याचे दोन्ही पाय स्पर्शरेषेच्या बाहेर असतील. त्याचा एक पाय स्पर्शरेषेच्या बाहेर पाहिजे (त्या पायाचा स्पर्शरेषेला स्पर्श असला तरी तो नियमभंग मानू नये.) दुसरा पाय कोठे असावा याबाबत बंधन नाही. थ्रो-इन् केल्यानंतर इतर खेळाडूंचा चेंडूला स्पर्श झाल्याशिवाय त्याला चेंडूस स्पर्श करता येणार नाही.

थ्रो-इन् केला जातो, त्या वेळी प्रतिस्पर्धी खेळाडू किमान ३ मी. दूर असतात.

संरक्षक खेळाडूला स्पर्श होऊन चेंडू गोलरेषा ओलांडून (गोलक्षेत्राच्या बाहेरून) क्रीडांगणाच्या बाहेर गेला तर आक्रमक संघास थ्रो-इन् मिळतो.

## गोल थ्रो

आक्रमक संघाच्या खेळाडूने फेकलेला किंवा त्याला स्पर्श होऊन चेंडू गोलमुखाऐवजी बाजूने किंवा आडव्या खांबाच्या वरून गोलरेषा पार करून क्रीडांगणाच्या बाहेर गेला, तर संरक्षक संघाला गोल थ्रो मिळतो.

संरक्षक संघाच्या गोलरक्षकाला स्पर्श होऊन चेंडू गोलमुखाऐवजी बाजूने किंवा वरून गोलरेषा पार करून बाहेर गेला, तर संरक्षक संघाला गोल थ्रो मिळतो.

थ्रो-ऑफ, थ्रो-इन् किंवा गोल थ्रो केलेला चेंडू सरळ, कोणत्याही खेळाडूचा स्पर्श न होता गोलात गेला; तर गोल थ्रो दिला जातो. (गोलाची नोंद होत नाही.)

गोलक्षेत्रातून गोलरक्षक गोल थ्रो करतो.

## पेनल्टी थ्रो (Penalty throw)

पुढील नियमबाह्य कृती घडल्यास प्रतिस्पर्धी संघास पेनल्टी थ्रो दिला जातो :

१) क्रीडांगणावर कोणत्याही ठिकाणी व्यक्तिगत खोडसाळपणा करून आक्रमक संघाची नक्की गोल करण्याची संधी (A clear chance of a goal) घालवली.

२) क्रीडांगणाच्या आपल्या अर्ध्या भागात वैयक्तिक धोकादायक खेळ करून नियमभंग केला.

३) संरक्षक संघाचा खेळाडू बचाव करण्यासाठी गोलक्षेत्रात गेला.

४) संरक्षक संघाच्या खेळाडूने चेंडू आपल्याच गोलक्षेत्रात हेतुपुरस्सर खेळला आणि त्या चेंडूचा गोलरक्षकास स्पर्श झाला.

५) गोलरक्षकाने हेतुपुरस्सर चेंडू आपल्या गोलक्षेत्रात नेला.

६) सरपंचाला पूर्वसूचना न देता एखादा मैदान खेळाडू गोलरक्षकाच्या जागी काम करण्यास गेला.

आक्रमक संघाच्या खेळाडूने प्रतिस्पर्ध्याच्या मैदानातील पेनल्टी रेषेमागून गोलाच्या दिशेने थ्रो करावयाचा असतो. पेनल्टी थ्रो करणाऱ्याच्या हातातून चेंडू सुटताना त्याच्या पायाचा पेनल्टी रेषेला स्पर्श होऊ नये किंवा त्याने ती रेषा ओलांडू नये. थ्रो करताना त्याच्या किमान एका पायाचा जमिनीशी संपर्क पाहिजे. पेनल्टी थ्रो करण्यासाठी पंचाचा इशारा होताच ३ सेकंदांत पेनल्टी थ्रो केला पाहिजे.

पेनल्टी थ्रो केला जातो, त्या वेळी गोलरक्षक थ्रो करणाऱ्यापासून किमान ३ मी. दूर असेल. तो आपल्या क्षेत्रात हलू शकतो. गोलरक्षकाचा नियमभंग झाला, तर पुन्हा पेनल्टी थ्रो घेतला जातो.

पेनल्टी थ्रो केला जातो, त्या वेळी इतर मैदान खेळाडू फ्री थ्रो रेषेच्या बाहेर उभे असतील. प्रतिस्पर्धी खेळाडू थ्रो करणाऱ्यापासून किमान ३ मी. दूर असतील. ते थ्रो करणाऱ्याचे अवधान विचलित होईल अशी कृती करणार नाहीत.

पेनल्टी थ्रो करणाऱ्याच्या हातातून चेंडू सुटण्यापूर्वी आक्रमक संघाच्या अन्य खेळाडूंचा फ्री थ्रो रेषेला स्पर्श झाला किंवा त्यांनी ती रेषा ओलांडली आणि त्या वेळी गोल झाला असेल, तर त्याची नोंद होणार नाही. पुन्हा पेनल्टी थ्रो घेतला जाईल.

पेनल्टी थ्रो करणाऱ्याच्या हातातून चेंडू सुटण्यापूर्वी संरक्षक खेळाडूंचा फ्री थ्रो रेषेला स्पर्श झाला किंवा त्यांनी ती रेषा ओलांडली आणि त्या वेळी गोल झाला असेल, तर त्याची नोंद होईल. गोल झाला नसेल, तर पेनल्टी थ्रो पुन्हा घेतला जाईल.

पेनल्टी थ्रो केलेला चेंडू गोलखांबाला किंवा गोलरक्षकाला तटून गोलक्षेत्राच्या बाहेर आला, तर संरक्षक संघाला फ्री थ्रो मिळतो. चेंडू गोलरक्षकाने अडवला किंवा पकडला, तर खेळ पुढे सुरू राहील.

निलंबनाची शिक्षा म्हणून क्रीडांगणाबाहेर घालवलेल्या खेळाडूस पेनल्टी थ्रो करता येणार नाही.

पेनल्टी थ्रो घेत असताना खेळाची वेळ संपली असली तरी पेनल्टी थ्रो पूर्ण होईपर्यंत खेळ सुरू राहील.

**सरपंचाचा थ्रो** (Referee's throw)

पुढील प्रसंगी सरपंच चेंडू उभा आपटून खेळास पुन्हा सुरुवात करतात :

१) एकाच वेळी दोन्ही संघांतील खेळाडूंचा नियमभंग झाला.

२) नियमभंग न होता खेळ तात्पुरता थांबला.

३) अनवधानाने खेळाडू चेंडूवर पडला.

सरपंच ज्या वेळी थ्रो करतात, त्या वेळी दोन्ही संघांतील खेळाडू चेंडूपासून किमान ३ मी. दूर असतात. चेंडूचा जमिनीस स्पर्श झाल्याशिवाय खेळाडू चेंडूस स्पर्श करू शकणार नाहीत.

गोलक्षेत्र रेषा आणि फ्री थ्रो रेषा यांच्यामध्ये खेळ थांबला असेल, तर त्या ठिकाणापासून फ्री थ्रो रेषेच्या बाहेरच्या बाजूस फ्री थ्रो रेषेजवळ थ्रो घेतला जातो. सर्व खेळाडू त्या वेळी चेंडूपासून किमान ३ मी. दूर असतील. चेंडूचा जमिनीस स्पर्श होईपर्यंत कोणताही आक्रमक खेळाडू फ्री थ्रो रेषेस स्पर्श करणार नाही किंवा ती रेषा ओलांडणार नाही.

## गोल होणे व सामन्याचा निर्णय

आक्रमकाने फेकलेला चेंडू गोलमुखातून (दोन गोलखांब आणि वरील आडवा खांब यामधून) गोलरेषा पूर्णपणे पार करून आत गेला, तर गोल होतो.

गोल मारतेवेळी संरक्षक संघाचा नियमभंग असेल व गोल झाला असेल, तर त्याची नोंद होईल.

संरक्षक खेळाडूकडून खेळलेला चेंडू जर त्यांच्याच गोलमुखातून पार झाला, तर गोलाची नोंद होईल.

सामना मध्यंतरासाठी थांबण्याची किंवा सामना संपण्यासाठी पंचाने शिट्टी दिल्यानंतर चेंडूने गोलमुखातून गोलरेषा पार केली, तर त्या गोलाची नोंद होणार नाही.

खेळाच्या कालावधीत जो संघ अधिक गोल करतो, तो संघ विजयी होतो.

पूर्ण वेळ खेळ होऊन बरोबरी होत असेल, तर पाच मिनिटांच्या विश्रांतीनंतर पाच-पाच मिनिटांचे (कुमार गटांसाठी ३.५ - ३.५ मिनिटांचे) दोन जादा डाव खेळवावेत. दोन जादा डावांत संघ बाजू बदलतील, परंतु मध्ये विश्रांती काळ नसेल. अजूनही निकाल लागत नसेल, तर पुन्हा दोन जादा डाव खेळवावेत. अजूनही निकाल लागला नाही, तर सामना समितीने ठरविले असेल त्याप्रमाणे कार्यवाही करून निर्णय घ्यावा.

## निलंबन

नियमभंग करणाऱ्या खेळाडूच्या संघाला संबंधित नियमभंगामुळे फायदा होणार नसेल आणि प्रतिस्पर्धी संघास प्रतिबंध होणार नसेल, तर सरपंच खेळात शक्यतो हस्तक्षेप करणार नाहीत.